Bộ Giải Nghĩa Tân Ước của Tyndale

Gia-cơ (Tập 16)

Giới thiệu và giải nghĩa

|||||||||||||||||||||||||||
I0155834

Tác giả: **Douglas J. Moo**
Bản dịch tiếng Việt: **Văn Phẩm Hạt Giống**

Chủ nhiệm biên tập bộ sách (Anh ngữ):
Eckhard J. Schnabel
Cố vấn biên tập (Anh ngữ):
Nicholas Perrin

reSource Leadership International - 2019

Bản dịch tiếng Việt: **Kim Tuyến, Lan Khuê, Hải Yến**

Trình bày và Sửa bản in: **Văn Phẩm Hạt Giống**

Thiết kế bìa: **Hoàng Hồng Hạnh**

Mã số ISBN (Việt Nam): **9786046163787**

Mã số ISBN (Canada): **9781988990118**

MỤC LỤC

Lời Nói Đầu

Bộ sách Giải nghĩa Tyndale là bộ sách đáng tin cậy đối với các độc giả thuộc các hệ phái tin lành thuần túy trong hơn sáu mươi năm qua. Các quyển giải nghĩa Tân Ước đầu tiên (1956–1974) cũng như các sách giải nghĩa mới (1983–2003) đã nhanh chóng trở thành lựa chọn đầu tiên dành cho những người muốn biết nhiều hơn những gì thường thấy trong các sách giải nghĩa đơn lẻ. Bộ sách cũng không đòi hỏi các kỹ năng chuyên môn về ngôn ngữ Hy Lạp, nghiên cứu về Do Thái và Hy Lạp–La Mã. Các quyển giải nghĩa này cũng có lợi thế là ngắn hơn các quyển trong bộ giải nghĩa trình độ trung cấp. Bộ sách nhận được sự ưa chuộng của nhiều độc giả. Điều này minh chứng cho sự cần thiết của bộ giải nghĩa dành cho những người hướng dẫn học Kinh Thánh trong các hội thánh và các trường đại học. Đội ngũ nhà xuất bản, các biên tập viên và tác giả của các sách Giải nghĩa Tyndale tin rằng bộ sách này vẫn tiếp tục đáp ứng nhu cầu quan trọng trong cộng đồng Cơ Đốc, đặc biệt tại khu vực Bán Cầu Nam, nơi có nhiều hội thánh đang trên đà phát triển cùng với nhu cầu hiểu biết thấu đáo Kinh Thánh của các tín hữu Cơ Đốc đang gia tăng.

Với sự xuất hiện của những kiến thức, những thắc mắc mang tính tư duy, các phiên bản hiệu đính bản dịch Kinh Thánh mới và nhu cầu có những hướng dẫn chi tiết về bối cảnh văn chương và trọng tâm thần học của từng phân đoạn Kinh Thánh, đây là lúc phải xuất bản các cuốn giải nghĩa mới trong bộ giải nghĩa này. Trong phiên bản hai của bộ sách, bốn tác giả sẽ hiệu đính các cuốn giải nghĩa họ đã viết trước đây. Tuy nhiên, mục đích ban đầu vẫn không thay đổi. Các sách giải nghĩa mới không quá ngắn cũng không quá dài. Đây là các sách giải kinh, vì vậy việc giải nghĩa được đặt trên nền tảng của bản văn và trong bối cảnh lịch sử của Kinh Thánh. Mục đích của các sách này không phải để trả lời tất cả các câu hỏi phê bình. Tuy nhiên, khi viết các sách này, các tác giả cũng nhận thức về những tranh luận học thuật chính, và những phần này có thể sẽ được trình bày trong phần Giới Thiệu, phần Ghi Chú Thêm hoặc ngay trong phần giải nghĩa Kinh Thánh. Mặc dù tuyên đạo pháp không phải là mục đích đặc trưng trong các bộ sách này nhưng các tác giả cũng mong muốn giúp độc giả nhận ra mối liên hệ và áp dụng ngày nay khi tìm hiểu ý nghĩa bản văn Kinh Thánh, dù rằng sách giải nghĩa không trình bày các ý này cách rõ ràng. Các tác giả giải nghĩa dựa trên bản văn nguyên ngữ Hy Lạp, nhưng viết cho những độc giả không biết tiếng Hy Lạp. Vì vậy, các thuật ngữ tiếng Hê-bơ-rơ và tiếng Hy Lạp, khi được đề cập trong sách, đều được phiên âm. Trừ những phần được ghi chú cụ thể, bản dịch Kinh Thánh tiếng Anh được dùng trong ấn bản 1 của bộ sách là Authorized (King James) Version, các tập của ấn bản thứ hai chủ yếu dùng bản Revised Standard Version; và các tập trong ấn bản thứ ba dùng bản dịch New International Version (năm 2011) hoặc là bản dịch New Revised Standard Version[1].

Chúng tôi muốn gửi tới R.V.G Tasker và L. Morris lòng biết ơn sâu sắc về đóng góp của hai ông cho bộ giải nghĩa Tyndale ấn bản 1 và 2. Mỗi người đã viết bốn quyển giải nghĩa cho hai bộ này. Nỗ lực mời tác giả mới cho ấn bản ba đã không trở nên luống công, các đồng nghiệp đã đáp ứng nhiệt tình vào dự án này. Điều này được chứng tỏ qua sự dự phần của nhiều cộng tác viên là những học giả Tân Ước đa dạng về chủng tộc, có đầy năng lực và sẵn lòng viết sách cho dự án này, đóng góp vào vai trò của Bộ giải nghĩa này đối với hội thánh chung trên toàn cầu. Đội ngũ biên soạn bộ sách này ước mong rằng Đức Chúa Trời sẽ sử dụng các sách giải nghĩa mới này một cách đầy ơn nhằm giúp độc giả hiểu ý nghĩa của Tân Ước một cách đầy đủ và rõ ràng nhất có thể.

Eckhard J. Schnabel, Chủ nhiệm biên tập bộ sách

Nicholas Perrin, Cố vấn biên tập

---

1. Bản dịch tiếng Việt ngữ dùng bản Truyền Thống Hiệu Đính 2010.

Giới Thiệu của Tác Giả
về Ấn Bản Đầu Tiên

Bài giảng đầu tiên của tôi, giảng cho một giáo sư đầy lòng nhẫn nại và bốn người bạn cùng khoá đang được đào tạo trở thành người giảng lời Chúa, là bài giảng dựa trên Gia-cơ 1:22–25. Hồi đó tôi nghĩ rằng việc Gia-cơ nhấn mạnh nhu cầu làm theo Lời Chúa là điều quan trọng trong bối cảnh của chủng viện thần học. Tại nơi này, Kinh Thánh dễ dàng trở thành quyển sách được dùng để phân tích thay vì sứ điệp phải vâng phục. Việc người ta cần sứ điệp vào lúc đó là chắc chắn; và sứ điệp vẫn vô cùng cần thiết cũng là điều chắc chắn không kém, không chỉ riêng tại chủng viện. Trên khắp thế giới, mọi người đang nhận thức về một Cơ Đốc giáo dựa trên nền tảng Kinh Thánh. Các hội thánh thuộc Thế Giới Thứ Ba đang bùng nổ, phong trào "thuyết Phúc Âm" ở Hoa Kỳ[1] tiếp tục thu hút nhiều sự chú ý, còn các Cơ Đốc nhân Châu Âu đang chứng kiến sự đổi mới và sự quan tâm mới tới việc truyền giảng tin lành. Tuy nhiên điều đáng buồn là sự thiếu vắng sự biến đổi cá nhân và biến đổi xã hội mà lẽ ra nó phải đồng thời diễn ra với những cuộc phục hưng như thế. Tại sao vậy? Rõ ràng, một trong những lý do cốt yếu là lời kêu gọi đơn giản của Gia-cơ "hãy làm theo lời" đang bị xem nhẹ. Chưa bao giờ Kinh Thánh được dịch, giải nghĩa, đọc, nghiên cứu, giảng dạy và phân tích nhiều như hiện nay. Nhưng câu hỏi được đặt ra là liệu người ta có vâng phục Kinh Thánh ở mức tương ứng hay không.

Tất cả những điều này cho thấy sứ điệp của sách Gia-cơ là một sứ điệp mà tất cả chúng ta đều cần lắng nghe – và làm theo. Dù không phải là nhà thần học uyên thâm, nhưng ảnh hưởng của Gia-cơ nằm ở lòng nhiệt thành về đạo đức sâu sắc của ông; ở lời kêu gọi dễ hiểu nhưng có tác động lớn về sự ăn năn, về hành động và nếp sống Cơ Đốc kiên định. Những lời ông nói cần phải được quan tâm cách nghiêm túc trong các tranh luận thần học, các định kiến cá nhân, cùng những trăn trở thuộc linh của chúng ta và đem chúng ta trở lại con đường hướng đến một Cơ Đốc giáo dựa trên nền tảng Kinh

---

1. Phong trào liên hệ phái trong các Hội Thánh Tin Lành Mỹ quốc nhấn mạnh đến việc truyền bá Phúc Âm qua việc truyền giảng và nhu cầu cần có mối quan hệ cá nhân bởi đức tin với Chúa Giê-xu Christ.

Thánh, đầy sinh lực và đem đến sự biến đổi.

Tôi rất biết ơn những người đã giúp tôi hoàn thành quyển giải nghĩa này. Tiến sĩ Leon Morris vẫn luôn là nhà biên tập tinh tường và đầy khích lệ. Trường Trinity Evangelical Divinity, nơi tôi giảng dạy, đã rất rộng lượng cho phép tôi sử dụng thời gian hành chính để viết – và Luann Kuehl đã nhận lãnh một việc gây rối trí (và đôi khi là rất buồn cười) khi giải mã chữ viết tay của tôi. Các sinh viên tại trường Trinity và một số hội thánh, cùng với các bài luận, các câu hỏi và bình luận của họ, đã có ảnh hưởng lớn đến sự hiểu biết của tôi về thư tín này. Năm đứa con của tôi vẫn luôn là nguồn giải trí cho tôi (dù không phải lúc nào tôi cũng muốn!), mang đến cho tôi sự tươi mới và niềm vui. Trên hết, vợ tôi – Jenny không chỉ khích lệ tôi trong công việc mà còn cẩn thận đưa ra nhận xét về toàn bộ bản thảo, làm cho bản thảo được cải thiện rất lớn cả về nội dung lẫn phong cách. Tôi muốn dành tặng cho cô ấy cuốn sách này.

Douglas J. Moo

Giới Thiệu Ấn Bản Thứ Hai

Tôi biết ơn vì có cơ hội được quay trở lại chỉnh lý cuốn sách đầu tiên của tôi, sau gần 30 năm, để cuốn sách có thể phục vụ tốt hơn đối với thế hệ tín hữu mới. So với ấn bản trước, điều khác biệt là ấn bản này có bổ sung thêm một số sách, bài báo quan trọng về sách Gia-cơ được xuất bản từ năm 1985, có sự đổi mới về phong cách, và một số điều chỉnh trong các kết luận của tôi trong phần giải nghĩa. Tôi đánh giá cao công tác trợ lý biên tập của đồng nghiệp của tôi là Nick Perrin và đồng nghiệp cũ Eckhard Schnabel. Hai sinh viên đang theo học Tiến sĩ do tôi hướng dẫn tại trường Wheaton là Mike Kibbe và Ben Dally đã giúp đỡ tôi biên tập và cung cấp danh mục tài liệu tham khảo rất giá trị.

Cũng giống như ấn bản trước, tôi muốn dành tặng ấn bản mới này cho vợ tôi, Jenny.

Danh Mục Từ Viết Tắt

CỰU ƯỚC

Sáng Thế Ký	Sáng	Truyền Đạo	Truyền
Xuất Ê-díp-tô Ký	Xuất	Nhã Ca	Nhã Ca
Lê-vi Ký	Lê	Ê-sai	Ê-sai
Dân Số Ký	Dân	Giê-rê-mi	Giê
Phục Truyền Luật Lệ Ký	Phục	Ca Thương	Ca Thương
Giô-suê	Giôs	Ê-xê-chi-ên	Ê-xê
Các Quan Xét	Quan	Đa-ni-ên	Đa
Ru-tơ	Ru-tơ	Ô-sê	Ô-sê
1 Sa-mu-ên	1 Sa	Giô-ên	Giô-ên
2 Sa-mu-ên	2 Sa	A-mốt	A-mốt
1 Các Vua	1 Vua	Áp-đia	Áp-đia
2 Các Vua	2 Vua	Giô-na	Giô-na
1 Sử Ký	1 Sử	Mi-chê	Mi
2 Sử Ký	2 Sử	Na-hum	Na-hum
E-xơ-ra	Era	Ha-ba-cúc	Ha
Nê-hê-mi	Nê	Sô-phô-ni	Sô
Ê-xơ-tê	Êxê	A-ghê	A-ghê
Gióp	Gióp	Xa-cha-ri	Xa
Thi Thiên	Thi	Ma-la-chi	Mal
Châm Ngôn	Châm		

TÂN ƯỚC

Ma-thi-ơ	Mat	1 Ti-mô-thê	1 Ti
Mác	Mác	2 Ti-mô-thê	2 Ti
Lu-ca	Lu	Tít	Tít
Giăng	Giăng	Phi-lê-môn	Phlm
Công Vụ Các Sứ Đồ	Công	Hê-bơ-rơ	Hê
Rô-ma	Rô	Gia-cơ	Gia
1 Cô-rinh-tô	1 Cô	1 Phi-e-rơ	1 Phi
2 Cô-rinh-tô	2 Cô	2 Phi-e-rơ	2 Phi
Ga-la-ti	Ga	1 Giăng	1 Gi
Ê-phê-sô	Êph	2 Giăng	2 Gi
Phi-líp	Phil	3 Giăng	3 Gi

Cô-lô-se	Côl	Giu-đe	Giu
1 Tê-sa-lô-ni-ca	1 Tê	Khải Huyền	Khải
2 Tê-sa-lô-ni-ca	2 Tê		

<-->

DANH MỤC CÁC TÀI LIỆU NGOẠI KINH

Tiếng Anh	Tiếng Việt
1, 2 Clement	1,2 Clement
1, 2, 3, 4 Maccabees	Ma-ca-bê (Quyển 1, 2, 3, 4)
Acts of John	Công vụ của Giăng
Ad Virgines	Thư tín cho những người chưa từng quan hệ
Allegorical Interpretation	Chú giải ngụ ngôn
Apocalypse of Moses	Khải Huyền của Môi-se
Aristotle, *Quasest. Mechan.*	Aristotle, *Cơ học*
Augustine, *Confessions*	Augustines, *Tự thuật của thánh Au-gu-ti-nô*
Contra Apionem	*Chống Apion*
Didache	*Giáo huấn*
Discourses	Các bài diễn thuyết
Enoch	Ê-nóc
Epistle of Barnabas	Thư tín của Ba-na-ba
Epistle of Clement	Thư tín của Clement
Epistle of Jeremiah	Thư tín của Giê-rê-mi
Esdras	Ét-ra
Galen, *Mod. Temp.*	Mod. Temp.
Ignatius	Các thư tín của Ignatius
Issachar	Y-sa-ca
Josephus, *Jewish Antiquities (Ant.)*	*Tác phẩm cổ xưa của người Do Thái (TPCX)*
Jubilees	Giô-ben
Judith	Giu-đi-tha
Life of Adam and Eve	*Đời sống của A-đam và Ê-va*
Mommsen catalogue	Thư mục Mom-sen
Muratorian canon	Quy điển Mu-ra-to-ri
On Abraham	*Về Áp-ra-ham*
On Husbandry	*Về nông nghiệp*
On Nature and Grace	*Về Bản tính và Ân điển*
On Sobriety	*Về sự tiết độ*
On the confusion of Tongues	*Về sự lộn xộn tiếng nói*
On the Creation	*Về sự sáng tạo*

On the Decalogue	*Về mười điều răn*
On the Eternity of the World	*Về sự vĩnh cửu của thế giới*
On the Giants	*Về những người vĩ đại*
On the Migration of Abraham	*Về cuộc di cư của Áp-ra-ham*
On the Sacrifice of Abel and Cain	*Về việc dâng của lễ của A-bên và Ca-in*
On the Special Laws	*Về các luật đặc biệt*
Peshitta	*Bản dịch Peshitta*
Philostratus, *Vit. Ap.*	*Philostratus, Cuộc đời của Apollonius tại Tyana*
Posterity of Cain	*Về dòng dõi Ca-in*
Psalms of Solomon	*Thi Thiên của Sa-lô-môn*
Pseudo Aristotle, *Mund.*	*Mạo danh A-rít-tốt, Về vạn vật*
Pseudo-Ignatius	*Tác phẩm mạo danh Ignatius*
Shepherd of Hermas	*Người chăn của Hermas*
Mandates	*Mệnh lệnh*
Similitude	*Ngụ ngôn*
Sirach / Ecclesiasticus	*Huấn Ca*
Testament of Benjamin	*Giao ước của Bên-gia-min*
Testament of Gad	*Giao ước của Gát*
Testament of Job	*Giao ước của Gióp*
Testament of Joseph	*Giao ước của Giô-sép*
Testament of Naphtali	*Giao ước của Nép-ta-li*
Testament of Simeon	*Giao ước của Si-mê-ôn*
Testament of Zebulon	*Giao ước của Xê-bu-lôn*
Testament of the Twelve Patriarchs	*Giao ước của 12 tộc trưởng*
The Gospel of the Hebrews	*Phúc Âm Hê-bơ-rơ*
The Gospel of Thomas	*Phúc Âm của Thô-ma*
The lost book of Eldad and Modad	*Cuốn sách bị lạc mất của Eldad và Modad*
The Testaments	*Các giao ước*
The Unchangeableness of God	*Sự bất biến của Đức Chúa Trời*
The virtues	*Các phẩm hạnh*
Wisdom of Solomon	*Sự khôn ngoan của Sa-lô-môn*

NHỮNG CHỮ VIẾT TẮT CHỦ YẾU

AB	Anchor Bible
ANRW	*Aufstieg und Niedergang der römischen Welt*, ed. W. Haase and H. Temporini (Berlin: de Gruyter, 1972–)
Ant.	Josephus, *Antiquities*
AusBibRev	*Australian Biblical Review*
BDAG	*A Greek–English Lexicon of the New Testament and Other Early*

	Christian Literature, ed. W. Bauer, F. W. Danker, W. F. Arndt and F. W. Gingrich, 3rd ed. (Chicago: University of Chicago Press, 2000)
BDF	*A Grammar of the New Testament and Other Early Christian Literature*, ed. F. Blass, A. Debrunner and R. W. Funk (Chicago: University of Chicago Press, 1961; reprint 1982)
BECNT	Baker Exegetical Commentary on the New Testament
Bib	Biblica
BNTC	Black's New Testament Commentaries
BSac	*Bibliotheca Sacra*
BZ	*Biblische Zeitschrift*
CBQ	*Catholic Biblical Quarterly*
CBR	*Currents in Biblical Research*
DLNTD	*Dictionary of the Later New Testament and ItsDevelopments*, ed. P. H. Davids and R. P. Martin(Downers Grove: InterVarsity Press; Leicester: InterVarsity Press, 1997)
EQ	*Evangelical Quarterly*
ExpT	*Expository Times*
H.E.	Eusebius, *Historia Ecclesiastica*
Her	Hermeneia
HTKNT	Herders Theologischer Kommentar zum Neuen Testament
HTR	*Harvard Theological Review*
HUT	Hermeneutische Untersuchungen zur Theologie
ICC	International Critical Commentary
IRM	*International Review of Mission*
ISBE	*The International Standard Bible Encyclopedia*, ed. G. W.Bromiley (Grand Rapids: Eerdmans, 1979–1988)
JBL	*Journal of Biblical Literature*
JR	*Journal of Religion*
JSNTSup	Journal for the Study of the New Testament Supplement series
JTS	*Journal of Theological Studies*
LW	*Luther's Works*, ed. J. Pelikan and H. T. Lehmann, 55 vols. (St Louis: Concordia; Philadelphia: Fortress, 1955–1986)
LXX	Septuagint; English translations of LXX passagesare taken from Albert Pietersma and BenjaminG. Wright, eds., *A New English Translation of theSeptuagint* (Oxford: Oxford University Press, 2007)
MM	*The Vocabulary of the Greek New Testament Illustrated fromthe Papyri and Other Non-Literary Sources*, ed. J. H.Moulton and G. Milligan (Grand Rapids: Eerdmans, 1930–1982)
NAC	New American Commentary
NICNT	New International Commentary on the New Testament
NIDNTT	*The New International Dictionary of New TestamentTheology*, ed. C. Brown (Grand Rapids: Eerdmans, 1975–1978)

NIGTC	New International Greek Testament Commentary
NIVAC	New International Version Application Commentary
NovT	*Novum Testamentum*
NTS	*New Testament Studies*
OTNT	Ökumenischer Taschenbuchkommentar zum Neuen Testament
Phillips	J. B. Phillips, *The New Testament in Modern English* (1958)
PNTC	Pillar New Testament Commentary
RHPR	*Revue d'histoire et de philosophie religieuses*
SNTSMS	Society for New Testament Studies Monograph Series
TDNT	*Theological Dictionary of the New Testament*, ed. G. Kittel and G. Friedrich (Grand Rapids: Eerdmans, 1964–1976)
TNTC	Tyndale New Testament Commentary
TrinJ	*Trinity Journal*
TynBul	*Tyndale Bulletin*
WBC	Word Biblical Commentary
WTJ	*Westminster Theological Journal*
WUNT	Wissenschaftliche Untersuchungen zum Neuen Testament
ZECNT	Zondervan Exegetical Commentary on the New Testament
ZNW	*Zeitschrift für die neutestamentliche Wissenschaft Bible Versions*

CÁC BẢN DỊCH KINH THÁNH

CEB	Common English Bible (2010)
ESV	English Standard Version (2007)
GNB	Good News Bible (1990; Today's English Version)
HCSB	Holman Christian Standard Bible (2010)
KJV	King James Version
NAB	New American Bible (2011)
NASB	New American Standard Bible (1995)
NEB	New English Bible (Old Testament, 1970; New Testament[2], 1970)
NET	New English Translation (2006)
	New International Version (2011)
NJB	New Jerusalem Bible (1985)
NLT	New Living Translation (1996)
NRSV	New Revised Standard Version (1989)
REB	Revised English Bible (1989)
RSV	Revised Standard Version (1971 New Testament Second Edition)

Những trích dẫn từ Philo được trích từ các tác phẩm của Philo trong Loeb Classical Library. Thứ Kinh được trích từ bản dịch NRSV.

Pseudepigrapha (Ngụy thư) được trích từ bản dịch được J. H. Charlesworth hiệu đính, *The Old Testament Pseudepigrapha,* 2 tập (New York: Doubleday, 1983, 1985).

Danh Mục Tài Liệu
Tham Khảo Chọn Lọc

Các sách giải kinh Gia-cơ

Adam, A. K. M. (2013), *James: A Handbook on the Greek Text* (Waco: Baylor University Press).

Adamson, J. B. (1976), *The Epistle of James*, NICNT (Grand Rapids: Eerdmans).

Allison, D. C., Jr. (2013), *A Critical and Exegetical Commentary on theEpistle of James*, ICC (London: Bloomsbury T. & T. Clark).

BeasleyMurray, G. R. (1965), *The General Epistles: James, 1 Peter, Judeand 2 Peter* (New York: Abingdon).

Bengel, J. A. (1860), *Gnomon of the New Testament*, 5 vols., 3rd edn (Edinburgh: T. & T. Clark).

Blomberg, C. L., and M. J. Kamell (2008), *James*, ZECNT (Grand Rapids: Zondervan).

Brosend, W. F., II (2004), *James and Jude*, The New Cambridge Bible Commentary (Cambridge: Cambridge University Press).

Burdick, D. W. (1981), 'James', in *The Expositor's Bible Commentary*, Vol. 12 (Grand Rapids: Zondervan).

Calvin, J. (1855), *Commentaries on the Catholic Epistles*, trans. J. Owen, repr. 1948 (Grand Rapids: Eerdmans).

Cantinat, J. (1973), *Les Épîtres de Saint Jacques et de Saint Jude* (Paris: Gabalda).

Chaine, J. (1927), *L'Épître de Saint Jacques* (Paris: Gabalda).

Davids, P. (1982), *The Epistle of James*, NIGTC (Grand Rapids: Eerdmans).Dibelius, M. (1976), *A Commentary on the Epistle of James*, rev. edn by H. Greeven (Philadelphia: Fortress).

Doriani, D. M. (2007), *James*, Reformed Expository Commentary (Phillipsburg: Presbyterian & Reformed).

Frankemölle, H. (1994), *Der Brief des Jakobus*, OTNT (Gütersloh: Gütersloher).

Hiebert, D. E. (1992), *James*, pbhđ (Chicago: Moody).

Hort, F. J. A. (1909), *The Epistle of St. James* (London: Macmillan).

Huther, J. E. (1887), *Critical and Exegetical Handbook to the General Epistles of James, Peter, John and Jude* (New York: Funk & Wagnalls).

Johnson, L. T. (1995), *The Letter of James*, AB 37a (Garden City: Doubleday).

Knowling, R. J. (1910), *The Epistle of St. James* (London: Methuen).Laws, S. (1980), *A Commentary on the Epistle of James*, BNTC (New York: Harper & Row).

Martin, R. P. (1988), *James*, WBC 48 (Waco: Word, 1988).

Mayor, J. B. (1913), *The Epistle of St. James*, 2nd edn (London: Macmillan).

McCartney, D. G. (2009), *James*, BECNT (Grand Rapids: Baker).

McKnight, S. (2011), *The Letter of James*, NICNT (Grand Rapids: Eerdmans).

Mitton, C. L. (1966), *The Epistle of James* (Grand Rapids: Eerdmans).

Mofft, J. (1928), *The General Epistles of James, Peter and Jude* (London: Hodder & Stoughton).

Moo, D. J. (1985), *The Letter of James*, TNTC (Leicester: InterVarsity Press).(2000), *The Letter of James*, PNTC (Grand Rapids: Eerdmans).

Mußner, F. (1981), *Der Jakobusbrief*, pb. 4, HTKNT (Freiburg: Herder).

Nystrom, D. P. (1997), *James*, NIVAC (Grand Rapids: Zondervan).

Reicke, B. (1964), *The Epistles of James, Peter and Jude*, AB 37(Garden City: Doubleday).

Richardson, K. A. (1997), *James*, NAC 36 (Nashville: Broadman & Holman).

Ropes, J. H. (1916), *A Critical and Exegetical Commentary on the Epistle of St. James*, ICC (Edinburgh: T. & T. Clark).Ross, A. (1954), *The Epistles of James and John* (London: Marshall, Morgan & Scott).

Schlatter, A. (1956), *Der Brief des Jakobus* (Stuttgart: Calwer).

Tasker, R. V. G. (1956), *The General Epistle of James*, TNTC (Grand Rapids: Eerdmans).

Varner, W. (2010), *The Book of James: A New Perspective* (Woodlands: Kress Biblical Resources [truy cập qua Logos Bible Software]).

Vlachos, C. A. (2013), *James*, Exegetical Guide to the Greek New Testament (Nashville: Broadman & Holman).

Vouga, F. (1984), *L'Épître de Saint Jacques* (Geneva: Labor et Fides).

Windisch, H. (1951), *Die katholischen Briefe* (Tübingen: Mohr Siebeck).

Các tác phẩm khác

Amerding, C. (1938), 'Is Any Among You Afflted: A Study of James 5:13–20', *BSac* 95, pp. 195–201.

Amphoux, C. B. (1970), 'À propos de Jacques 1,17', *RHPR* 50, tr. 127–136.

—— (1978), 'Une relecture du chapitre 1 de Jacques', *Biblica* 59, tr. 554–561.

Baasland, E. (1988), 'Literarische Form, Thematik und geschichtliche Einordnung des Jakobusbriefes', *ANRW* II.25.5, tr. 3646–3684.

Baker, W. R. (1985), *Personal Speech-Ethics in the Epistle of James*,WUNT 2/68 (Tübingen: Mohr Siebeck).

_____(2008), 'Searching for the Holy Spirit in the Epistle of James: Is "Wisdom" Equivalent?' *TynBul* 59, tr. 293–315.

Baly, D. (1974), *The Geography of the Bible* (New York: Harper & Row).

Barclay, W. (1976), *The Letters of James and Peter* (Philadelphia: Westminster John Knox).

Bauckham, R. (1990), *Jude and the Relatives of Jesus in the EarlyChurch* (Edinburgh: T. & T. Clark).

_____(1999), *James: Wisdom of James, Disciple of Jesus the Sage* (London: Routledge).

_____(2004), 'The Spirit of God in Us Loathes Envy', trong G. N. Stanton, B. W. Longenecker và S. C. Barton (bt.), *The Holy Spirit and Christian Origins: Essays in Honor of James D. G. Dunn* (Grand Rapids: Eerdmans), tr. 270–281.

_____(2008), *Jesus and the God of Israel: God Crucified and Other Studies on the New Testament's Christology of Divine Identity* (Grand Rapids: Eerdmans).

Beale, G. K. (2011), *New Testament Biblical Theology* (Grand Rapids: Baker).

Berkhof, H. (1979), *Christian Faith* (Grand Rapids: Eerdmans).

Blomberg, C. L. (1999), *Neither Poverty Nor Riches: A BiblicalTheology of Material Possessions*, New Studies in Biblical Theology (Leicester: Apollos).

—— (2013), *Christians in an Age of Wealth: A Biblical Theology of Stewardship* (Grand Rapids: Zondervan).

Brown, R. E. (1997), *An Introduction to the New Testament* (New York: Doubleday).

Bruce, F. F. (1979), *Peter, Stephen, James and John: Studies in NonPauline Christianity* (Grand Rapids: Eerdmans).

Burkitt, F. C. (1924), *Christian Beginnings* (London: University of London).

Cadoux, A. T. (1944), *The Thought of St. James* (London: James Clarke).

Calvin, J. (1960), *The Institutes of the Christian Religion*, 2 t. (Philadelphia: Westminster).

Cargal, T. (1993), *Restoring the Diaspora: Discursive Structure and Purpose in the Epistle of James* (Atlanta: Scholars).

Carpenter, C. B. (2001), 'James 4.5 Reconsidered', *NTS* 47, tr. 189–205.

Carson, D. A. (2007), 'James', trong G. K. Beale và D. A. Carson(btv.), *Commentary on the New Testament Use of the Old Testament*(Grand Rapids: Baker).

—— and D. J. Moo (2005), *An Introduction to the New Testament*, pbhd (Grand Rapids: Zondervan).

Chester, A. và R. Martin (1994), *The Theology of the Letters of James, Peter, and Jude* (Cambridge: Cambridge University Press).

Crotty, R. B. (1992), 'The Literary Structure of the Letter of James', *AusBibRev* 40, tr. 47–48.

Deppe, D. B. (1990), 'The Sayings of Jesus in the Paraenesis of James: Bản PDF luận văn tiến sĩ đã chỉnh lý "The Sayings of Jesus in the Epistle of James'" (University of Amsterdam) (http://www.oldinthenew.org/pdf/deppe_ the.sayings.of.jesus.in.the.paranaesis.of.james. Pdf).

Donelson, L. R. (1986), *Pseudepigraphy and Ethical Argument in the Pastoral Epistles*, HUT 22 (Tübingen: Mohr Siebeck).

Donker, C. (1981), 'Der Verfasser des Jakobus und sein Gegner', *ZNW* 72, tr. 227–240.

Dunn, J. D. G. (1977), *Unity and Diversity in the New Testament:An Inquiry into the Character of Earliest Christianity* (Philadelphia: Fortress).

_____(1998), *The Theology of Paul the Apostle* (Grand Rapids: Eerdmans).

Eichholz, G. (1961), *Glaube und Werk bei Paulus und Jakobus* (Munich: Kaiser).

ElliottBins, L. (1955), 'The Meaning of ' *YLH* in James III.5', *NTS* 2, tr. 48–50.

Francis, F. O. (1970), 'The Form and Function of the Opening and Closing Paragraphs of James and 1 John', *ZNW* 6, tr. 110–126.

Geyser, A. S. (1975), 'The Letter of James and the Social Condition of His Addressees', *Neotestamentica* 9, tr. 25–33.

Goppelt, L. (1975, 1976), *Theology of the New Testament*, 2 t. (Grand Rapids: Eerdmans).

Gunter, J. J. (1974), 'The Family of Jesus', *EQ* 46, tr. 25–41.

Guthrie, D. (1990), *New Testament Introduction* (Downers Grove: InterVarsity Press).

Hadidian, D. Y. (1951–52), 'Palestinian Pictures in the Epistle of James', *ExpT* 63, tr. 227–228.

Hagner, D. A. (2012), *The New Testament: A Historical and Theological Introduction* (Grand Rapids: Baker).

Harland, P. A. (2002), 'The Economy of First Century Pa-lét-tin: State of the Scholarly Discussion', trong J. Blasi, P.T. André Turcotte and J. Duhaime (btv), *Handbook of Early Christianity: Social Science Approaches* (Walnut Creek, Calif.: Alta Mira Press), tr. 511–527.

Hartin, P. J. (1991), *James and the Q Sayings of Jesus*, JSNTSup 47

(Sheffid: JSOT).

Hayden, D. R. (1981), 'Calling the Elders to Pray', *BSac* 138, tr. 258–286.

Hengel, M. (1974), *Judaism and Hellenism*, 2 t. (Philadelphia: Fortress).

Hodges, Z. (1963), 'Light on James Two from Textual Criticism', *BSac* 120, tr. 341–350.

Hoppe, R. (1977), *Der theologische Hintergrund des Jakobusbriefes* (Würzburg: Echter).

Hunter, A. M. (1972), *Introducing the New Testament* (Louisville: Westminster John Knox).

Johnson, L. T. (1982), 'The Use of Leviticus 19 in the Letter of James', *JBL* 101, tr. 391–401.

—— (1983), 'James 3:13 – 4:10 and the Topos ΠΕΡΙ ΦΘΟΝΟΥ', *NovT*25, tr. 327–347.

—— (2004), *Brother of Jesus, Friend of God: Studies in the Letter of James* (Grand Rapids: Eerdmans).

—— (2010), *The Writings of the New Testament*, pb.3 (Minneapolis: Fortress).

Judge, E. A. (1980), 'The Social Identity of the First Christians: A Question of Method in Religious History', *Journal of Religious History* 11, tr. 201–217.

Kidner, D. (1985), *The Wisdom of Proverbs, Job, and Ecclesiastes* (Downers Grove: InterVarsity Press).

Kirk, J. A. (1969), 'The Meaning of Wisdom in James: Examination of a Hypothesis', *NTS* 16, tr. 24–38.

Kittel, G. (1942), 'Der geschichtliche Ort des Jacobusbriefes', *ZNW* 41, tr. 71–105.

Klein, M. (1995), *'Ein vollkommenes Werk.' Vollkommenheit, Gesetz und Gericht als theologische Themen des Jakobusbriefes* (Stuttgart: Kohlhammer).

Kümmel, W. G. (1975), *Introduction to the New Testament*, pbhđ (Nashville: Abingdon).

Laato, T. (1997), 'Justification According to James: A Comparison with

Paul', *TrinJ* 18, tr. 47–61.

—— (2003), *Rechtfertigung bei Jakobus: Ein Vergleich mit Paulus* (Saarijärvi: Gummerus Kirjapaino).

Ladd, G. E. (1993), *A Theology of the New Testament*, pbhđ của D. A. Hagner (Grand Rapids: Eerdmans).

Laws, S. (1974), 'Does Scripture Speak in Vain? A Reconsideration of James IV.5', *NTS* 30, tr. 210–215.

Lightfoot, J. B. (1881), *Saint Paul's Epistle to the Galatians: A Revised Text with Introduction, Notes, and Dissertations* (London: Macmillan).

MacDonald, L. M. and S. E. Porter (2000), *Early Christianity and Its Sacred Literature* (Peabody, Mass.: Hendrickson).

MacMullen, R. (1974), *Roman Social Relations: 50 B.C. to A.D. 284* (New Haven: Yale University Press).

Marshall, I. H. (1978), *The Gospel of Luke*, NIGTC (Grand Rapids: Eerdmans).

—— (2004), *New Testament Theology: Many Witnesses, One Gospel* (Downers Grove: InterVarsity Press).

Martin, R. P. (1978), 'The LifeSetting of the Epistle of James in the Light of Jewish History', trong G. Tuttle (bt.), *Biblical and NearEastern Studies: Essays in Honor of Sanford LaSor* (Grand Rapids: Eerdmans), tr. 97–103.

Massebieau, L. (1895), 'L'Épître de Jacques – estelle l'oeuvre d'un Chrétien?', *Revue de l'histoire des religions* 32, tr. 249–283.

MaynardReid, P. W. (1987), *Poverty and Wealth in James* (Maryknoll, NY: Orbis).

MayordomoMarin, M. (1992), 'Jak 5,2.3a: Zukünftiges Gericht oder gegenwärtiger Zustand?', *ZNW* 83, tr. 132–137.

Meade, D. G. (1986), *Pseudonymity and Canon: An Investigation into the Relationship of Authorship and Authority in Jewish and Earliest Christian Tradition*, WUNT 2/39 (Tübingen: Mohr Siebeck).

Meinertz, M. (1932), 'Die Krankensalbung Jak. 5.14f.', *BZ* 20, tr. 23–36.

Metzger, B. M. (1998), *A Textual Commentary on the Greek New*

Testament, pb 2 (New York: United Bible Societies).

Meyer, A. (1930), *Das Rätsel des Jacobusbriefes* (Berlin: Töpelmann).

Moo, D. J. (1988), 'Divine Healing in the Health and Wealth Gospel', *TrinJ* 9, tr. 191–209.

—— (2013a), *Galatians*, BECNT (Grand Rapids: Baker).

—— (2013b), 'Genesis 15:6 in the New Testament', trong D. M. Gurtner and B. L. Gladd (btv), *From Creation to New Creation: Biblical Theology and Exegesis. Essays in Honor of G. K. Beale* (Peabody, Mass.: Hendrickson), tr. 147–162.

Moule, C. F. D. (1971), *An Idiom Book of New Testament Greek* (Cambridge: Cambridge University Press).

Ng, E. Y. L. (2003), 'FatherGod Language and Old Testament Allusions in James', *TynBul* 54, tr. 41–54.

Nienhuis, D. R. (2007), *Not By Paul Alone: The Formation of the Catholic Epistle Collection and the Christian Canon* (Waco, Tex.: Baylor University Press).

Penner, T. C. (1976), *The Epistle of James and Eschatology: Re-Readingan Ancient Christian Letter* (Sheffid: Sheffid Academic Press).

Perdue, L. J. (1981), 'Paraenesis and the Epistle of James', *ZNW* 72, tr. 241–256.

Pickar, C. (1945), 'Is Anyone Sick Among You?', *CBQ* 7, tr. 165–174.

Poirier, J. C. (2006), 'Symbols of Wisdom in James 1:17', *JTS* 57, pp. 57–75.

Popkes, W. (1986), *Addressaten, Situation und Form des Jakobusbriefes* (Stuttgart: Katholischer).

Porter, S. E. (1989), *Verbal Aspect in the Greek of the New Testament, with Reference to Tense and Mood* (New York: Peter Lang).

___(1990), 'Is *dipsychos* (James 1:8; 4:8) a "Christian" Word?', *Bib* 71, tr. 469–498.

Przybylski, B. (1981), *Righteousness in Matthew and His World of Thought*, SNTSMS 41 (Cambridge: Cambridge University Press).

Rendall, G. H. (1927), *The Epistle of St. James and Judaistic Christianity* (Cambridge: Cambridge University Press).

Robert, A. and A. Feuillet (1965), *Introduction to the New Testament* (New York: Desclee).

Robertson, A. T. (1934), *A Grammar of the Greek New Testament in the Light of Historical Research* (Nashville: Broadman).

Robinson, J., (ed.) (1977), *The Nag Hammadi Library* (New York: Harper & Row).

Schrage, W. (1982), *Ethik des Neuen Testaments* (Göttingen: Vandenhoeck & Ruprecht).

Sevenster, J. N. (1968), *Do You Know Greek? How Much Greek Could the First Jewish Christians Have Known?*, NovTSup 19 (Leiden: Brill).

Shogren, G. (1989), 'Will God Heal Us? A Reexamination of James 5:14–16a', *EQ* 61, tr. 99–108.

Spitta, F. (1896), 'Der Brief des Jakobus', in *Zur Geschichte und Literatur des Urchristentums*, t. 2 (Göttingen: Vandenhoeck & Ruprecht), tr. 1–239.

Stoutenberg, D. (1982), 'Martin Luther's Exegetical Use of the Epistle of St. James' (M.A. thesis, Trinity Evangelical Divinity School, Deerfild, IL).

Tamez, E. (1990), *The Scandalous Message of James: Faith Without Works Is Dead* (New York: Crossroad).

Taylor, M. E. (2004), 'Recent Scholarship on the Structure of James', *CBR* 3, tr. 86–115.

Thielman, F. (2011), *Theology of the New Testament* (Grand Rapids: Zondervan).

Turner, N. (1963), *Syntax*, T. 3 của J. H. Moulton, *A Grammar of New Testament Greek* (Edinburgh: T. & T. Clark).

_____(1976), *Style*, T. 4 của J. H. Moulton, *A Grammar of New Testament Greek* (Edinburgh: T. & T. Clark).

Verseput, D. J. (1998), 'Wisdom, 4Q185, and the Epistle of James', *JBL* 117, tr. 691–707.

Via, D. O. (1969), 'The Right Strawy Epistle Reconsidered: A Study in Biblical Ethics and Hermeneutic', *JR* 49, tr. 253–267.

Wall, R. W. (1997), 'James, the Letter of', *DLNTD*, tr. 545–561.

Ward, R. B. (1968), 'The Works of Abraham: James 2:14–26', *HTR* 61, tr. 283–290.

_____(1969), 'Partiality in the Assembly', *HTR* 62, tr. 87–97.

_____(1992), 'James of Jerusalem in the First Two Centuries', *ANRW* 2.26.1, tr. 799–810.

Warfild, B. B. (1918), *Counterfeit Miracles* (New York: Charles Scribner's Sons).

Warrington, K. (2004), 'James 5:14–18: Healing Then and Now', *IRM* 93, tr. 346–367.

Wenham, J. W. (1975), 'The Relatives of Jesus', *EQ* 47, tr. 6–15.

Wesley, J. (1826), *The Works of the Rev. John Wesley*, 10 t. (New York: Harper).

Westcott, B. F. (1896), *A General Survey of the History of the Canon of the New Testament* (New York: Macmillan).

Wilder, T. L. (2004), *Pseudonymity, the New Testament and Deception: An Inquiry into Intention and Reception* (Lanham: University Press of America).

Wilkinson, J. (1981), *Health and Healing: Studies in New Testament Principles* (Edinburgh: Scottish Academic Press).

Witherington, B. (1994), *Jesus the Sage: The Pilgrimage of Wisdom* (Minneapolis: Fortress).

Wright, N. T. (1986), *The Epistles of Paul to the Colossians and to Philemon*, TNTC (Leicester: InterVarsity Press).

Wuellner, W. H. (1978–79), 'Der Jakobusbrief im Licht der Rhetorik und Textpragmatic', *Linguistica Biblica* 44, tr. 5–66.

Zahn, T. (1909), *Introduction to the New Testament*, 3 t. (Edinburgh: T. & T. Clark).

Ziesler, J. A. (1972), *The Meaning of Righteousness in Paul: A Linguistic and Theological Enquiry*, SNTSMS 20 (Cambridge: Cambridge University Press).

Giới Thiệu

1. Vị Trí của Thư Tín Giữa Vòng Hội Thánh

Thư tín Gia-cơ có một lịch sử gây tranh cãi. Cùng với 1, 2 Phi-e-rơ cũng như 1, 2, 3 Giăng và Giu-đe, thư tín này thuộc thể loại thư tín "chung" hoặc "phổ thông" (theo nghĩa phổ quát) trong hệ thống thư tín trong Tân Ước. Bảy thư tín kể trên đã được xấp vào thể loại này từ những ngày đầu trong lịch sử hội thánh, bởi vì mỗi thư tín dường như đều được gửi tới hội thánh nói chung chứ không phải chỉ cho một hội thánh cụ thể nào. Các thư tín này đều nói về tình trạng không chắc chắn trong nhiều khía cạnh của hội thánh đầu tiên. Cùng với Hê-bơ-rơ và Khải Huyền, các thư tín này nằm trong số những sách cuối cùng được công nhận tính kinh điển. Trong trường hợp sách Gia-cơ, mãi cho đến cuối thế kỷ IV, cả giáo hội Đông phương và giáo hội Tây phương mới thừa nhận sách này là Kinh Thánh.

Lần đầu tiên tên gọi thư tín Gia-cơ được nhắc đến là vào đầu thế kỷ III. Nhưng vì các học giả cổ đại thường không trích dẫn nguồn tác phẩm, nên có khả năng các tác phẩm được viết ra trước giai đoạn này có sử dụng sách Gia-cơ mà không trích dẫn nguồn. Mayor đã chỉ ra các ám chỉ tới sách Gia-cơ trong phần lớn các thư tín trong Tân Ước và trong nhiều tác phẩm Cơ Đốc không nằm trong kinh điển ở cuối thế kỷ I và đầu thế kỷ II.[1] Mặt khác, Allison cảm thấy rằng bằng chứng rõ ràng của việc sách Gia-cơ được sử dụng có thể tìm thấy trước nửa sau thế kỷ II.[2] Sự thật nằm giữa hai thái cực này. Rất nhiều ám chỉ Mayor đưa ra bị nghi ngờ vì chúng có liên quan tới loại ngôn ngữ khá phổ biến thời đó. Hơn nữa, thường thì mối liên hệ giữa sách Gia-cơ và các sách khác là mối liên hệ gián tiếp: cả hai đều sử dụng những sự dạy dỗ truyền thống thời bấy giờ. Rõ ràng, đây có thể là trường hợp của hai sách Tân Ước có nhiều điểm tương đồng với Gia-cơ là Ma-thi-ơ và 1 Phi-e-rơ. Tuy nhiên một luận điểm có tính thuyết phục hơn đó là thư tín Gia-cơ được biết đến và sử dụng từ rất sớm trong thế kỷ thứ I. Cuốn *Shepherd of Hermas* (đầu hoặc giữa thế kỷ II) có nhiều điểm tương đồng quan trọng với sách Gia-cơ. Nhiều chủ đề đặc trưng của Gia-cơ được tìm thấy trong phần của sách có tên

---

1. Mayor, tr. lxix–lxxi, lxxxviii–cix.
2. Allison, tr. 13–24; xem thêm Nienhuis, *Not by Paul Alone*, tr. 102–106.

gọi 'Mandates'; lời khích lệ cầu nguyện với đức tin và không nghi ngờ trong *Mandate 9* (Mệnh lệnh 9) đặc biệt giống về cách dùng từ và trọng tâm của Gia-cơ 1:6–8. Rất có thể phần này của sách *Hermas* dựa vào sách Gia-cơ. Cũng có thể *I Clement* (95 SC) và *Thư tín của Ba-na-ba* (viết trong khoảng thời gian 70–132 SC) đều thể hiện sự phụ thuộc vào thư tín Gia-cơ, nhưng điều này ít chắc chắn hơn.[3]

Clement là người đứng đầu một trường dạy giáo lý quan trọng ở Alexandria. Người ta cho rằng ông là người đã viết một sách giải nghĩa thư tín Gia-cơ, tuy nhiên cuốn sách đó chưa bao giờ được tìm thấy. Trong các tác phẩm còn sót lại của ông, người ta cũng không tìm thấy sự phụ thuộc của ông vào sách Gia-cơ.[4] Người kế nhiệm Clement ở Alexandria là Origen, người đầu tiên nhắc tới tên thư tín Gia-cơ. Ông trích dẫn sách Gia-cơ là Kinh Thánh (*Select. in Ps. 30:6*) và cho rằng sứ đồ Gia-cơ là tác giả thư tín Gia-cơ (*Commentary on John*, phần 126).[5] Bản dịch tiếng La-tinh các tác phẩm của Origen do Rufinus dịch xác định rõ ràng tác giả của thư tín này là người em của Chúa, tuy nhiên tính đáng tin cậy của tác phẩm của Rufinus là vấn đề đang tranh cãi.

Các tác phẩm khác được viết vào thế kỷ thứ ba thể hiện sự quen thuộc với sách Gia-cơ, còn luận văn nguy danh Clement (pseudo-Clementi tractate) *Thư tín cho những người chưa từng quan hệ* dường như trích dẫn sách Gia-cơ là Kinh Thánh. Eusebius (qua đời năm 339 SC) thường sử dụng thư tín Gia-cơ trong các tác phẩm của mình và dường như chấp nhận sách này nằm trong kinh điển. Tuy nhiên ông cũng liệt kê sách này vào nhóm "các sách gây tranh cãi" (*antilegomena*), nghĩa là ông biết một số Cơ Đốc nhân nghi ngờ về thẩm quyền Kinh Thánh của thư tín này (*H.E.* 3.25.3; 2.23.25). Có lẽ ông nghĩ tới hội thánh ở vùng Sy-ri, nơi không dễ dàng công nhận nhiều thư tín tổng quát– Theodore ở Mopsuestia (qua đời năm 428

---

3. Đặc biệt xem Johnson, tr. 68–80, để có sự đánh giá cẩn thận và thuyết phục.

4. Westcott, *General Survey*, tr. 357–358, đưa ra học thuyết cho rằng nên hiểu chữ "Giu-đe" là "Gia-cơ" trong câu mà Cassiodorus quy tác giả của sách giải nghĩa này cho Clement. Mặt khác xem Mayor, tr. lxxx, và Tasker, tr. 18.

5. Trong cuốn *Comm. on John* XIX, 6 (*Patrologia Graeca* XIV, 569), Origen trích dẫn Gia-cơ chương 2 và khẳng định rằng những từ ngữ này được tìm thấy trong *tē pheromenē Iakobou epistolē* (thư tín mang [tên của] Gia-cơ). Từ *pheromenē* ('chịu, mang') được xem là biểu thị những nghi ngờ của Origen về nguồn gốc của thư tín này. Tuy nhiên từ này đơn giản có nghĩa là 'hiện thời' và không đủ để chứng minh việc Origen công nhận thư tín này (So sánh Ropes, tr. 93; Mußner, tr. 39).

SC) bác bỏ tất cả các thư tín tổng quát. Tuy nhiên sách Gia-cơ lại được đưa vào bản dịch tiếng Sy-ri vào thế kỷ V, tức bản dịch *Peshitta*, và được Chrysostom (qua đời năm 407 SC) và Theodoret (qua đời năm 458 SC) ủng hộ và trích dẫn. Sau đó, với một số trường hợp ngoại lệ, giáo hội Đông phương sẵn sàng chấp nhận sách Gia-cơ là sách nằm trong kinh điển.

Tình trạng tương tự diễn ra ở giáo hội Tây phương dù thư tín Gia-cơ được chấp nhận có phần muộn hơn. Cả kinh điển Muratorian (cuối thế kỷ thứ hai) lẫn Mục lục Mommsen (ghi lại kinh điển của người Phi Châu, khoảng năm 360 SC) đều không nhắc tới sách Gia-cơ.[6] Các lần nhắc đến sách Gia-cơ cách rõ ràng xuất hiện sớm nhất ở giáo hội Tây phương là vào giữa thế kỷ IV, khi Hilary ở Poitiers (viết năm 356–8 SC) và Ambrosiaster (qua đời năm 382 SC) đều trích dẫn sách Gia-cơ một lần. Ảnh hưởng của Jerome là quan trọng, đưa tới sự chấp thuận cuối cùng của sách Gia-cơ ở giáo hội Tây phương. Ông đã đưa thư tín này vào bản dịch tiếng La-tinh của ông, bản Vulgate, và thường trích dẫn thư tín này trong các tác phẩm của ông. Và trong một tranh luận có tầm quan trọng đáng kể, Jerome đã ghi nhận tác giả của sách Gia-cơ là người em của Chúa được đề cập trong Ga-la-ti 1:19. Vào cùng thời điểm đó, thẩm quyền của Augustine đã được củng cố, do đó không ai trong giáo hội Tây phương còn thắc mắc về sách Gia-cơ nữa cho đến giai đoạn Cải Chính Giáo hội.

Theo đó sách Gia-cơ được công nhận là một sách thuộc kinh điển trong tất cả hội thánh của thời kỳ đầu tiên và điều này có được không phải vì một cơ quan có thẩm quyền nào quyết định vì lợi ích riêng. Nói đúng hơn, sách Gia-cơ không được thừa nhận ngay. Nhưng điều quan trọng cần nhấn mạnh là không phải thư tín Gia-cơ bị *từ chối* mà là bị *lãng quên*. Nên giải thích sự lãng quên này như thế nào? Một yếu tố có thể giải thích cho điều này là nguồn gốc Sứ đồ trong thư tín không rõ ràng, vì tác giả của thư tín chỉ giới thiệu bản thân bằng tên riêng, mà Gia-cơ lại là một tên gọi phổ biến trong thế giới cổ đại. Một yếu tố khác có thể là đặc điểm truyền thống trong nhiều sự dạy dỗ của sách Gia-cơ – thư tín này có rất ít "nhiên liệu" cho các cuộc tranh luận thần học nảy lửa trong thời kỳ hội thánh đầu tiên.[7] Có lẽ

---

6. Tuy nhiên, cũng có thể việc kinh điển Muratorian bỏ sót sách Gia-cơ chỉ là một sự vô tình, bởi vì bản văn của kinh điển bị cắt xén. Tham khảo Westcott, *General Survey*, tr. 219–220; Mayor, tr. lxvii; mặt khác, xem Mußner, tr. 41.

7. Dibelius, tr. 53–54; Guthrie, *New Testament Introduction*, tr. 726.

điều quan trọng hơn là đặc điểm của thư tín và địa điểm nhận thư. Thư tín này bộc lộ định hướng Do Thái mạnh mẽ và có lẽ được viết cho các hội thánh của người Do Thái ở Pa-lét-tin hoặc Sy-ri. Việc các hội thánh của người Do Thái ở Pa-lét-tin suy tàn sớm, hậu quả từ các cuộc nổi dậy của người Do Thái diễn ra vào năm 66–70 SC và 132–135 SC, có thể chính là nguyên nhân dẫn tới việc lưu hành của thư tín này bị trì trệ nghiêm trọng. Đây có thể là khía cạnh quan trọng bởi vì Origen trích dẫn sách Gia-cơ chỉ sau khi tiếp xúc với hội thánh ở Pa-lét-tin.[8]

Cho đến thời kỳ Cải Chính Giáo Hội, những nghi ngờ về sách Gia-cơ lại một lần nữa được dấy lên. Ấn tượng với văn phong Hy Lạp rất hay trong sách Gia-cơ, Erasmus đã đưa ra nghi vấn về quan điểm truyền thống cho rằng thư tín này được viết bởi người anh em của Chúa Giê-xu. Luther cũng đặt câu hỏi về thẩm quyền sứ đồ của Gia-cơ, tuy nhiên những phê bình của ông đi sâu hơn rất nhiều so với những phê bình của Erasmus. Đối với Luther, điểm mấu chốt ở đây là căng thẳng thần học mà ông nhận thấy giữa sách Gia-cơ và các sách Tân Ước "chính" khác về vấn đề xưng công chính bởi đức tin. Luther nói rằng Gia-cơ 'làm hỏng Kinh Thánh, và do đó chống lại Phao-lô và toàn bộ Kinh Thánh' (*LW* 35:397), và ông đã mô tả thư tín này là 'một thư tín vô giá trị' (*LW* 35:362). Vì vậy, Luther chuyển sách Gia-cơ xuống cuối bản dịch Tân Ước trong tiếng Đức cùng với Giu-đe, Hê-bơ-rơ và Khải huyền. Dù Luther rõ ràng đã gặp nhiều khó khăn với sách Gia-cơ đến mức ông gần như đặt thư tín này ở vị trí thứ yếu, nhưng chúng ta cũng không nên phóng đại phê bình của ông. Ông đã không loại sách Gia-cơ ra khỏi kinh điển, và người ta ước tính rằng hơn một nửa các câu Kinh Thánh trong sách Gia-cơ được ông trích dẫn như một nguồn có thẩm quyền trong các tác phẩm của ông.[9] Thậm chí việc nhắc đến 'một thư tín vô giá trị' cũng phải được hiểu trong bối cảnh của nó: Luther không xem Gia-cơ là một sách vô giá trị, nhưng đối chiếu Gia-cơ theo hướng bất lợi với các 'sách chính' (Phúc Âm Giăng, 1 Giăng, các thư tín của Phao-lô [đặc biệt Rô-ma, Ga-la-ti và Ê-phê-sô] và 1 Phi-e-rơ), "cho bạn thấy Đấng Christ và dạy bạn tất cả những điều cần thiết và những điều bổ ích mà bạn cần biết, thậm chí ngay cả khi bạn chưa bao giờ nhìn thấy hoặc nghe thấy bất kỳ sách hoặc giáo lý nào khác". Do đó, Luther nói về sách

---

8. Xem *Laws*, tr. 24.
9. Stoutenberg, 'Luther's Exegetical Use', tr. 51.

Gia-cơ ở chỗ nào đó rằng "Tôi không thể đặt sách Gia-cơ vào danh sách các sách chính được, dù vậy tôi sẽ không ngăn cản ai đó làm như vậy hoặc ca tụng sách Gia-cơ nếu muốn, bởi vì tôi biết rằng dù sao thì sách cũng có nhiều lời nói hay" (*LW* 35:397).

Có một số ít các nhà Cải Chính khác ủng hộ quan điểm của Luther về sách Gia-cơ. Chẳng hạn như Calvin, mặc dù ông thừa nhận Gia-cơ 'có vẻ như ít công bố ân điển của Đấng Christ dù đó là nhiệm vụ mà một Sứ đồ cần phải làm', nhưng ông lưu ý rằng 'chúng ta không chắc chắn rằng tất cả đều phải luận giải một số lập luận giống nhau'.[10] Ông chấp nhận thẩm quyền sứ đồ của sách Gia-cơ và lập luận để bảo vệ sự hòa hợp giữa Gia-cơ và Phao lô về vấn đề xưng công chính. Phương pháp của Calvin chắc hẳn là phương cách tiếp cận đúng đắn. Nếu suy nghĩ lại, chúng ta có thể thấy rằng sự phấn khích của Luther khi ông tìm ra giáo lý xưng công chính bởi đức tin và bối cảnh luận chiến đã khiến ông không thể áp dụng phương pháp quân bình đối với sách Gia-cơ và một số sách Tân Ước khác. Với kiến thức sâu rộng hơn về bối cảnh Do Thái của sách Gia-cơ, và ở khoảng cách vài thế kỷ sau những cuộc chiến của Luther, chúng ta có thể thấy rõ cách Gia-cơ và Phao-lô bổ sung cho nhau. Đối tượng họ nhắm đến khác nhau, do đó những lập luận của họ cũng vì thế mà khác nhau, nhưng người nào cũng góp phần quan trọng cho sự hiểu biết của chúng ta về niềm tin.

2. Quyền Tác Giả

Tác giả thư tín đơn giản tự nhận mình là 'Gia-cơ' (trong tiếng Hy Lạp là *Iakōbos*). Người này là ai? Trong Tân Ước có ít nhất bốn người mang tên Gia-cơ:

1. Gia-cơ, con trai của Xê-bê-đê. Ông được kêu gọi để trở thành môn đệ của Chúa Giê-xu lúc Chúa khởi sự thi hành chức vụ (Mác 1:19). Cùng với Giăng, em trai của mình, và Phi-e-rơ, Gia-cơ trở thành một trong những sứ đồ thân cận nhất với Chúa Giê-xu (xem Mác 5:37; 9:2; 10:35; 14:33).

2. Gia-cơ, con trai của A-phê. Ông cũng là một trong mười hai sứ đồ. Ông chỉ được đề cập trong danh sách mười hai sứ đồ và (có lẽ) trong Mác 15:40 là 'Gia-cơ người trẻ tuổi hơn', hoặc 'nhỏ hơn' (hoặc chỉ là 'Gia-cơ' trong phân đoạn tương tự ở

---

10. Calvin, tr. 277.

Mat 27:56).[11]

3. Gia-cơ, cha[12] của Giu-đa. Giu-đa này, khác với Giu-đa Ích-ca-ri-ốt (Xem Giăng 14:22), được xác định là một trong mười hai sứ đồ trong Lu-ca 6:16 (xem Công 1:13) và có lẽ cũng được cho là Tha-đê trong Ma-thi-ơ 10:3 và Mác 3:18.

4. Gia-cơ là 'em của Chúa' (Ga 1:19). Các em về phần xác của Chúa Giê-xu không tin Ngài trong khi Ngài còn đang thi hành chức vụ trên đất (Giăng 7:5; tham khảo Mác 6:3), nhưng Gia-cơ nhanh chóng nổi bật trong hội thánh Giê-ru-sa-lem (Công 12:17; 15:13; 21:18; Ga 2:9).

Dĩ nhiên, chúng ta không cần phải liên tưởng Gia-cơ tác giả của thư tín này với một Gia-cơ nào được đề cập trong Tân Ước. Nhưng chính việc sử dụng tên trong bức thư được viết ra với thẩm quyền như vậy ngụ ý tác giả của thư tín là một nhân vật nổi tiếng, và việc một cá nhân như vậy không được đề cập trong Tân Ước là điều khó xảy ra. Trong bốn nhân vật Gia-cơ được nhắc đến trong Tân Ước, chỉ có Gia-cơ, con trai của Xê-bê-đê và Gia-cơ em Chúa Giê-xu là nổi bật. Tuy nhiên, Gia-cơ con trai của Xê-bê-đê đã tử vì đạo năm 44 SC (Công 12:2) và có vẻ như thư tín Gia-cơ không thể được viết sớm như vậy. Do đó chúng ta chỉ còn lại Gia-cơ, em của Chúa là người có khả năng là tác giả của sách Gia-cơ nhất.

Gia-cơ này trở thành nhân vật nổi tiếng và được tôn trọng trong hội thánh đầu tiên, đặc biệt giữa vòng các Cơ Đốc nhân người Do Thái. Ông được tôn kính với tư cách vị 'giám mục' đầu tiên ở Giê-ru-sa-lem và được trao danh hiệu 'người công chính' hay 'người ngay thẳng' vì lòng trung thành của ông với luật pháp và sự kiên trì cầu nguyện. Phần lớn thông tin chúng ta có được về Gia-cơ được lấy từ ký thuật của Hegesippus về sự chết của Gia-cơ do Eusebius ghi lại (*H.E.* 2.23). Ông nói rằng Gia-cơ bị các thầy thông giáo và người Pha-ri-si ném đá đến chết vì không chịu từ bỏ cam kết theo Chúa Giê-xu. Ký thuật về cái chết của Gia-cơ được chính cá nhân Josephus xác nhận (*Ant.* 20.9.1), cho phép chúng ta xác định niên đại của thư tín

---

11. Ngoài ra, cũng có thể xem Gia-cơ này là người thứ năm có cùng tên (như trong Kümmel, *Introduction*, tr. 411).

12. Cụm từ trong Lu-ca 6:16 và Công Vụ 1:13 có thể được dịch là 'Giu-đa, *em* của Gia-cơ' (như trong bản KJV), trong trường hợp này có thể muốn nói đến Gia-cơ em của Chúa Giê-xu (tham khảo Giu-đe 1). Tuy nhiên cách dịch 'con của' cho mối quan hệ sở hữu cách ở đây có vẻ hợp lý hơn.

này là vào năm 62 SC. Tuy nhiên, phần còn lại trong ký thuật của Hegesippus mô tả Gia-cơ là một người cuồng tín với luật pháp lại mang tính chất huyền thoại.[13] Có thể là Hegesippus thu thập thông tin từ dòng Ebionites, một nhóm Cơ Đốc nhân Do Thái nghiêm ngặt. Họ là những người không ủng hộ Phao-lô nhưng lại tán dương Gia-cơ là người thừa kế thực sự sự giảng dạy của Chúa Giê-xu.[14] Vì vậy, mặc dù tất cả các nguồn tài liệu của chúng ta đều thống nhất rằng Gia-cơ là một Cơ Đốc nhân Do Thái tin kính và sốt sắng, tha thiết gìn giữ những mối liên hệ tốt đẹp với Do Thái giáo, nhưng chúng ta phải từ chối hình ảnh một Gia-cơ sốt sắng về luật pháp, chống lại Phao-lô và xem đó chỉ là bức tranh biếm họa.[15]

Gia-cơ được nhắc đến như một nhân vật quan trọng trong lịch sử hội thánh vì một lý do khác nữa. Khi các xu hướng sống khổ hạnh ngày càng có ảnh hưởng nhiều trong hội thánh đầu tiên, thì việc miêu tả Gia-cơ, cũng như một số người khác, 'là anh em của Chúa' trở thành vấn đề gây tranh cãi. Hiểu một cách thẳng thắn, cách nói này mâu thuẫn với quan điểm cho rằng Ma-ri vẫn là trinh nữ sau khi sinh Chúa Giê-xu. Jerome đã phổ biến rộng rãi quan điểm này (thường được gọi là quan điểm Hieronymian theo tên của giáo phụ này) cho rằng Gia-cơ và các người em khác của Chúa Giê-xu thật ra là các em họ của Ngài. Ông xem Ma-ri vợ Cơ-lê-ô-pa, chị của Ma-ri (Giăng 19:25) là Ma-ri, mẹ của Gia-cơ và Giô-sép (Mác 15:40), cả hai đều được xem là "anh em" của Chúa Giê-xu (Mác 6:3). Như vậy Gia-cơ và Giô-sép sẽ là anh em họ, không phải anh em ruột của Chúa Giê-xu. Việc giải thích mối liên hệ giữa các nhân vật khác nhau có tên Ma-ri và Gia-cơ được đề cập trong những phân đoạn Kinh Thánh này là một vấn đề nan giải mà chúng tôi không muốn đào sâu hơn ở đây;[16] nhưng cũng đủ chứng cứ để nói rằng cách giải thích của

---

13. Tham khảo Lightfoot, *Galatians*, tr. 366; Ropes, tr. 66.

14. Trong *Thư tín của Clement* 1:1, tác phẩm nguy danh Clement, Gia-cơ được gọi là 'giám mục của các giám mục'; theo *Phúc Âm Hê-bơ-rơ* (được trích dẫn trong Jerome, *De vir. ill.*2), sau khi Chúa sống lại, Ngài hiện ra trước hết cho Gia-cơ; trong *Phúc Âm của Thô-ma*, Logion 12, các môn đồ hỏi Chúa Giê-xu 'Ai sẽ là người lãnh đạo của chúng con?' và Chúa Giê-xu đáp rằng: 'Cho dù các con ở đâu, các con cũng phải tới gặp Gia-cơ người công chính, vì cớ người mà trời và đất được hình thành' (lời trích dẫn từ Robinson, *Nag Hammadi Library*, tr. 119). Mußner, tr. 4–7, trích dẫn nhiều trong tác phẩm này và cung cấp cho chúng ta phần trình bày hữu ích.

15. Ward, 'James of Jerusalem', tr. 799–810.

16. Đặc biệt xem phần thảo luận giữa Gunter, 'The Family of Jesus', tr. 25–41, và Wenham, 'The Relatives of Jesus', tr. 6–15.

Jerome không hề là cách giải thích duy nhất. Một thực tế gây tổn hại nghiêm trọng tới quan điểm của Hieronymian đó là từ *adelphos* luôn mang nghĩa 'anh em ruột' khi nói về quan hệ huyết thống trong Tân Ước. Do đó Gia-cơ phải là anh trai của Chúa Giê-xu, là con của Giô-sép với người vợ trước Ma-ri (theo quan điểm Ephiphania)[17], hoặc là em trai của Chúa Giê-xu được sinh bởi Giô-sép và Ma-ri (theo quan điểm Helvidian). Trong hai quan điểm này thì quan điểm Helvidian giải thích rõ hơn mối liên hệ chặt chẽ giữa Ma-ri, mẹ của Chúa Giê-xu và các anh em của Ngài được nói tới trong Tân Ước (đối chiếu Mác 3:32; 6:3).[18]

Chính Gia-cơ này, em trai của Chúa Giê-xu và người lãnh đạo được tôn trọng trong hội thánh của các Cơ Đốc nhân Do Thái ở Giê-ru-sa-lem, là người được xác định là tác giả của thư tín mang tên ông một cách tự nhiên nhất. Liệu có bằng chứng nào khác chứng minh cho điều này không? Như chúng ta đã biết, lời chứng của hội thánh cổ đại phù hợp với kết luận này. Dù không xuất hiện sớm, nhưng lời chứng này nhất quán trong việc khẳng định rằng Gia-cơ, em của Chúa, chính là tác giả của thư tín này. Mãi đến sau này, và cũng rất hiếm khi, người ta mới công nhận tác giả của thư tín này là Gia-cơ, con trai của Xê-bê-đê hoặc là Gia-cơ, con trai của A-phê.[19]

Ngôn từ Hy Lạp được sử dụng trong thư tín có một vài điểm tương đồng đáng chú ý với ngôn từ Hy Lạp được sử dụng trong bài phát biểu ngắn được cho là của Gia-cơ, em của Chúa được chép trong Công Vụ 15:13–21, và giống với lá thư được gửi dưới thẩm quyền của ông được ghi lại trong Công Vụ 15:23–29. 'Lời chào thăm' (*chairein*)

---

17. Quan điểm này được Lightfoot dành nhiều thời gian để bảo vệ trong phần phụ lục 'The Brethren of the Lord' trong *Galatians* và khá được ưa chuộng trong bài nghiên cứu đầy đủ và mới nhất về vấn đề này (Bauckham, *Jude and the Relatives of Jesus*, tr. 19–32). Lightfoot tuyên bố rằng quan điểm này đưa ra lời giải thích hợp lý nhất về thẩm quyền của các em của Chúa Giê-xu đối với Ngài (Giăng 7:1–5), và về việc Chúa Giê-xu đã giao phó trách nhiệm chăm sóc mẹ mình cho một môn đồ của Ngài thay vì cho một trong các em của Ngài (Giăng 19:25–27). Nhưng không rõ là có phải các em của Chúa Giê-xu có thẩm quyền trên Ngài nhiều hơn bất kỳ người họ hàng nào của Ngài hay không, và việc các em chống đối sứ điệp của Ngài có đủ để giải thích vì sao Chúa đã không giao việc chăm sóc mẹ Ngài cho họ hay không.

18. Để xem phần biện luận chi tiết hơn bảo vệ cho quan điểm Helvidian, đặc biệt xem Mayor, tr. 6–55.

19. Từ thế kỷ VII trở đi, một số nhà văn Tây Ban Nha đã tuyên bố rằng vị thánh bảo hộ của họ, Gia-cơ con trai của Xê-bê-đê, là tác giả của thư tín này; bản thảo chép tay Corbey thế kỷ X cũng có chung kết luận như vậy. Calvin (tr. 277) cho rằng Gia-cơ con trai của A-phê mới là tác giả của thư tín này.

của thư tín này xuất hiện trong Gia-cơ 1:1 và trong Công Vụ 15:23, nhưng chỉ xuất hiện một lần khác trong Tân Ước; việc dùng từ 'danh' (*onoma*) với tư cách chủ ngữ của động từ bị động 'kêu cầu/gọi'(*kaleō*) là điều đặc biệt, nhưng lại xuất hiện cả trong Gia-cơ 2:7 và Công Vụ 15:17; lời kêu gọi 'Thưa anh em yêu dấu của tôi, hãy nghe đây' có trong cả Gia-cơ 2:5 và Công Vụ 15:13; và một số điểm tương đồng khác không đáng kể.[20] Những điểm tương đồng này chắc chắn không đủ nhiều để cung cấp bằng chứng về nguồn gốc thông thường, tuy nhiên đây là những gợi ý khi kết hợp với hai điểm đầu tiên.

Cuối cùng, có một vài đặc điểm của thư tín không trực tiếp nói tới Gia-cơ em của Chúa, nhưng lại khá phù hợp với quan điểm cho rằng ông là tác giả của thư tín này. Điểm rất đáng chú ý là tinh thần Do Thái của thư tín: thư tín thường ám chỉ đến những lời dạy trong Cựu Ước và những lời giáo huấn Do Thái; văn phong của thư tín ở nhiều chỗ phản chiếu tính chất cách ngôn trong các truyền thống văn chương khôn ngoan Do Thái và lối giảng dạy lên án/tố cáo của các tiên tri; nơi hội thánh nhóm lại được gọi là nhà hội (2:2); và giáo lý trọng tâm của người Do Thái là chỉ có một Đức Chúa Trời được đề cập cụ thể (2:19). Mặt khác, thư tín cho thấy rất ít bằng chứng về thần học Cơ Đốc đã phát triển hay đang trong quá trình tự phát. Tất cả những điều này cho thấy tác giả viết thư tín này vào niên đại sớm hơn, trong bối cảnh Do Thái và là người tìm cách duy trì mối liên hệ tốt đẹp với Do Thái giáo. Những lời dạy dỗ của Chúa Giê-xu thấm nhuần vào thư tín này mà không cần trích dẫn trực tiếp thế nào thì điều đó cũng hoàn toàn tự nhiên đối với một người ở trong bối cảnh của thư Gia-cơ. Và cuối cùng, vị trí của Gia-cơ trong tư cách lãnh đạo của hội thánh mẹ của các Cơ Đốc nhân Do Thái ở Giê-ru-sa-lem rõ ràng giúp ông đủ tư cách đưa ra lời răn bảo đầy thẩm quyền tới "mười hai chi phái đang sống tản lạc khắp nơi" (1:1).

Tất cả những cân nhắc này giúp chúng ta có lý do tuyệt vời để chấp nhận quan điểm truyền thống rằng Gia-cơ, em Chúa Giê-xu chính là tác giả của thư tín này. Tuy nhiên rất nhiều học giả có quan điểm khác, và họ đề xuất một số giả thuyết khác về quyền tác giả. Một trong những quan điểm cực đoan hơn là phủ nhận tổng thể sách Gia-cơ là một sách Cơ Đốc. Theo quan điểm này, sách Gia-cơ vốn là một bài luận Do Thái được Cơ Đốc giáo hóa với hai lần nhắc đến Chúa

---

20. Để có danh sách về phần thảo luận đầy đủ, xin xem Mayor, tr. 3–4.

Giê-xu (Xem 1:1 và 2:1).[21] Giả thuyết này có nhiều yếu điểm, nhưng sự phản đối có tính chất quyết định đối với quan điểm này là mức độ thấm nhuần những lời ám chỉ đến sự dạy dỗ của Chúa Giê-xu trong thư tín.[22] Một số ít các học giả cho rằng thư tín này được một Gia-cơ vô danh nào đó viết.[23] Tuy nhiên quan điểm được phổ biến rộng rãi nhất là quan điểm cho rằng thư tín này được một lãnh đạo Cơ Đốc vô danh viết. Tên Gia-cơ trong 1:1 – là tên thường được dùng để chỉ em của Chúa – hoặc là được thêm vào sau này (do đó sách này vốn được một tác giả vô danh viết) hoặc được chính tác giả sử dụng để tạo thẩm quyền lớn hơn cho sách (trong trường hợp này sách có bút danh). Những người ủng hộ các giả thuyết này tin chắc rằng bản thân thư tín có các đặc điểm không tương thích với tác giả là em của Chúa. Có bốn đặc điểm thường được trích dẫn nhiều nhất. Chúng ta sẽ xem lần lượt từng đặc điểm.

1. Thứ nhất, một số người lập luận rằng thật khó hiểu khi em của Chúa viết một tài liệu như thế mà không nhắc gì về mối liên hệ đặc biệt của ông với Chúa, hoặc về sự hiện ra của Chúa phục sinh dẫn tới sự cải đạo của ông (đối chiếu 1 Cô 15:7).[24] Tuy nhiên sự quan tâm đặc biệt về mối liên hệ thuộc thể với Chúa Giê-xu chỉ xuất hiện sau khi Gia-cơ qua đời; do đó, việc tác giả không gắn danh hiệu 'em của Chúa' vào chống lại quan điểm sử dụng bút danh, và ủng hộ quan điểm sử dụng tên thật.[25] Hơn nữa, mối liên hệ thuộc thể của Gia-cơ với Chúa Giê-xu không phải là yếu tố làm thay đổi mối liên hệ thuộc linh của ông với Ngài. Ông vẫn bị kể là người lạ với Chúa Giê-xu và gia đình thật của Ngài – tức những người làm theo ý muốn của Chúa (Mác 3:35) – cho tới tận sau khi Chúa Giê-xu phục sinh. Do đó nếu thực tế là anh em với Chúa không giúp Gia-cơ có cái nhìn sâu sắc và đặc biệt về thân vị và chức vụ của Chúa Giê-xu, cũng như không giúp ông có địa vị đặc biệt nào, thì việc ông không đề cập mối liên hệ đó

21. Đối chiếu Massebieau, 'L'Épître de Jacques', tr. 249–283; Spitta, 'Der Brief desJakobus', tr. 1–239. Meyer, trong *Das Rätsel des Jacobusbriefes*, cho rằng tài liệu gốc Do Thái này dựa trên 'bản di chúc' của Gia-cốp cho mười hai người con trai của ông trong Sáng Thế Ký 49.

22. Kittel, 'Der geschichtliche Ort', tr. 84–91.

23. Erasmus; Luther; Hunter, *Introducing the New Testament*, tr. 164–165 (dù Hunter cẩn trọng hơn trong ấn bản thứ ba [1972]; tham khảo tr. 168–169). Moffat (tr. 2) nghĩ rằng tác giả của thư tín là một Gia-cơ vô danh nào đó, rằng tên của một Gia-cơ từ Giê-ru-sa-lem nổi tiếng hơn mãi sau này mới được kết nối với thư tín ấy.

24. Tham khảo ví dụ Laws, tr. 40.

25. Kittel, 'Der geschichtliche Ort', tr. 73–75.

không có gì là bất ngờ.[26] Cũng vậy, không có gì lạ khi Gia-cơ không mô tả cuộc gặp gỡ đặc biệt với Đấng Christ phục sinh. Phao-lô, với sự hiện thấy về Đấng Christ phục sinh, một sự kiện khiến cuộc đời ông hoàn toàn biến đổi, chỉ nhắc đến sự kiện này trong hai thư tín, trong tổng số 13 thư tín của ông. Tasker đã chỉ ra tính bất thường của loại lập luận này bằng cách lưu ý rằng 2 Phi-e-rơ thường được cho là sử dụng bút danh vì tác giả *thật sự có* nhấn mạnh mối liên hệ của ông với Chúa Giê-xu.[27] Trên thực tế, nếu không phải tìm thêm những thông tin liên quan đến bối cảnh ra đời của các thư tín Tân Ước, và mức độ thân mật giữa tác giả và độc giả, thì các lập luận xem xét thân thế một cá nhân cụ thể, có phải là người viết thư tín đó hay không, không có giá trị đáng kể.

2. Yếu tố thứ hai, được cho là lập luận có sức thuyết phục, chống lại quan điểm truyền thống về quyền tác giả là ngôn ngữ và bối cảnh văn hóa của thư tín này. Thư Gia-cơ được viết bằng ngôn ngữ sử dụng nhiều thành ngữ Hy Lạp cổ, giàu tính văn chương (đối chiếu với thể loại thơ sáu âm tiết khuyết trong 1:17), và thỉnh thoảng sử dụng ngôn ngữ có nguồn gốc triết học và tôn giáo Hy Lạp (ví dụ, 'cả đời người' trong 3:6). Người ta cho rằng con trai của một thợ mộc người Ga-li-lê, mà theo truyền thống đây là một Cơ Đốc nhân Do Thái bảo thủ và là người, như chúng ta được biết, không bao giờ rời khỏi lãnh thổ Pa-lét-tin không thể sử dụng loại ngôn ngữ Hy Lạp này. Có ba phản ứng đối với lập luận này.

Thứ nhất, mặc dù ngôn ngữ Hy Lạp trong sách Gia-cơ rõ ràng là tinh tế và giống với ngôn ngữ Hy Lạp sử dụng trong văn chương hơn, so với phần lớn các sách Tân Ước khác, nhưng chúng ta cũng không nên phóng đại chất lượng của kiểu ngôn ngữ Hy Lạp này. Dù có sử dụng một số kỹ năng văn chương, tác giả lại không sử dụng từ dài và cấu trúc ngữ pháp phức tạp. Như Ropes cho biết '...không có gì cho thấy tác giả quen với những phong cách văn chương Hy Lạp cao hơn'.[28]

Thứ hai, một tác giả người Do Thái tại Pa-lét-tin có thể sử dụng loại

---

26. Bauckham, *Jude and the Relatives of Jesus*, tr. 125–130.

27. Tasker, tr. 20. Ngay cả Dibelius, người nghĩ rằng Gia-cơ là bút danh, cũng ghi nhận tính chủ quan của lập luận này, tr. 17.

28. Ropes, tr. 25. Zahn, *Introduction*, I, tr. 112, thậm chí còn giảm thiểu chất lượng ngôn ngữ Hy Lạp hơn: 'tính nhuần nhuyễn của ông [tác giả của Gia-cơ] trong việc sử dụng thứ ngoại ngữ này mới giới hạn làm sao!'

ngôn ngữ thành ngữ cổ Hy Lạp đến mức độ nào là điều khó xác định. Nhưng một điều chắc chắn là tiếng Hy Lạp được sử dụng rộng rãi ở Pa-lét-tin (đặc biệt trong vùng Ga-li-lê) và nhiều người Pa-lét-tin, thậm chí cả những người lớn lên từ gia đình nghèo, cũng thông thạo thứ ngôn ngữ này.[29] Vấn đề thật sự là: Có phải Gia-cơ đã ở trong hoàn cảnh có được những ảnh hưởng khiến ông có thể viết được loại ngôn ngữ Hy Lạp bán văn chương trong thư tín này không? Nếu không biết chi tiết về trình độ học vấn của Gia-cơ, mức độ di chuyển của ông hoặc những người mà ông tiếp xúc, thì chúng ta không thể trả lời câu hỏi này được. Chúng ta chắc chắn có thể nghĩ rằng một người đàn ông được cất nhắc làm lãnh đạo hội thánh Giê-ru-sa-lem thì chắc hẳn phải có khả năng học giỏi tiếng Hy Lạp; và thành phần những người Do Thái nói tiếng Hy Lạp trong hội thánh đó (tham khảo Công 6:1) cũng giúp ông có cơ hội và có lẽ là động lực để có thể sử dụng thành thạo ngôn ngữ này. J. N. Sevenster, người sử dụng sách Gia-cơ làm trường hợp thử nghiệm trong nghiên cứu sử dụng ngôn ngữ Hy Lạp ở Pa-lét-tin của ông, đã kết luận rằng em của Chúa *có thể* là người viết thư tín này.[30] Dĩ nhiên điều này không chứng minh rằng ông *đã viết*; tuy nhiên ngôn ngữ của thư tín không phải rào cản cho quan điểm này.

Thứ ba, đó là tất cả khái niệm triết học và tôn giáo có trong Gia-cơ đều giống các khái niệm phổ biến quen thuộc với những người có học thức ở Pa-lét-tin, nơi các ý tưởng thuộc văn hóa Hy Lạp được phổ biến rộng rãi.[31] Thật là tùy tiện khi lập luận rằng Gia-cơ có thể không quen với các khái niệm này. Cũng có thể biện luận rằng một người đàn ông bất kỳ trên đường phố có bằng cấp về triết học bởi vì anh ta sử dụng từ 'thuyết hiện sinh'.

3. Việc tiếp cận luật pháp Cựu Ước được trình bày trong thư tín là nguyên nhân thứ ba lý giải nhiều nhà phê bình cho rằng Gia-cơ 'Người Công Chính' không thể viết ra thư tín này. Tác giả mô tả luật pháp (*nomos*: Kinh *torah* của người Do Thái) là 'luật pháp đem lại sự tự do' (1:25; 2:12) và 'luật pháp của Vua (2:8) và tập trung đặc biệt

---

29. Trong số những người khác, Sevenster trong *Do You Know Greek?* cũng chứng minh điều này.

30. Sevenster, *Do You Know Greek?*, tr. 191. Tham khảo thêm Turner, *Style*, tr. 114.

31. Tác phẩm cổ điển của M. Hengel, *Judaism and Hellenism*, đã ghi lại bằng chứng về sự thâm nhập triệt để các tư tưởng văn hóa Hy Lạp vào đời sống xã hội Pa-lét-tin ở thế kỷ thứ nhất.

vào các điều răn về đạo đức (2:11), bỏ qua luật lễ nghi (1:27 không nói đến). Cách tiếp cận luật pháp mang tính tự do như thế này được cho là hoàn toàn đối lập với những gì chúng ta biết về thái độ của Gia-cơ, người đã tìm cách áp đặt luật lễ nghi trên Phao-lô trong Công Vụ Các Sứ Đồ (21:20–25) và người được biết đến trong truyền thống Do Thái giáo lẫn Cơ Đốc giáo là hình mẫu của một người 'sùng kính Kinh Torah'.[32]

Tuy nhiên, hình ảnh của Gia-cơ như 'một người ủng hộ lòng sùng đạo Cơ Đốc – Do Thái thủ cựu'[33] cần xem xét điều chỉnh. Như chúng ta thấy, nhiều bằng chứng cho hình ảnh này đến từ Hegesippus, mà tính xác thực về mặt lịch sử của người này là vấn đề còn tranh luận. Tân Ước chắc chắn mô tả Gia-cơ là người quan tâm tới việc gìn giữ các mối liên hệ giữa người Do Thái và Cơ Đốc nhân cách tốt nhất có thể, và là người ủng hộ tính hợp pháp của truyền thống và phong tục Do Thái cho các Cơ Đốc nhân Do Thái (Công 21:20–25; có lẽ là cả trong Ga 2:12). Nhưng cũng rõ ràng là ông chống lại nỗ lực áp đặt luật lệ Môi-se lên các Cơ Đốc nhân ngoại bang (Công 15:13–21); và không có chỗ nào ông lập luận rằng các Cơ Đốc nhân, dù là Do Thái hay không phải Do Thái, *phải* tiếp tục tuân thủ luật lễ nghi. Vậy thì, điểm mấu chốt là một Gia-cơ coi trọng luật lễ nghi, đôi lúc tương phản với tác giả của thư tín này, chỉ là một chút thêu dệt phi lịch sử. Chúng ta cũng nên nhớ rằng khi một tác giả im lặng về một vấn đề nào đó không nhất thiết cho thấy tác giả không quan tâm tới vấn đề đó. Cho nên, nếu Gia-cơ đang viết thư cho một nhóm Cơ Đốc nhân mà việc tuân thủ luật lễ nghi không phải là vấn đề với họ, thì không có lý do gì ông phải đề cập tới vấn đề đó cả.[34] Chúng ta sẽ nói nhiều hơn về thái độ của Gia-cơ đối với luật pháp trong phần tóm lược về thần học của ông và trong phần giải nghĩa về các câu liên quan. Những phần trình bày ở trên đủ để nói rằng thái độ đối với luật pháp trong thư tín này không hề trái ngược với quan điểm của Gia-cơ ở Giê-ru-sa-lem.

4. Lý do chính thứ tư cho việc bác bỏ Gia-cơ, em của Chúa là người có lẽ đã viết thư tín này liên quan tới vấn đề đang gây tranh cãi trong mối liên hệ giữa Gia-cơ và Phao-lô trong sự dạy dỗ của họ về sự xưng

---

32. Dibelius gọi đây là 'lý luận mang tính quyết định' chống lại quan điểm truyền thống (tr. 18). Đối chiếu thêm Laws, tr. 40–41.

33. Đây là mô tả của Dibelius, tr 17.

34. Guthrie, *New Testament Introductioin*, tr. 738–739.

công chính. Như chúng ta biết rõ, việc Gia-cơ khẳng định rằng cần phải xét đến việc làm trong sự xưng công chính (2:14–26) thường được cho là mâu thuẫn hoàn toàn với lời tuyên bố của Phao lô về sự xưng công chính chỉ bởi đức tin. Tuy nhiên, hầu hết các học giả đều đồng ý rằng cả hai tác giả không mâu thuẫn về vấn đề này. Việc họ sử dụng các thuật ngữ chính với những ý nghĩa khác nhau và các vấn đề khác nhau mà họ đang quan tâm khiến các lập luận của họ lướt qua nhau, như những con tàu trong đêm.[35] Hoặc là người này không biết điều người kia đang nói, hoặc là một trong hai người đang trả lời cho một hiểu lầm về lời dạy của người kia. Mặc dù có nhiều khả năng người này không biết điều người kia đang nói, nhưng hầu hết các học giả nghĩ rằng cách nói đặc biệt "xưng công chính bởi đức tin" chỉ ra mối liên hệ nào đó với sự dạy dỗ của Phao lô.[36] Do đó, dựa trên cơ sở này, người ta tuyên bố rằng thư tín Gia-cơ không thể được viết bởi Gia-cơ ở Giê-ru-sa-lem, bởi vì Gia-cơ này chắc hẳn rất quen thuộc với những sự dạy dỗ của Phao-lô – cả hai là nhân vật chủ chốt trong giáo hội nghị đầu tiên của hội thánh (Công 15) và sau này họ có gặp lại nhau. Trong hội nghị này, ắt một số vấn đề thần học căn bản được đưa ra thảo luận (Công 21:18–25). Thư tín Gia-cơ chắc hẳn được viết vào cuối thế kỷ I, khi thần học của Phao-lô không còn được hiểu trong bối cảnh thích hợp của nó nữa. Kümmel trình bày ngắn gọn lập luận này: 'Việc tranh luận từ 2:14 trở đi với sự hiểu lầm về giai đoạn thứ yếu trong thần học của Phao lô không những giả định khoảng cách thời gian đáng kể với Phao-lô, vì Gia-cơ qua đời vào năm 62, mà còn thể hiện sự thiếu hiểu biết hoàn toàn về mục đích có tính chất bút chiến trong thần học của Phao-lô, khoảng thời gian này chắc chắn là không thể quy cho Gia-cơ, người mãi đến năm 55/56 mới gặp Phao-lô ở Giê-ru-sa-lem (Công 21:18 trở đi).'[37]

Vấn đề chúng ta nói đến ở đây là một trong những vấn đề khó nhất trong thư tín Gia-cơ. Chúng tôi sẽ trình bày thảo luận đầy đủ về vấn đề này trong phần nói về thần học của Gia-cơ và trong phần chú giải chương 2:14–26. Tuy nhiên, hiện giờ cũng đủ để chỉ ra rằng tình huống mà chúng ta mô tả – giả sử là chính xác – có khả năng dẫn tới một cách giải thích rất khác. Chẳng phải sự dạy dỗ bị hiểu sai

---

35. Xem Martin, tr. xxxiii–xli; Johnson, tr. 111–116.

36. Đặc biệt xem Allison, tr. 445–457, lập luận đáng thuyết phục cho rằng Gia-cơ biết về những điểm nhấn thần học đặc biệt của Phao-lô. Về quan điểm đối lập, xem McKnight, tr. 53–56.

37. Kümmel, *Introduction*, tr. 413.

của Phao-lô được tranh cãi trong Gia-cơ 2 đã có từ rất *sớm* và Gia-cơ chưa hiểu được mục đích thật sự của Phao-lô bởi vì họ không có thời gian để hiểu sự dạy dỗ của nhau sao? Phao-lô chắc chắn bắt đầu giảng dạy không lâu sau khi ông trở lại đạo (được xác định khoảng năm 33 SC). Việc Phao-lô sớm nắm bắt và công bố nhấn mạnh đặc biệt của mình vào sự xưng công chính "không đến từ việc làm theo luật pháp" ở mức độ như nào thì chúng ta không biết chắc; tuy nhiên các thư tín sớm nhất của Phao-lô cho thấy sự triển khai đầy đủ khái niệm này. Chúng ta cũng biết rằng ngay trong chức vụ của Phao-lô, sự giảng dạy của ông về sự xưng công chính bởi đức tin cũng bị hiểu lầm (tham khảo Rô-ma 3:5–8). Do đó, không phải là không thể xảy ra tình huống một số Cơ Đốc nhân, những người đã được nghe Phao-lô giảng, có thể vô tình hoặc hữu ý, bóp mép giáo lý của Phao-lô để bào chữa cho sự thụ động thuộc linh của mình. Vì vậy, quan điểm chống lại Gia-cơ về sự hiểu sai này đó là sự chống lại 'sự thiếu hiểu biết hoàn toàn về mục đích có tính bút chiến trong thần học của Phao-lô' bởi vì Gia-cơ vẫn chưa quen với sự dạy dỗ của Phao-lô.[38] Thật ra, có lẽ khả năng có thể xảy ra là "sự thiếu hiểu biết hoàn toàn" về trọng tâm sự giảng dạy của Phao lô có trước khi các thư tín của ông được lưu hành rộng rãi hơn là sau đó một thời gian dài. Khả năng mà chúng tôi đưa ra ngụ ý rằng sách Gia-cơ được viết vào niên đại sớm hơn; chúng tôi hy vọng có thể trình bày trong phần tiếp theo rằng chúng tôi có nhiều lý do để tán thành việc sách Gia-cơ được viết ở niên đại sớm hơn. Ít nhất chúng tôi có thể kết luận rằng niên đại sớm hơn cũng giúp cho việc giải thích Gia-cơ chương 2 giống như niên đại muộn hơn vậy. Điều này có nghĩa là lập luận về Gia-cơ chương 2 không gây trở ngại gì cho việc quy tác giả thư tín này cho Gia-cơ em của Chúa.

Do đó chúng tôi đưa ra kết luận rằng thư tín không chứa đựng bằng chứng nào cho thấy Gia-cơ em của Chúa không thể là người viết. Vì vậy, cách này sẵn sàng thừa nhận lời khẳng định rõ ràng của chính thư tín rằng Gia-cơ là tác giả của thư. Tuy nhiên vẫn có một số người, dù chấp nhận lời khẳng định này, nhưng vẫn bị ấn tượng bởi một hoặc nhiều lập luận chúng ta vừa mới xem xét. Các học giả này đề xuất loại giải pháp thỏa hiệp nào đó, mà theo đó ngoài Gia-cơ, đã có ai đó giúp Gia-cơ viết thư tín này. Một số học giả cố gắng giải thích

---

38. Kittel, 'Der geschichtliche Ort', tr. 96–97; Wessel, 'The Epistle of James', ISBE II, tr. 765; McKnight, tr. 259–263.

chất lượng của tiếng Hy Lạp được dùng trong thư bằng cách giả định có một thư ký chịu trách nhiệm viết thư.[39] Giả thuyết này không thể là một *tiên nghiệm* để bác bỏ, vì chúng ta biết rằng người ta thường cần những người sao chép thuê (được gọi là *amanuenses*) để thảo các thư từ thời cổ đại. Tuy nhiên, trong trường hợp của Gia-cơ, cách diễn đạt chính xác thường rất quan trọng đối với dòng tư tưởng của bức thư (Ví dụ, việc chơi chữ: *chairein*, 'chào thăm, 1:1; '*charan*', 'vui mừng', 1:2; '*leipomeno*'i, 'thiếu sót', 1:4; '*leipetai*', 'thiếu', 1:5) đến nỗi người soạn thảo cuối cùng gần như phải được xem là tác giả của bức thư.[40] Gợi ý thứ hai đó là thư tín của chúng ta là bản dịch theo phong cách tự do từ một bài diễn thuyết hoặc một loạt bài giảng bằng tiếng A-ram của Gia-cơ.[41] Không thể lập luận rằng tiếng Hy Lạp mà Gia-cơ sử dụng trong thư không cho thấy đây là bản dịch từ tiếng Xê-mít bởi vì nếu đây là bản dịch tốt thì sẽ khó nhận ra ngôn ngữ gốc (Liệu độc giả không hiểu biết có thấy rõ rằng lời diễn giải của J. B. Philip dựa trên tiếng Hy Lạp hay không?) Tuy nhiên, về bản chất thì không thể bác bỏ giả thuyết này, nhưng chúng ta cũng thấy không có nhiều lý do để ủng hộ.

P. Davids khéo léo bảo vệ quan điểm thỏa hiệp thứ ba. Ông ấn tượng về một số điểm dị thường rõ nét của bức thư – ngôn ngữ Hy Lạp được sử dụng rất tốt cùng với phong cách Xê-mít, sự khác biệt kỳ lạ về từ vựng, tính tách biệt trong việc trình bày các chủ đề khác nhau – và kết luận rằng những điều này chỉ được giải thích cách thỏa đáng nhất nếu chúng ta thừa nhận tiến trình gồm hai giai đoạn về nguồn gốc của bức thư. Giai đoạn thứ nhất có thể bao gồm một loạt các bài giảng dành cho các Cơ Đốc nhân Do Thái (một số bài giảng được dịch từ tiếng A-ram, một số bài giảng khác được viết từ nguyên ngữ Hy Lạp); giai đoạn thứ hai là tiến trình biên soạn mà nhờ đó các bài giảng này được "đúc" thành một tác phẩm duy nhất. Davids thừa nhận rằng Gia-cơ có thể là tác giả của giai đoạn đầu tiên, hoặc của cả hai giai đoạn.[42] Một lần nữa, khó có thể chứng mình hoặc bác bỏ giả thuyết này. Tuy nhiên, dựa trên các điểm dị thường trong Gia-cơ,

39. Robert and Feuillet, *Introduction*, tr. 564. Mußner, tr. 8, gợi ý sự tham gia của một đồng tác giả (*Mitarbeiter*).

40. Sevenster, *Do You Know Greek?*, tr. 10–14.

41. Burkitt, *Christian Beginnings*, tr. 65–71; tham khảo thêm Bruce, *Peter, Stephen, James and John*, tr. 113.

42. Davids, tr. 12–13. Cũng xem, ở hình thức sửa đổi và thận trọng, Wall, 'James, the Letter of', tr. 547–548.

2. Quyền Tác Giả | 43

chúng ta có thể đặt câu hỏi giả thuyết này có cần thiết hay không. Những điều không nhất quán mà Davids trích dẫn không thuộc loại đòi hỏi giả thuyết về hai giai đoạn khác nhau trong quá trình soạn thư. Một tác giả thông thạo cả tiếng A-ram và tiếng Hy Lạp sẽ tự nhiên để lộ ảnh hưởng nào đó của tiếng A-ram khi viết bằng tiếng Hy Lạp. Và mặc dù chúng ta thường có thể nhận ra cách sắp xếp sự việc theo kiểu Xê-mít trong sách Gia-cơ, thì theo Dibelius, tiếng Hy Lạp là "tương đối đồng nhất".[43] Tương tự như vậy, sự không đồng nhất của các chủ đề dường như là sản phẩm của thể loại văn chương mà thư được viết ra; và chẳng phải người biên tập cũng gần như là tác giả, sẽ tìm cách làm cho tác phẩm được tinh tế và mượt mà hơn sao? Việc Gia-cơ có thể đã sử dụng các bài giảng của chính ông để viết nên bức thư không phải là không có khả năng xảy ra. Tuy nhiên bằng chứng về giai đoạn văn chương sớm hơn thì không thuyết phục.

Mặc dù không một quan điểm nào trong số những quan điểm thỏa hiệp có thể bị loại bỏ hoàn toàn, nhưng cuối cùng thì tất cả những quan điểm này đều không cần thiết. Việc xem những ám chỉ đến Gia-cơ là dấu hiệu chứng tỏ Gia-cơ là tác giả duy nhất của thư là tự nhiên nhất.

Nói tóm lại, cần phải xem xét thêm một lý do nữa về vấn đề quyền tác giả của thư tín. Những người ủng hộ giả thuyết ngụy thư thường mô tả thuyết này dưới dạng 'công cụ văn học rõ ràng'. Người nhân danh Gia-cơ viết thư đang khẳng định một sự liên tục nào đó với sự dạy dỗ của Gia-cơ nhưng không có ý định mạo quyền tác giả.[44] Nhìn dưới góc độ này, việc khẳng định Gia-cơ là sách ngụy thư sẽ không tạo ra bất kỳ thách thức nào đối với sự trung thực hoàn toàn của thư tín này. Mối liên hệ giữa thư tín với Gia-cơ được thiết lập trong 1:1 không nhằm mục đích, và sẽ không được hiểu, là lời khẳng định về việc ai là người viết thư. Thay vào đó, đây là lời khẳng định về truyền thống thần học của thư. Tất nhiên, chúng ta sở hữu nhiều sách ngụy thư từ thời của Gia-cơ (ví dụ, các sách mặc khải của người Do Thái). Thật khó để biết lời khẳng định nào được đưa ra khi những quyển sách này tuyên bố do A-đam, Môi-se hay Áp-ra-ham viết. Tuy nhiên, vấn đề về thể loại văn chương đóng vai trò quan trọng ở đây. Những mong đợi về ý nghĩa của lời khẳng định chẳng hạn như 'Gia-cơ, đầy tớ của Đức Chúa Trời và của Chúa là Đức Chúa Giê-xu Christ, kính

---

43. Dibelius, p. 34.
44. Xem Meade, *Pseudonymity and Canon.*

gửi mười hai bộ tộc đang sống tản lạc khắp nơi' được xác định bởi thể loại văn chương. Gia-cơ rõ ràng là một bức thư; nhưng chúng ta không có bằng chứng từ hội thánh đầu tiên xác nhận về quyền tác giả của các bức thư được xem là 'công cụ văn học rõ ràng'. Nếu lời xác nhận về quyền tác giả được cho là đúng, thì bức thư có được một thẩm quyền nhất định; nếu nó được chứng minh là sai, bức thư bị khước từ. Chính việc Gia-cơ được chấp nhận là một sách thuộc kinh điển giả định rằng các Cơ Đốc nhân đầu tiên là những người đưa ra quyết định này, chắc chắn rằng Gia-cơ chính là người đã viết thư tín. Những người không nghĩ rằng Gia-cơ đã viết thư tín này loại bỏ bức thư ra khỏi kinh điển vì lý do này. Điều này có nghĩa là chúng ta phải chọn giữa 1) quan điểm xem Gia-cơ là kẻ giả mạo, có lẽ với ý định xác nhận thẩm quyền mà tác giả thật sự không có – và do đó loại thư ra khỏi kinh điển và 2) quan điểm xem Gia-cơ là thư tín đích thực của Gia-cơ. Giả thuyết 'được cả hai điều tốt cùng một lúc' về sự giả mạo kinh điển dường như không phải là giải pháp.[45]

3. Bối Cảnh của Thư Tín

Từ chính nội dung của thư tín, chúng ta có thể biết được điều gì đó về những người nhận thư. Thứ nhất, gần như chắc chắn rằng độc giả của thư là những người Do Thái. Bức thư thấm nhuần tinh thần và hình ảnh của Cựu Ước và Do Thái giáo – triệt để đến mức có thể phản ánh bối cảnh của người đọc cũng như của tác giả. Ví dụ, việc Gia-cơ sử dụng danh từ giống cái 'những kẻ ngoại tình' (*moichalides*) trong 4:4 sẽ không có ý gì với những ai không quen thuộc với truyền thống trong Cựu Ước là so sánh giao ước của Chúa và dân sự Ngài với mối liên hệ trong hôn nhân. Tương tự, việc Gia-cơ đề cập tới 'luật pháp' theo cách đơn giản và không bao gồm lời giải thích giả định rằng độc giả của ông quen với luật pháp và không có bất kỳ thắc mắc gì về sự liên quan của luật pháp tới họ. Ngoài ra, việc sử dụng lời xưng nhận thuyết duy thần để tóm tắt giáo lý (2:19) và việc sử dụng từ *synagōgē* (nhà hội) trong 2:2 ngụ ý độc giả là người Do Thái. Việc ngụ ý độc giả của thư là người Do Thái phù hợp với mô tả của Tân Ước và các Cơ Đốc nhân đầu tiên về Gia-cơ là một người hầu việc Chúa giữa vòng 'những người được cắt bì' (Ga 2:9).

---

45. Ví dụ xem Donelson, *Pseudepigraphy*; Wilder, *Pseudonymity*; MacDonald and Porter, *Early Christianity*, tr. 388–393; Carson and Moo, *Introduction*, tr. 337–350.

Bức thư ngụ ý rằng những tín hữu Do Thái này chủ yếu là những người nghèo, bị mắc kẹt trong tình trạng căng thẳng xã hội đáng kể. Bị những chủ đất giàu có áp bức và lợi dụng (5:4–6), bị những kẻ giàu kéo đến trước tòa án (2:6), những người giàu này còn xúc phạm đến niềm tin Cơ Đốc của họ (2:7), những độc giả này được kêu gọi phải kiên nhẫn và được nhắc nhở về ngày Chúa quang lâm đã gần rồi, Ngài là Đấng phán xét và giải cứu (5:7–11). Trong thời gian chờ đợi, họ phải kiên nhẫn chịu đựng thử thách để phẩm chất Cơ Đốc của họ đạt tới mức trưởng thành trọn vẹn và phần thưởng họ sẽ nhận được là 'mão triều thiên của sự sống' là điều chắc chắn (1:2–4, 12).

Trong khi tình hình của hội thánh trong thế gian cung cấp cho chúng ta bối cảnh của bức thư, thì điều Gia-cơ quan tâm là tinh thần thế gian xen vào hội thánh. Ông cảnh cáo độc giả của mình rằng 'kết bạn với thế gian là thù nghịch với Đức Chúa Trời' (4:4) và nhấn mạnh một nhân tố chủ chốt là 'sự tin đạo thuần khiết, không hoen ố trước mặt Đức Chúa Trời' là giữ 'mình khỏi sự ô uế của thế gian' (1:27). Tinh thần thế gian đi vào hội thánh bộc lộ qua nhiều cách: thiên vị người giàu và thờ ơ đến nhẫn tâm với người nghèo (2:1–4); dùng lời nói chỉ trích, thiếu kiểm soát (3:1–12; 4:11–12; 5:9); sự khôn ngoan 'thuộc về thế gian, xác thịt và ma quỷ' cùng với sự ghen ghét và tham vọng ích kỷ dẫn đến xung đột và tranh chiến (3:13–4:3); kiêu căng ngạo mạn (4:13–17) và, trên hết là sự 'nghi ngờ' về Chúa khiến lời cầu nguyện không hiệu quả (1:5–8) và thể hiện qua việc không thực hành đức tin (1:22–27; 2:14–26). Gia-cơ kêu gọi độc giả của ông quay lưng với tinh thần thế gian này, hạ mình xuống trước mặt Chúa thì Ngài sẽ nhấc họ lên (4:7–10), và siêng năng làm việc để đem những tội nhân lầm lạc khác trở lại (5:19–20).

Dù được mô tả bằng những thuật ngữ này, nhưng hoàn cảnh của độc giả cũng không giúp chúng ta xác định nhóm độc giả cụ thể của bức thư. Rất tiếc là nơi nhận thư cũng không giúp chúng ta được nhiều hơn. 'Mười hai bộ tộc đang sống tản lạc khắp nơi' là một mô tả mơ hồ. Sau khi nhiều người Do Thái bị lưu đày sang A-si-ri và Ba-by-lôn, mười hai chi phái Y-sơ-ra-ên trong lịch sử không còn tồn tại theo ý nghĩa vật lý nữa. 'Mười hai bộ tộc' trở thành cách nói phổ biến để mô tả một Y-sơ-ra-ên được đổi mới tâm linh và được tập hợp lại vào ngày cuối cùng (Ê-sai 49:6; Êxê 47:13; 21–23; 48:29; Huấn Ca 36:11; 2 Ét-ra 13:39–40). Với đặc điểm này, có lẽ Gia-cơ đã chọn tên gọi 'mười hai bộ tộc' để biểu thị ý định của ông là gửi cho toàn bộ dân Do Thái, cả người Cơ Đốc và phi Cơ Đốc. Nếu Gia-cơ đã hình dung một phạm vi độc giả rộng như vậy, thì chúng ta có thể hiểu vì sao ông ít đề cập tới các giáo lý Cơ Đốc cụ thể.[46] Tuy nhiên người ta chắc chắn sẽ mong đợi nhiều hơn ở việc đẩy mạnh chia sẻ Phúc Âm nếu giữa vòng độc giả ban đầu có những người Do Thái không phải là Cơ Đốc nhân. Hơn nữa, danh hiệu 'mười hai bộ tộc' chỉ được người Do Thái sử dụng trong ngữ cảnh lai thế học để mô tả dân tộc của họ được tụ họp lại vào ngày cuối cùng[47] – và hẳn nhiên Gia-cơ không dùng từ này để chỉ về *tất cả* người Do Thái.

Vậy điều gần như chắc chắn hơn là Gia-cơ sử dụng 'mười hai bộ tộc' để nói đến các Cơ Đốc nhân. Ngoài ra, bối cảnh của cụm từ này có thể gợi ý rằng Gia-cơ chỉ suy nghĩ tới các Cơ Đốc nhân Do Thái.[48] Nhưng Tân Ước chỉ ra rằng cụm từ này có thể được áp dụng rộng rãi để nói đến các tín hữu nói chung trong tư cách dân mới của Đức Chúa Trời, sự ứng nghiệm của Cựu Ước và mong đợi của dân Do Thái về dân Y-sơ-ra-ên được tập hợp lại và được đổi mới (Mat 19:28; Khải 7:4–8; 21:12, tham khảo Ga 6:16). Do đó, mặc dù nội dung và giọng điệu của bức thư rõ ràng ngụ ý rằng độc giả của bức thư là các Cơ Đốc nhân Do Thái, nhưng tên gọi 'mười hai bộ tộc' tự thân nó không đòi hỏi sự giới hạn này.

Yếu tố thứ hai về nơi nhận thư, 'đang sống tản lạc khắp nơi' được dịch từ một từ Hy Lạp *diaspora* ('sự tản lạc'). Từ này cũng có thể hiểu theo nhiều cách. Có gốc từ một động từ Hy Lạp có nghĩa là 'phân tán' hay 'tản lạc', từ ngữ được dùng để miêu tả những người Do Thái sống bên ngoài lãnh thổ Pa-lét-tin, giữa vòng người ngoại (Thi 147:2; Ê-sai 49:6: Giăng 7:35; 2 Mác-ca-bê 1:27) và, theo nghĩa rộng, đó là nơi mà những người bị tản lạc sống. Nếu Gia-cơ sử dụng từ này theo nghĩa đen thì ông sẽ gọi độc giả của ông là những người Do Thái hoặc những Cơ Đốc nhân Do Thái sống bên ngoài lãnh thổ Pa-lét-tin.[49] Tuy nhiên cũng như với cụm từ 'mười hai bộ tộc', Tân Ước thỉnh thoảng dùng từ *diaspora* với nghĩa ẩn dụ, để mô tả đặc điểm của Cơ Đốc nhân, là những người sống trên thế gian này, xa 'quê hương' thật trên trời của họ (xem 1 Phi 1:1). Do đó từ này có thể không giúp

---

46. Cadoux, *Thought of St. James*, tr. 10–18; Schlatter, tr. 90–98; Beasley-Murray, tr. 12–21; Allison, tr. 32–50.
47. Maurer, 'φυλή', *TDNT* IX, tr. 250.
48. Huther, tr. 11–13; Geyser, 'The Letter of James', tr. 27–28.
49. Mayor, tr. 30–31; Hort, tr. xxiii–xxiv; Adamson, tr. 49–50.

chúng ta nhiều trong việc định vị độc giả của Gia-cơ, nhưng có lẽ giúp chúng ta cụ thể hơn. Tasker đưa ra đề nghị hấp dẫn rằng Công Vụ 11:19 có thể cung cấp bối cảnh cụ thể ngược với cách chúng ta hiểu về cách sử dụng từ *diaspora* của Gia-cơ. Ở đây Lu-ca nói với chúng ta rằng, hệ quả của sự bắt bớ liên quan tới việc Ê-tiên bị ném đá, nhiều Cơ Đốc nhân Do Thái bị 'tản lạc' (động từ *diaspeirō* được sử dụng ở đây có cùng gốc với từ *diaspora*) và đi xa đến tận Phê-ni-xi, đảo Chíp-rơ và An-ti-ốt, nơi họ rao giảng Phúc Âm 'chỉ giữa vòng người Do Thái'. Chúng ta có thể tưởng tượng Gia-cơ, lãnh đạo của hội thánh Giê-ru-sa-lem, gửi lời khuyên với tư cách mục sư tới các tín hữu thuộc hội thánh nhà của ông, là những người đã bị tản lạc sang nước ngoài vì sự bắt bớ.[50] Dù giả thuyết này không được chứng minh, nhưng thực tế lại vô cùng phù hợp với tính chất và bối cảnh của bức thư, cũng như niên đại mà chúng tôi sẽ đề nghị cho bức thư.

Niên đại

Các học giả, những người ủng hộ quan điểm Gia-cơ là ngụy kinh thường xác định niên đại của bức thư vào khoảng cuối thế kỷ I hoặc đầu thế kỷ II.[51] Nếu Gia-cơ, em của Chúa viết bức thư này như chúng ta đã lập luận, thì thư này phải có niên đại trước năm 62 SC, năm Gia-cơ tuận đạo. Một số học giả đưa ra niên đại khoảng năm 62 dựa trên việc thư Gia-cơ có nhiều điểm tương đồng với 1 Phi-e-rơ. Tuy nhiên Gia-cơ cũng có nhiều điểm tương đồng với nhiều tác phẩm có niên đại từ năm 100 TC tới năm 150 SC, vì thế điều này khó có thể là yếu tố quyết định. Một số học giả khác nói rằng tình hình 'ổn định' của các hội thánh được đề cập trong Gia-cơ, với nan đề tiêu biểu về tinh thần thế gian của 'thế hệ thứ hai', phù hợp với niên đại khoảng năm 60.[52] Nhưng không chỉ riêng thế hệ thứ hai mới gặp nan đề với tinh thần thế gian (xem 1 Cô-rinh-tô) và bức thư không giúp chúng ta có thể xác định các hội thánh đã tồn tại được 10 năm hay 50 năm.

Mặt khác, có hai dấu hiệu ủng hộ một niên đại sớm hơn, khoảng năm 45–47. Đầu tiên và quan trọng nhất là mối liên hệ có khả năng nhất giữa Gia-cơ chương 2 và sự giảng dạy của Phao-lô. Như chúng ta đã lập luận trong phần quyền tác giả, Gia-cơ chương 2 ngụ ý sự nhận

---

50. Tasker, tr. 39; cũng xem Burdick, tr. 162–163.

51. Chẳng hạn, ba mươi năm cuối của thế kỷ thứ nhất (Brown, *Introduction*, tr. 741–742); tham khảo 100–120 trong Allison, tr. 28–32.

52. Hort, tr. xxv; Tasker, tr. 31–33; Mitton, tr. 233.

biết câu khẩu hiệu của Phao-lô 'xưng công chính bởi đức tin' nhưng cũng chỉ ra rằng sự dạy dỗ của Phao-lô không được hiểu đúng. Tình trạng này có thể chỉ tồn tại trong những ngày đầu Phao-lô giảng dạy, trước khi Gia-cơ có cơ hội để học từ chính Phao-lô, ý Phao lô muốn nói khi ông dùng cụm từ 'xưng công chính bởi đức tin'. Điều này khiến cho niên đại sau Giáo hội nghị Giê-ru-sa-lem (khoảng năm 48 SC hoặc 49 SC) trở nên rất khó chấp nhận.[53] Chúng ta có thể ước đoán rằng sự giảng dạy của Phao-lô ở An-ti-ốt bắt đầu khoảng năm 45 (Công 11:25–26), nhưng một số Cơ Đốc nhân Do Thái cũng ở khu vực đó nghe và hiểu lầm (Xem Công 11:19). Bởi vì những Cơ Đốc nhân Do Thái này có thể đã xem hội thánh Giê-ru-sa-lem là hội thánh 'nhà' của họ, do đó hoàn toàn có thể xảy ra trường hợp người đứng đầu hội thánh, là Gia-cơ, có thể đã thoáng nghe về sự dạy dỗ của Phao-lô bị hiểu sai và đã trả lời như vậy.

Dấu hiệu thứ hai ủng hộ niên đại sớm hơn là việc không đề cập gì đến cuộc tranh luận giữa những người Do Thái và những người ngoại bang, đặc biệt liên quan tới 'luật lễ nghi'. Hơn nữa, chỉ một thời gian ngắn trước Giáo hội nghị Giê-ru-sa-lem thì vấn đề này mới bắt đầu nổi lên cách mạnh mẽ trong hội thánh đầu tiên. 'Có mấy người...từ Giu-đê' đến với các Cơ Đốc nhân tại An-ti-ốt, dạy rằng các Cơ Đốc nhân ngoại bang phải chịu cắt bì và mang lấy 'ách của luật pháp' (Công 15:1). Tất nhiên, bản thân Gia-cơ, là công cụ ngăn chặn những giới hạn này áp đặt trên những người ngoại bang tin Chúa. Nhưng vấn đề ở đây là, thật khó thuyết phục khi nghĩ rằng Gia-cơ có lẽ đã viết cho các Cơ Đốc nhân Do Thái, một vài trong số họ có lẽ sống trong hoặc gần thành An-ti-ốt, mà lại không ám chỉ đến vấn đề đó hoặc quyết định của Giáo hội nghị.

Hai lý do này chỉ ra niên đại từ giữa cho tới cuối những năm 40 (45–47) cho niên đại viết thư Gia-cơ.[54] Đây là giai đoạn có một số khủng hoảng kinh tế nghiêm trọng (nạn đói tại Giu-đê vào khoảng

---

53. Phao-lô và Gia-cơ gặp mặt ít nhất một lần trước Giáo hội nghị (Ga 1:18–19); nhưng cuộc gặp gỡ này ngắn ngủi (Phao-lô chỉ ở Giê-ru-sa-lem 15 ngày) và từ rất sớm (3 năm sau khi Phao-lô trở lại đạo).

54. Kittel đưa ra một lập luận đặc biệt thuyết phục cho niên đại này ('Der geschichtliche Ort', tr. 71–102). Cũng xem Zahn, *Introduction*, I, tr. 125–128; Rendall, *The Epistle of St. James*, tr. 78; Mayor, tr. cxliv–clxxvi; Knowling, tr. xxxiv–xxxviii; Guthrie, *New Testament Introduction*, tr. 749–753; Hiebert, tr. 41; Burdick, tr. 162–163; Wessel, 'The Epistle of James', *ISBE* II, tr. 965; Blomberg and Kamell, tr. 30; Varner ở 1:1. McKnight đặt niên đại của bức thư vào những năm 50 (tr. 13–38).

năm 46; đối chiếu Công 11:28) và sự khởi đầu của các biến động xã hội, chính trị và tôn giáo nghiêm trọng góp phần dẫn đến chiến tranh Do Thái những năm 66–70. Cả hai bối cảnh này đều phù hợp với bối cảnh được ngụ ý trong Gia-cơ.

Địa điểm viết thư

Các kết luận chúng ta đưa ra về quyền tác giả và niên đại của bức thư đóng vai trò quan trọng xác định địa điểm viết thư. Gia-cơ sống ở Giê-ru-sa-lem trong suốt giai đoạn này và độc giả của ông có lẽ sống ở những khu vực ngay bên ngoài lãnh thổ Pa-lét-tin, dọc bờ biển về phía bắc, ở Sy-ri và có lẽ ở miền nam Tiểu Á. Có một số ám chỉ trong bức thư, đáng chú ý nhất là việc nói đến 'mưa đầu mùa và cuối mùa' (5:7), dường như khẳng định địa điểm này; bởi vì chỉ dọc bờ biển phía đông Địa Trung Hải mới có mưa theo trình tự này.[55] Một số học giả cho rằng Rô-ma mới là địa điểm viết thư, một phần là vì các tác phẩm có xuất xứ Rô-ma nằm trong số các tác phẩm đầu tiên phản ánh ngôn ngữ của Gia-cơ.[56] Nhưng lập luận này không đủ mạnh để đánh đổ bằng chứng cho xuất xứ Pa-lét-tin.

Các điều kiện xã hội nói chung ở vùng Cận Đông vào giữa thế kỷ I cũng phù hợp với tình huống được giả định trong thư Gia-cơ. Các thương nhân đi khắp các vùng xa và rộng để kiếm lợi nhuận (4:13–17) và những chủ đất giàu có, thường là 'người vắng mặt', khai thác lực lượng lao động nghèo khổ ngày càng gia tăng (5:1–6) là những hình ảnh quen thuộc. Các cuộc tranh luận tôn giáo sôi nổi và thường rất bạo lực cũng là điều quen thuộc và dường như đang ảnh hưởng tới các hội thánh mà Gia-cơ chăm sóc (xem; 3:13–4:3). Phong trào Xê-lốt, phong trào tìm cách giành tự do cho đất nước Y-sơ-ra-ên qua bạo lực, ngày càng có tầm ảnh hưởng. Trên thực tế, một số học giả nghĩ rằng Gia-cơ 4:2 – 'Anh em tham lam mà chẳng được, nên anh em giết người' – có thể nói đến các đảng viên Xê-lốt, những người mang hệ tư tưởng bạo lực của họ vào hội thánh.[57] Cho dù có đúng như vậy hay không, thì các điều kiện xã hội ở Pa-lét-tin và Sy-ri vào thế kỷ thứ nhất chắc chắn cung cấp một bối cảnh thích hợp cho thư tín Gia-cơ.

---

55. Xem Hadidian, 'Palestinian Pictures', tr. 227–228.
56. Laws, tr. 25–26; Allison, tr. 95–98.
57. Martin, 'LifeSetting', tr. 100.

4. Đặc Điểm của Thư Tín

Xét về hình thức, Gia-cơ là một bức thư 'văn học'. Sách Gia-cơ bắt đầu với phần mở đầu điển hình của một bức thư – xác định tác giả, địa chỉ và lời chào mừng – nhưng thiếu những hồi tưởng cá nhân, việc nhắc đến các vấn đề và tình huống cụ thể, cùng các dấu hiệu kết thúc bức thư, là đặc điểm của các bức thư 'thật'. Thông qua hình thức 'một lá thư gửi cho những người Do Thái đang sống tản lạc', Gia-cơ đã sử dụng hình thức viết thư để đưa ra những lời khuyên bảo thuộc linh và an ủi các Cơ Đốc nhân sống trong một khu vực rộng lớn.[58] Do đó, thư tín của Gia-cơ khác với các thư tín của Phao-lô vốn gửi cho các cá nhân (Phi-lê-môn, Ti-mô-thê, Tít) và các hội thánh cụ thể (Rô-ma, Cô-rinh-tô, vân vân), và rất giống với 1 Phi-e-rơ và 1 Giăng, cả hai thư tín này đều hướng tới nhóm độc giả rộng hơn.[59]

Khi chúng ta xem kỹ hơn đặc điểm cụ thể của tài liệu trong thư Gia-cơ, chúng ta thấy có bốn đặc điểm nổi bật. Đặc điểm đầu tiên và nổi bật nhất là giọng điệu khuyên bảo mạnh mẽ của mục sư. Sách Gia-cơ thường xuyên dùng các câu mệnh lệnh nhiều hơn bất kỳ sách Tân Ước nào khác. Mục đích của ông không phải để cung cấp thông tin mà là để truyền lệnh, khuyên bảo và khích lệ. Tuy nhiên, Gia-cơ đưa ra các mệnh lệnh của mình, phần lớn với giọng quan tâm nhẹ nhàng của một mục sư, mười bốn lần gọi các độc giả của mình là 'thưa anh em của tôi' hoặc 'thưa anh em yêu dấu của tôi'. Đặc điểm nổi bật thứ hai của thư Gia-cơ là sự lỏng lẻo trong cấu trúc. Một vài câu nói hoặc phân đoạn ngắn dường như độc lập được đưa vào xen kẽ xuyên suốt bức thư (chẳng hạn 1:18–20; 3:17; 4:11–12, 17; 5:12). Và khi Gia-cơ phát triển chi tiết một lập luận, thì rất khó tìm thấy sự phát triển lô-gic từ lý lẽ này sang lý lẽ khác.

Việc sử dụng nhiều ẩn dụ và minh họa là đặc điểm thứ ba thu hút sự chú ý của độc giả. Các hình ảnh – sóng biển, cỏ khô hoa rụng, gương, ngựa, chiếc tàu, ngọn lửa, việc chế ngự các loài động vật, dòng suối, người kinh doanh buôn bán kiêu ngạo, kim loại bị gỉ sét và áo quần bị mối mọt ăn, người nông dân kiên nhẫn – là các hình ảnh được nhiều người yêu thích và giúp cho thư Gia-cơ trở nên phổ biến giữa vòng độc giả bình dân. Đặc điểm thứ tư của bức thư không

58. Về việc nhấn mạnh vào 'thư gửi cho những người đang sống tản lạc', đặc biệt xem trong Verseput, 'Wisdom';Bauckham, James, tr. 14–16; McKnight, tr. 39.
59. Đặc biệt xem Francis, 'Form and Function', và Davids, là người nhấn mạnh những điểm giống nhau giữa Gia-cơ và 1 Giăng.

rõ ràng đối với độc giả hiện đại, mặc dù các độc giả ban đầu của thư chắc chắn phải chú ý: Gia-cơ có thiên hướng vay mượn từ các nguồn khác. Chúng ta đã nhận xét về mức độ thấm nhuần những tương đồng với sự dạy dỗ của Chúa Giê-xu trong sách Gia-cơ. Thỉnh thoảng Gia-cơ dường như thật sự 'trích dẫn' những sự dạy dỗ của Chúa Giê-xu (đặc biệt xem 5:12), nhưng ở nhiều phân đoạn khác cho thấy ngôn ngữ và các khái niệm thấm nhuần những sự dạy dỗ đó.[60] Cựu Ước cũng được nhắc đến nhiều lần trong Gia-cơ. Chắc chắn là, ông không thường trích dẫn trực tiếp Cựu Ước (chỉ trong 2:8 [Lê 19:18]; 2:23 [Sáng 15:6]; và 4:5 [tóm tắt sự dạy dỗ trong Cựu Ước]). Nhưng ngôn ngữ của ông hoàn toàn thấm nhuần các cách nói trong Cựu Ước, và ông thường xuyên nói tới những con người và những câu chuyện trong Cựu Ước. Một điểm cũng nổi bật là số điểm tương đồng giữa Gia-cơ với một vài sách Cơ Đốc và Do Thái giáo đầu tiên. Ngôn ngữ và các khái niệm trong Gia-cơ thường có điểm tương đồng với 1 Phi-e-rơ, Huấn Ca, *Testaments of the Twelve Patriarchs, Shepherd of Hermas* (đặc biệt là phần 'Mệnh lệnh' ('Mệnh lệnh')) và *1 Clement* (các điểm tương đồng, quan trọng nhưng ít hơn, với Văn Chương Khôn ngoan của Sa-lô-môn, Phi-lô, *Giáo huấn*, và các bức thư của Ignatius). Trong hầu hết các trường hợp, những điểm tương đồng này liên quan tới ngôn ngữ hoặc các tư tưởng chủ đạo có trong các tác phẩm này, và sự phụ thuộc trực tiếp giữa sách này với sách khác thì hầu như không thể chứng minh được. Dường như các sách này sử dụng truyền thống dạy dỗ đạo đức phổ biến, có lẽ bắt nguồn từ người Do Thái nói tiếng Hy Lạp. Gia-cơ thể hiện sự quen thuộc với truyền thống này và sử dụng một số yếu tố của truyền thống này để khuyên bảo độc giả của mình.

Xem xét những đặc điểm này, và một số đặc điểm khác, các học giả tìm cách đưa ra một cách phân loại cụ thể cho tài liệu trong sách Gia-cơ. Ropes lập luận rằng Gia-cơ là một bài phê bình, một thể loại văn chương thông tục được dùng để hướng dẫn các độc giả nói chung và có đặc điểm là dùng các câu ngắn, các câu hỏi tu từ, các câu điều kiện và sự lặp lại.[61] Tuy nhiên, mặc dù một số phần của Gia-cơ có thể được phân loại là thể loại văn chương phê bình, nhưng bức thư nhìn chung không ủng hộ cách phân loại này. Một đề xuất phổ biến hơn nhiều đó là cho rằng sách Gia-cơ thuộc thể loại khuyên dạy.

60. Đặc biệt xem Deppe, 'Paraenesis of James'; và cũng xem Hartin, *James*.
61. Ropes, tr. 10–16.

Martin Dibelius cho rằng một vài đặc điểm chủ đạo của Gia-cơ chỉ ra rằng Gia-cơ được xếp vào thể loại khuyên dạy (chẳng hạn như việc sử dụng tài liệu truyền thống và chuỗi câu không có cấu trúc cùng với những lời khuyên dạy đạo đức). Người ta tranh cãi rằng thể loại khuyên dạy như vậy có thể được tìm thấy trong nhiều nguồn tài liệu cổ xưa, trong đó có nhiều thư tín Tân Ước (đối chiếu Rô 12–13; Hê 13).[62] Tuy nhiên các học giả từ thời Dibelius nhìn chung đã thấy nhiều cấu trúc hợp lý trong thư hơn Dibelius; và thể loại 'khuyên dạy' bản thân rộng tới nỗi có thể áp dụng cho nhiều loại tài liệu vô cùng đa dạng và do đó đánh mất ích lợi của sự phân loại của nó. Một cách phân loại phổ biến khác của Gia-cơ đặt trọng tâm vào sự khôn ngoan.[63] Gia-cơ đề cập trực tiếp tới sự khôn ngoan ở phân đoạn trung tâm (3:13–18; đối chiếu 1:5) còn những lời khuyên ngắn, trực tiếp và thực tế nằm ở nhiều chỗ khác trong bức thư, giống với văn phong của các sách nói về sự khôn ngoan trong Cựu Ước (ví dụ Châm Ngôn) và trong giai đoạn giữa hai giao ước (ví dụ Huấn Ca, Sự khôn ngoan của Sa-lô-môn). Đồng thời, trọng tâm đạo đức thực tiễn của Gia-cơ cũng giống với thể loại văn chương khôn ngoan; hơn nữa, một số chủ đề của thể loại văn chương này cũng nổi bật trong Gia-cơ (ví dụ: lời nói, sự chia rẽ, vấn đề giàu nghèo). Những điểm giống nhau giữa Gia-cơ và thể loại văn chương khôn ngoan là rõ ràng; nhưng chúng ta vẫn chưa được thuyết phục rằng những điều này đủ mạnh mẽ để chứng minh rằng Gia-cơ là một sách thuộc thể loại văn chương 'khôn ngoan'. Điều này phụ thuộc nhiều vào cách chúng ta hiểu thể loại văn chương 'khôn ngoan' rộng đến mức nào; một số học giả đương đại có xu hướng gộp rất nhiều thứ dưới đề mục đó. Chỉ có một định nghĩa rất rộng về thể loại văn chương 'khôn ngoan' mới có thể giúp chúng ta xếp loại thư Gia-cơ nói chung vào thể loại văn chương khôn ngoan, và chúng ta không tin rằng có thể biện minh cho một định nghĩa rộng như vậy.

Một giải pháp tốt hơn phù hợp với bối cảnh của bức thư mà chúng ta đã phác thảo đó là xem bức thư là một bài giảng hoặc bài thuyết

---

62. Dibelius, tr. 5–11. Cũng xem bài báo của Perdue, 'Paraenesis', tr. 241–256, cho chúng ta một bộ tiêu chí hơi khác một chút. Thực tế, khó khăn chính của việc xác định thể loại 'khuyên dạy' là sự thiếu chặt chẽ trong định nghĩa về thể loại này.

63. Ví dụ, xem trong Frankemölle, tr. 80–88; Baker, *Personal Speech-Ethics*, tr. 7–12; Witherington, *Jesus the Sage*;, tr. 238–247; Hagner, *New Testament*, tr. 671–676.

giảng Cơ Đốc thời kỳ đầu tiên. Có thể so sánh rất nhiều đặc điểm của Gia-cơ với thể loại thuyết giảng trong các nhà hội Do Thái và việc Gia-cơ sử dụng thể loại này trong hội thánh là điều đương nhiên. Và việc Gia-cơ tóm tắt bài giảng mà ông giảng cho bầy chiên của mình ở Giê-ru-sa-lem vào một bức thư gửi cho những người không thể có mặt để nghe trực tiếp thì có gì là không tự nhiên?[64] Sách Gia-cơ được hiểu đúng nhất dưới hình thức bài giảng hoặc bài thuyết giảng, ngắn gọn nhưng có lẽ cô đọng, súc tích, hoặc như một phần trích từ một loạt bài giảng gửi cho các giáo dân đang sống tản lạc dưới hình thức một bức thư.

Cấu trúc

Luther cáo buộc tác giả của thư Gia-cơ đã 'gom mọi thứ lại với nhau...một cách lộn xộn'.[65] Nhưng hầu hết học giả hiện đang có khuynh hướng tìm cấu trúc hợp lý hơn trong Gia-cơ. Đáng tiếc, có rất ít sự đồng thuận về cấu trúc này. Davids áp dụng cấu trúc thư tín Gia-cơ do F.O.Francis đề xuất.[66] Ông nhận ra một cấu trúc văn chương được xây dựng cẩn thận, gồm ba phần cơ bản: 'lời mở đầu kép' (1:2–27), phần nội dung (2:1–5:6) và 'lời kết' (5:7–20). Ngoài ra, ông nhận thấy có ba chủ đề cơ bản xuyên suốt toàn bức thư: sự thử thách, lời nói khôn ngoan/trong sáng, và sự giàu/nghèo.[67] Việc Davids xác định các chủ đề cụ thể này có thể dẫn đến thách thức (chẳng hạn ông đặt 2:14–26 dưới chủ đề giàu/nghèo, gợi ý chủ đề của nó có thể là 'lòng rộng rãi'). Để chống lại phương pháp chia nhỏ cực đoan của Dibelius, Davids và những người khác tìm ra nhiều cách phân chia cấu trúc hơn tính đa dạng về tài liệu mà Gia-cơ có thể nói đến. Những lời khuyên khác nhau trong Gia-cơ không thể được phân loại vào một vài chủ đề hoặc đưa vào một cấu trúc được phát triển lô-gic, mạch lạc mà không áp đặt các đề mục cách gượng ép và đôi khi đưa ra những đề mục sai.

Do đó, dù các học giả khác không ủng hộ một số chi tiết cụ thể trong cách sắp xếp của Davids, nhưng vẫn thấy việc ông nhận diện

64. Rendall cho rằng bài thuyết giảng hoặc bài giảng trong nhà hội là bối cảnh của sách Gia-cơ *The Epistle of St. James*, tr. 33; Davids, tr. 23; và đặc biệt xem Wessel, 'The Epistle of James', *ISBE* II, tr. 962, người đã viết dựa trên luận văn tiến sĩ của ông.

65. *LW* 35:397.

66. Francis, 'Form and Function', tr. 110–126.

67. Davids, tr. 22–29.

cấu trúc ba phần cơ bản là hợp lý.[68] Tuy nhiên chúng tôi thấy rằng
việc gán cho 1:2–27 chức năng là câu mở đầu giới thiệu các vấn đề
chủ đạo của thư là điều không có tính thuyết phục. Chúng tôi nghĩ
rằng có nhiều khả năng nên xem sách Gia-cơ là một loạt bài giảng
trong đó tác giả đề cập hết chủ đề này đến chủ đề khác, lúc thì liên
hệ chủ đề đang đề cập với chủ đề trước đó, lúc thì bắt đầu một chủ
đề mới dựa trên một ý tưởng hay chủ đề nào đó đã được đề cập trước
đây, đôi khi lại giới thiệu một chủ đề hoàn toàn mới. Một số chủ điểm
then chốt được lặp lại, giống như các đoạn nhạc đề trong một bản
nhạc giao hưởng hoặc bản nhạc kịch, nhưng những chủ điểm này
không đủ mạnh để đóng vai trò là các đề mục lớn tạo thành cấu
trúc.[69]

Những lời khuyên bảo của Gia-cơ có thể được sắp xếp thành năm
phần tổng quát. Phần đầu và phần cuối chỉ là những góp nhặt tài liệu
hỗn hợp, nhưng ba phần giữa thể hiện sự hợp nhất hơn xoay quanh
một chủ đề chung. Chương 1:2–18, phần mở đầu, giới thiệu một số
mối quan tâm cơ bản của Gia-cơ: nhu cầu chịu đựng trước thử thách,
tầm quan trọng của việc giữ vững đức tin, và các vấn đề liên quan
đến giàu nghèo. Phần thứ hai, 1:19–2:26, mang chủ đề thực hành Lời
Đức Chúa Trời. Các Cơ Đốc nhân phải 'làm theo lời' vì 'sự tin đạo
thật' bao gồm việc vâng lời cách thực tế, chẳng hạn bày tỏ tình yêu
thương đối với người nghèo bằng cách không phân biệt đối xử với
họ. Đức tin mà không có hành động là một sự sỉ nhục đối với đức tin
Cơ Đốc chân thật. Xung đột trong cộng đồng và giải pháp là chủ đề
chung của phần chính thứ ba,; 3:1–4:12. 'Sự khôn ngoan ở dưới' cùng
với sự ghen ghét và ích kỷ, dẫn tới lời nói cay nghiệt và chỉ trích và là
gốc rễ của những sự tranh cãi gây tai họa cho hội thánh. Sự hạ mình
ăn năn trước mặt Đức Chúa Trời là giải pháp để thắng hơn những
tội lỗi này. Phần thứ tư, 4:13–5:11, bàn đến các loại thái độ và hành
vi mô tả lối sống 'trong những ngày cuối cùng'. Bởi vì cuộc sống quá
bấp bênh, nên phải bỏ đi sự kiêu ngạo của con người; và các tín hữu
phải kiên nhẫn chờ đợi sự trở lại của Chúa khi họ tranh chiến với sự
áp bức của những kẻ giàu có. Phần cuối (5:12–20) bao gồm các vấn
đề liên quan đến thề thốt, cầu nguyện và kết thúc với lời khích lệ tội

68. Xem Bauckham, *James*, tr. 61–73; Blomberg and Kamell, tr. 23–27; Allison,
tr. 77–78.
69. Các vấn đề về cấu trúc của thư Gia-cơ được Taylor trình bày trong
'Structure of James', tr. 86–115.

nhân ăn năn.

5. Các Trọng Tâm Thần Học của Thư Tín

Người ta thường khẳng định thư tín Gia-cơ không nói gì về thần học. Lời tuyên bố đó là đúng đắn hay sai lầm phụ thuộc hoàn toàn vào ý nghĩa của từ 'thần học'. Về một phương diện, rõ ràng Gia-cơ nói rất ít về nhiều giáo lý Cơ Đốc cơ bản. Trong thư của ông, chúng ta không tìm thấy gì về chức vụ của Đức Thánh Linh, ý nghĩa thần học của hội thánh, sự ứng nghiệm của Cựu Ước trong Đấng Christ, sự chết chuộc tội của Đấng Christ hay sự sống lại. Đây là những điều quan trọng không được đề cập đến. Hơn nữa sự dạy dỗ trong Gia-cơ không tập trung vào thân vị của Đấng Christ. Danh xưng Chúa Giê-xu Christ chỉ được nhắc đến hai lần (1:1; 2 1), chỉ một lần, ông đề cập Ngài là đối tượng của đức tin (2:1), và các yêu cầu về đạo đức trong thư cũng không được công bố rõ ràng rằng chúng được đặt trên nền tảng của công tác hoặc tầm quan trọng của Đấng Christ. Do đó, nếu một người hiểu 'thần học' là một hệ thống các niềm tin nói rõ ràng đến thân vị và công tác của Đấng Christ như trọng điểm chính, thì thư tín Gia-cơ thật sự thiếu tính thần học.

Tuy nhiên về một phương diện khác, thật sự không công bằng khi buộc tội Gia-cơ là 'phi thần học'. Điều chúng ta phải nhớ là các mục đích của Gia-cơ trong bức thư đòi hỏi ông phải đưa vào một lượng những dạy dỗ thần học rõ ràng. Ông đang viết cho các tín hữu đã quen với những lời dạy dỗ Cơ Đốc mang tính nền tảng; và đặc biệt nếu độc giả của ông là những thuộc viên cũ trong Hội thánh của ông, thì không có lý do gì để ông nhắc lại những sự dạy dỗ đó. 'Gia-cơ không triển khai các giả thuyết nhưng nhắc độc giả các chân lý đã được chấp nhận; thư tín không giải thích thần học nhưng khuyên nhủ về những phẩm chất, đức tính tốt đẹp.[70] Độc giả của ông không hề bị bối rối bởi bất kỳ giáo lý chính yếu nào (có lẽ ngoại lệ là vai trò của việc làm trong sự cứu rỗi). Vấn đề của họ là không thực hành đức tin. Vì vậy, ở đây, Gia-cơ tập trung vào nếp sống thực tế hằng ngày là điều phải lẽ.

Thư của ông là một bài thuyết giảng thực tế, được viết ra để khích lệ các tín hữu bày tỏ việc thực hành cam kết thần học cách thực tế. Theo đó mục đích của bức thư giải thích vì sao Gia-cơ không đưa ra

---

70. Johnson, *Writings*, tr. 452.

nhiều dạy dỗ thần học. Như G. E. Ladd nói: 'Chỉ dựa vào nội dung của thư tín thì không thể đưa ra kết luận rằng ông không hứng thú với thần học; một thần học gia có thể viết các bài thuyết giảng thực tế.[71] Hơn nữa, mặc dù bức thư có thể không miêu tả nhiều sự dạy dỗ rõ ràng về giáo lý, nhưng chúng ta không được giả định rằng thư thiếu nền tảng thần học. Trên thực tế, trong thư có nhiều ám chỉ cho thấy sự tồn tại của nền tảng thần học này.[72] Ví dụ, khi giải quyết vấn đề những người giàu có gian ác gây ra cho độc giả của ông, Gia-cơ cho rằng 'những ngày cuối cùng' đã bắt đầu (5:3, 5), nhưng cũng trông đợi sự phán xét tương lai liên quan đến sự quang lâm của Chúa (5:7–9). Những ám chỉ này cho thấy Gia-cơ đang xây dựng lời khuyên bảo của ông dựa trên quan điểm Cơ Đốc đặc trưng về lai thế học, là quan điểm cho rằng thời đại Đấng Mê-si-a đã xâm nhập vào lịch sử, nhưng chưa đưa lịch sử đến giai đoạn kết thúc ngay lập tức.

Cuối cùng, ngoài những giả định thần học này, chúng ta không nên bỏ qua sự dạy dỗ thần học cụ thể *thật sự* được tìm thấy trong sách Gia-cơ. Thư tín Gia-cơ đóng góp một phần quan trọng vào hiểu biết của chúng ta về đức tin và việc làm, sự cầu nguyện, bản tính của Đức Chúa Trời, nguồn gốc của tội lỗi, và sự khôn ngoan. Đúng vậy, tất cả những điều này đều được đưa ra trong một bối cảnh 'thực tế', nhưng sẽ là một ngày đáng buồn cho hội thánh khi 'thần học thực hành' như vậy lại không được xem là 'thần học'. Do đó, mặc dù hoàn cảnh và đặc điểm của bức thư là bài thuyết giảng không cho phép chúng ta tự phác thảo 'thần học của Gia-cơ', nhưng chúng ta có thể khảo sát đóng góp của Gia-cơ vào một số lĩnh vực thần học quan trọng.

Đức Chúa Trời

Nếu chúng ta sử dụng từ 'thần học' theo nghĩa nghiêm ngặt nhất – tức giáo lý về Đức Chúa Trời – thì Gia-cơ có rất nhiều tư tưởng thần học bởi vì mối quan tâm của ông là liên hệ lối cư xử ông mong đợi nơi độc giả của mình với bản tính của Đức Chúa Trời. Gia-cơ ngụ ý rằng Cơ Đốc nhân phải sống và cư xử với nhận thức đầy đủ về bản tính của Đức Chúa Trời mà họ phục vụ. Vì Đức Chúa Trời là Đấng ban cho 'mọi người cách rộng rãi, không lời phiền trách' nên các Cơ Đốc nhân không nên ngần ngại cầu xin Ngài ban cho mình sự khôn ngoan (1:5). Lời mời gọi của Gia-cơ giống với, và có lẽ phụ thuộc vào,

71. Ladd, *Theology of the New Testament*, tr. 636.
72. Marshall, *New Testament Theology*, tr. 633.

việc Chúa Giê-xu khích lệ các môn đệ của Ngài cầu xin Đức Chúa Trời ban cho điều họ cần – một sự khích lệ nương nơi bản chất của Đức Chúa Cha, Đấng ban cho con cái Ngài những vật tốt (Mat 7:7–11). Tặng phẩm toàn hảo của Đức Chúa Trời cũng được nhấn mạnh trong 1:17, là câu Gia-cơ nhấn mạnh tính bất biến trong bản tính của Đức Chúa Trời. Sự nhấn mạnh này là cần thiết để chống lại những người cho rằng Chúa cám dỗ. Gia-cơ khẳng định rằng Đức Chúa Trời không chỉ ban mọi thứ toàn hảo mà Ngài thậm chí không có khả năng bị điều ác cám dỗ. Vậy thì, thật ngu ngốc khi nghĩ rằng Đức Chúa Trời là Đấng cám dỗ (1:13). Ngài có thể thử nghiệm các đầy tớ Ngài vì lợi ích của họ, nhưng Ngài không bao giờ dùng sự cám dỗ con người làm điều ác, vốn là sản phẩm của chính tội lỗi của con người (1:14–15). Chúng ta không bao giờ có thể bào chữa cho tội lỗi bằng cách cố gắng đổ lỗi cho Đức Chúa Trời.

Thần học đúng đắn cũng là trọng tâm của một trong những phân đoạn chính của thư tín, 4:4–10. Phân đoạn Kinh Thánh này chứa đựng bản cáo trạng nhức nhối đối với độc giả về tinh thần thế gian của họ, cùng với một lời kêu gọi bằng ngôn từ mạnh mẽ hướng tới sự ăn năn. Cả bản cáo trạng và lời kêu gọi đều dựa vào bản tính của Đức Chúa Trời. Câu 5 là một câu khó giải thích, nhưng chúng ta thường nghĩ rằng câu này nhắc độc giả về 'sự ghen tuông thánh' của Đức Chúa Trời đối với dân sự Ngài (xem thêm trong phần chú giải). Như vậy, câu này cung cấp một nền tảng hoàn hảo cho lời cáo buộc của Gia-cơ rằng độc giả của ông là 'những kẻ ngoại tình' thuộc linh, những người đang làm mối quan hệ của họ với Đức Chúa Trời trở nên xấu đi thông qua việc kết bạn với thế gian (4:4). Nhưng Gia-cơ nhắc độc giả của ông rằng ân điển của Chúa có thể đáp ứng đầy đủ yêu cầu về sự thánh khiết đến mức ghen tuông của Ngài. Tuy nhiên chỉ những người hạ mình thuận phục Chúa mới có thể kinh nghiệm được ân điển đó (4:6). Do đó bản tính tràn đầy ân điển của Đức Chúa Trời trở thành nền tảng cho lời khẩn nài tha thiết của Gia-cơ với độc giả của ông là phải hạ mình xuống trước mặt Chúa (4:7–10).

Gia-cơ là người theo thuyết duy thần là điều chắc chắn, nhưng việc ông nhấn mạnh điểm này thì thật thú vị. Chúng ta không chỉ có lời xưng nhận về sự độc nhất của Đức Chúa Trời được dùng cho mục đích minh họa (2:19), mà còn có lời nhắc nhở rằng 'Chỉ có một Đấng ban bố luật pháp và phán xét' (4:12). Mặc dù không liên quan chặt chẽ tới thuyết duy thần, nhưng sự quan tâm của Gia-cơ tới ý tưởng 'độc nhất' cũng có trong miêu tả về Đức Chúa Trời là Đấng ban cho mọi người 'cách rộng rãi' (*haplōs*, 1:5), vì từ này có thể mang ý nghĩa 'đơn giản', 'không phân chia'. Tính độc nhất của Đức Chúa Trời cũng nhấn mạnh lời nhắc nhở của Gia-cơ rằng *tất cả* các điều răn đều phải được tuân theo (2:11). Có lẽ một câu hỏi thích hợp cần được đặt ra là về mối liên hệ giữa những câu nói này với điều Gia-cơ nói về Chúa Giê-xu. Làm thế nào sự nhấn mạnh của Gia-cơ vào 'một Đấng phán xét' phù hợp với ngụ ý rõ ràng của 5:7–9 rằng Đấng Christ, Đấng sẽ đến, là 'Đấng phán xét...đang đứng trước cửa'? Và mặc dù Gia-cơ sử dụng từ 'Chúa' để chỉ về Chúa Giê-xu trong ba câu (2:1; 5:7–8), nhưng trong bảy lần xuất hiện khác của danh hiệu này (3:9; 4:10, 15; 5:4, 10–11, 15) thì tất cả đều nói đến Đức Chúa Cha một cách khá rõ. Như vậy danh hiệu 'Chúa' truyền thống trong Cựu Ước không còn đề cập rõ ràng đến Đức Giê-hô-va nữa. Những phân đoạn Kinh Thánh này ngụ ý (từ rất sớm và chưa đầy đủ) điều mà Bauckham đã định danh 'thuyết duy thần thuộc Đấng Christ học': thực sự có một Đức Chúa Trời và một Đấng phán xét; nhưng Đấng Christ bằng cách nào đó chia sẻ bản tính thiêng liêng này.[73]

Lai thế học

Mặc dù nhiều lời khuyên bảo về đạo đức của Gia-cơ giống với những lời khuyên bảo trong văn học Do Thái và thậm chí là văn học ngoại đạo Hy Lạp, nhưng bối cảnh lai thế học của những lời khuyên này cho chúng một trọng tâm mới mẻ và khác biệt.[74] Sự phán xét hầu đến được nhấn mạnh nhiều. Gia-cơ nhắc độc giả của mình rằng 'Đấng phán xét đang đứng trước cửa' (5:9). Sự kiện và cơ sở của sự phán xét này được lặp đi lặp lại như một phương tiện thúc đẩy các tín hữu sống thánh khiết, đẹp lòng Chúa (1:10–11; 2:12–13; 3:1; 5:1–6, 9, 12). Mặt khác, Gia-cơ cũng nhắc nhở độc giả của ông về phần thưởng được ban cho những người trung thành và kết quả trong sự phục vụ (1:12; 2:5; 4:10; 5:20). Gia-cơ tin rằng đỉnh điểm của sự phán xét và cứu rỗi sắp đến: 'ngày Chúa quang lâm đã gần rồi'; 'Đấng phán xét đang đứng trước cửa' (5:8–9). Nhiều học giả giải thích các câu này có nghĩa là Gia-cơ chắc chắn rằng Chúa sẽ trở lại tức thì, trong thời của ông. Tuy nhiên ngôn ngữ của Gia-cơ không hề có *nghĩa đó*. Ông rõ ràng tin rằng Chúa *có thể* trở lại trong thời gian rất gần, nhưng

---

73. Bauckham, *Jesus and the God of Israel*.
74. Đặc biệt xem Penner, *Epistle of James and Eschatology*.

điều ông nói không hề có ý rằng Chúa *chắc chắn sẽ* trở lại trong một khoảng thời gian cụ thể.

Nếu viễn cảnh về sự phán xét hoặc giải cứu trong tương lai khi Chúa đến là một nhân tố thúc đẩy quan trọng trong Gia-cơ, thì phương diện lai thế học hiện tại về sự hiện hữu của Đấng Christ cũng không bị xem nhẹ: Các Cơ Đốc nhân đã được chọn lựa 'để thừa kế vương quốc' (2:5), một vương quốc Gia-cơ ngụ ý đã được mở ra (2:8); họ là 'một loại trái đầu mùa trong các tạo vật của Ngài' nhờ sự tái sinh thuộc linh (1:18). Gia-cơ 5:3 có lẽ chứng thực niềm tin chắc của Gia-cơ rằng 'những ngày cuối cùng' đã ló dạng (dịch là 'trong những ngày cuối cùng' [bản NIV] thay vì là 'cho những ngày cuối cùng'; xem ghi chú về câu này). Nói cách khác, Gia-cơ đưa ra bằng chứng của việc giữ vững cùng một loại 'lai thế học đã được bắt đầu' có trong sự dạy dỗ của Chúa Giê-xu, của Phao-lô và xuyên suốt Tân Ước: thời kỳ các lời hứa của Chúa bắt đầu ứng nghiệm, nhưng đỉnh điểm của giai đoạn này vẫn chưa đến. Chúng ta phải hiểu đạo đức học của Gia-cơ trong chính tình trạng căng thẳng thuộc lai thế học của điều 'đã xảy ra...nhưng chưa hoàn thành'.[75]

Đức tin, việc làm và sự xưng công chính

Đóng góp nổi tiếng, gây tranh cãi và quan trọng nhất của Gia-cơ đối với thần học đến từ sự dạy dỗ của ông về mối quan hệ giữa đức tin, việc làm và sự xưng công chính trong 2:14–26. Thật vậy, nhiều nhà thần học đề cập đến Gia-cơ chỉ với mục đích mang tính phủ định, chứng minh lập luận của ông trong phần này không phải là không thể hòa hợp với sự dạy dỗ của Phao-lô về sự xưng công chính. Nhưng Gia-cơ có ý riêng của ông, và chúng ta nên đánh giá tích cực cho điểm này. Ông kiên quyết phản đối bất kỳ hình thức Cơ Đốc giáo nào bị trôi theo hướng không mục đích, 'chính thống' thụ động. Dù niềm tin đúng là điều quan trọng và cần thiết, nhưng niềm tin đó sẽ không phải là niềm tin *Cơ Đốc* chân chính nếu không bày tỏ qua hành động. Chúng ta không được hiểu sai mối quan tâm chính yếu của Gia-cơ trong phần này, bởi vì ông nói đến ý này ba lần (2:17, 20, 26). Một số độc giả của ông, dường như do hiểu lầm Phao-lô, nên giới hạn 'đức tin' chỉ là một lời xưng nhận (2:19) và những lời chúc tốt lành mang tính lý thuyết suông, thiếu thành thật (2:15–16). Loại 'Đức tin' theo kiểu này mà một người công bố mình sở hữu (2:14) là đức tin 'chết'

(2:17, 26), 'vô ích' (2:20) và không có ích lợi gì trong ngày phán xét (2:14).

Điều quan trọng là phải nhận ra rằng 'đức tin' mà Gia-cơ nói đến, đức tin mà một người 'cho' là mình có (2:14), không tương đương với hiểu biết của Gia-cơ về đức tin. Ông xem đức tin là cam kết chắc chắn và không thay đổi với Đức Chúa Trời và Đấng Christ (xem 2:1), đã được thử nghiệm và tôi luyện trong thử thách (1:2, 4), và nắm chắc những phước hạnh của Đức Chúa Trời trong lời cầu nguyện (1:5–8, 5:14–18). Những phân đoạn Kinh Thánh này chứng minh rằng thật sai lầm khi cáo buộc Gia-cơ có một định nghĩa về đức tin 'Cơ Đốc thấp kém' hoặc 'thấp kém so với Phao-lô'. Về điểm này, Gia-cơ và Phao-lô hoàn toàn đồng ý với nhau. Như Phao-lô nói trong Ga-la-ti 5:6, rằng 'đức tin thể hiện qua tình yêu thương' có giá trị trước mặt Đức Chúa Trời; vì vậy Gia-cơ nói rằng 'đức tin không có hành động là đức tin chết.'

Tuy nhiên ở một điểm khác, người ta thường tuyên bố rằng Gia-cơ và Phao-lô đại diện cho các quan điểm đối lập nhau. Điểm này liên quan đến vai trò của việc làm trong sự xưng công chính. Như mọi người đều biết Phao-lô nhấn mạnh sự đầy đủ trọn vẹn của đức tin như là nền tảng cho sự xưng công chính: 'Vì chúng ta tin rằng một người được xưng công chính bởi đức tin chứ không phải bởi việc làm theo luật pháp' (Rô-ma 3:28). Mặt khác, Gia-cơ tuyên bố rằng 'Người ta được xưng công bình [hay 'được xưng công chính'] bởi việc làm ['hành động'] chứ không chỉ bởi đức tin mà thôi' (2:24). Hơn nữa, mỗi người đều trưng dẫn Áp-ra-ham để minh họa cho quan điểm của mình. Phao-lô lập luận rằng Đức Chúa Trời kể Áp-ra-ham là công bình (Sáng 15:6) chỉ dựa trên nền tảng đức tin, trước khi ông chịu cắt bì (Rô 4:1–12), còn Gia-cơ tuyên bố rằng sự xưng công chính của Áp-ra-ham đến từ kết quả của sự vâng phục của ông trong việc sẵn sàng hy sinh Y-sác, và do đó thông qua hành động này, Sáng Thế Ký 15:6 được "ứng nghiệm". Những quan điểm này thường được chọn làm đại diện cho hai xu hướng khác biệt, thậm chí mâu thuẫn trong hội thánh đầu tiên: sứ mạng cho dân ngoại được tự do khỏi luật pháp (Phao-lô) và Cơ Đốc giáo của người Do Thái tuân thủ luật pháp (Gia-cơ).[76] Nếu điều này là đúng, thì chúng ta sẽ phải đối mặt với một tình huống đáng lo lắng. Đối với vấn đề quan trọng như câu hỏi 'Tôi phải

---

76. Xem, Dunn, *Unity and Diversity*, tr. 251–252. Cũng xem Chester và Martin, *Theology*, tr. 20–28, 46–53.

làm sao để được cứu rỗi?' Tân Ước có vẻ có hai tiếng nói khác nhau.

Tìm ra sự thoả đáp giữa Phao-lô và Gia-cơ không thật sự dễ dàng – dù cả thế giới ủng hộ. Lịch sử thần học Cơ Đốc Giáo tràn ngập các mảnh vỡ còn sót lại từ các cuộc tranh luận thần học căng thẳng về vấn đề này.[77] Do đó các gợi ý sau đây phải được xem như là một đóng góp rất khiêm tốn vào vấn đề thần học đang tiếp diễn.

Điều đầu tiên cần lưu ý là Phao-lô và Gia-cơ đang tranh luận các vấn đề trái ngược nhau. Trong các tuyên bố của Phao-lô về sự xưng công chính trong Ga-la-ti và Rô-ma, ông đang chống lại xu hướng của người Do Thái là dựa vào việc tuân giữ luật pháp ('việc làm theo luật pháp') để nhận được sự cứu rỗi. Để phản đối việc nhấn mạnh thái quá vào việc làm, Phao-lô nhấn mạnh đức tin là công cụ duy nhất để được xưng công chính. Trong khi đó, Gia-cơ đang chống lại việc xem nhẹ việc làm, một thái độ an nhiên tự tại biến đức tin thành chính thống duy giáo điều. Để chống lại sai lầm này, Gia-cơ buộc phải khẳng định tầm quan trọng của việc làm.

Điểm thứ hai cần đề cập tới là sự cần thiết phải tính đến khả năng Gia-cơ và Phao-lô đang đưa ra những ý nghĩa khác nhau đối với một vài từ vựng chính. Ba từ cần được xem xét là: việc làm (hay 'hành động'), xưng công chính, và giới từ *ek*, thường được dịch là 'bởi'.

Trong phần trích dẫn Rô-ma 3:28 ở trên, cần lưu ý rằng Phao-lô không đề cập tới 'việc làm' nhưng là 'việc làm theo luật pháp'. Người ta tranh luận rằng, ở đây có thể có manh mối cho sự hòa giải giữa Gia-cơ và Phao-lô. Để phù hợp với phương pháp giải thích thần học của Phao-lô vốn có tầm ảnh hưởng rất lớn trong vài thập kỷ gần đây, 'việc làm theo luật pháp' được giải thích là ám chỉ việc vâng giữ luật pháp Do Thái, tập trung đặc biệt vào việc duy trì các đặc quyền riêng biệt của người Do Thái.[78] Vì gắn liền với giao ước cũ, nên những việc làm này không có giá trị trong sự xưng công chính. Còn Gia-cơ đề cập đến 'việc làm' nói chung, tập trung vào các vấn đề chẳng hạn như các việc làm từ thiện để thực hành luật yêu thương. Do đó, Phao-lô chỉ loại trừ một số loại 'việc làm' cụ thể ra khỏi sự xưng công chính; và không có mâu thuẫn với tuyên bố của Gia-cơ rằng 'việc làm' (một loại khác) là phương tiện trong sự xưng công chính.

---

77. Muốn biết lịch sử vắn tắt về cách giải thích với dàn ý các phương pháp chính để giải quyết vấn đề, xin xem Allison, tr. 426–441.

78. Trong số nhiều tác phẩm, có thể xem Dunn, *Theology of Paul*, tr. 354–366.

Tuy nhiên có lý do để thắc mắc về quan điểm cụ thể này của Phao-lô đối với 'việc làm theo luật pháp'. Một mặt, khái niệm 'việc làm' của Phao-lô rộng hơn nhiều so với cách giải thích này. Rô-ma 9:10–12 là phân đoạn Kinh Thánh gần với định nghĩa 'việc làm' trong văn chương của Phao-lô nhất: 'Không những thế, khi Rê-be-ca mang thai đôi bởi một người là Y-sác, tổ phụ chúng ta; dù hai con chưa được sinh ra, chưa làm điều lành hay điều dữ nào – để duy trì mục đích của Đức Chúa Trời trong việc lựa chọn, không tùy thuộc vào việc làm nhưng tùy thuộc Đấng kêu gọi – thì người mẹ đã được báo trước rằng: "Đứa lớn sẽ phục đứa nhỏ."' Trong những câu Kinh Thánh này, rõ ràng là 'việc làm' bao gồm *bất cứ thứ gì* được thực thi, 'điều lành hay điều dữ'. Trong Rô-ma 4, 'việc làm' của Áp-ra-ham mà ông không thể khoe khoang, rõ ràng phải là 'việc lành'. Nhưng Rô-ma 4 được liên kết chặt chẽ với lập luận trong 3:20–28, là câu nói đến 'việc làm theo luật pháp'. Vậy thì, Phao-lô nói đến một loại 'việc làm' cụ thể: những việc được thực hiện nhằm tuân giữ luật pháp Môi-se. Tuy nhiên, như các phân đoạn Kinh Thánh được lưu ý ở trên nói rõ, những việc làm cụ thể này đại diện cho 'việc làm' nói chung: Phao-lô muốn loại trừ *tất cả* các loại việc làm – không chỉ là các công việc cụ thể hoặc các công việc được làm theo một tinh thần cụ thể – làm nền tảng cho sự xưng công chính.[79]

Ngược lại, chúng ta không chắc rằng việc đóng khung 'việc làm' của Gia-cơ thành các hành động từ thiện có hợp lý hay không. Chắc chắn, ông chỉ đang nói về các hành động làm trọn luật yêu thương và ông dùng hành động từ thiện là một trích dẫn minh họa trong 2:15–16. Nhưng những ví dụ cụ thể của ông, được rút ra từ cuộc đời của Áp-ra-ham và Ra-háp (2:21–25), không liên quan rõ ràng đến hành động từ thiện. Cụ thể trong trường hợp của Áp-ra-ham, trọng tâm thực chất là sự vâng phục của ông với Đức Chúa Trời, không có ngụ ý gì về bất kỳ hành động từ thiện nào phô bày cho người khác. Do đó có vẻ như cả Phao-lô và Gia-cơ đều đang nói với sự hiểu biết về 'việc làm' về cơ bản là giống nhau: bất kỳ điều gì được làm vì vâng phục Đức Chúa Trời và phục vụ Đức Chúa Trời. Sự khác nhau giữa Phao-lô và Gia-cơ nằm *ở trình tự* của việc làm và sự trở lại đạo: Phao-lô bác bỏ bất kỳ nỗ lực nào của việc làm trước khi trở lại đạo, còn Gia-cơ biện hộ cho sự cần thiết tuyệt đối của việc làm sau khi trở lại đạo.

79. Đối với vấn đề này, xem Moo, *Galatians*, tr. 21–31.

Từ khóa thứ hai cần xem xét là *dikaioō*, 'xưng công chính' hay 'kể là công bình'. Phao-lô sử dụng động từ này để biểu thị tuyên bố thiêng liêng rằng một con người tội lỗi, vì cớ Đấng Christ và qua đức tin, được 'ở vị thế đúng đắn' trước mặt Đức Chúa Trời. Mặt khác, dòng học giả và nhà thần học đáng tôn trọng khẳng định rằng, Gia-cơ đang sử dụng động từ này với ý nghĩa là 'chứng minh là đúng/phải'. Động từ này có thể có nghĩa này, như trong Ma-thi-ơ 11:19 'sự khôn ngoan được xưng là phải' (Bản dịch Truyền thống 1926) [*edikaiōthē*, 'được biện minh'], bởi những việc làm của sự ấy. Nếu Gia-cơ đang sử dụng động từ này với nghĩa này, thì ông đang nói đến *biểu hiện* của sự công chính, trong khi Phao-lô đề cập đến *lời tuyên bố* về sự công chính. Tuy nhiên, như chúng ta chỉ ra trong các chú giải chi tiết ở 2:21, có vẻ như đây không phải là ý nghĩa của động từ dùng trong Gia-cơ. Cả ông và Phao-lô dường như sử dụng nó theo nghĩa chung, được chứng thực rõ ràng trong Cựu Ước và Do Thái giáo, đó là một lời tuyên bố thiêng thượng về tình trạng 'đúng đắn', tình trạng 'được bênh vực'. Chắc chắn, Phao-lô đã dùng từ này với ý nghĩa quan trọng hơn rất nhiều so với Gia-cơ. Ông liên kết nó với một số chủ đề thần học chính của ông trong một mạng lưới ý nghĩa làm thay đổi ý nghĩa thần học cuối cùng của nó một chút. Ngược với Do Thái giáo (và với Gia-cơ), Phao-lô thường nhấn mạnh một người có thể được xưng công chính trước mặt Chúa ngay giây phút người đó tin nhận Ngài. Gia-cơ, mặt khác, tập trung vào điều mà chúng ta gọi là sự xưng công chính 'cuối cùng', là sự bênh vực của Đức Chúa Trời vào ngày phán xét.[80] Nhưng những sự khác biệt trong sắc thái và trọng tâm này giữa Phao-lô và Gia-cơ không đủ lớn để giải thích sự căng thẳng giữa họ.

Cuối cùng, điều thứ ba, chúng ta xem xét một từ nhỏ, giới từ *ek*. Cả Phao-lô và Gia-cơ đều sử dụng giới từ này khi họ đề cập tới sự xưng công chính liên quan đến việc làm. Chúng tôi cho rằng giải pháp cho sự mâu thuẫn rõ ràng giữa Gia-cơ và Phao-lô nằm ở chỗ chúng ta hiểu giới từ này theo nghĩa khác đối với cách hiểu của hai tác giả. Chúng tôi cần phải thừa nhận rằng sự khác biệt này không thể được chứng minh rõ ràng từ chính phân đoạn Kinh Thánh. Hay đúng hơn, chúng tôi cho rằng sự khác biệt là giải pháp tốt nhất để giải quyết một căng thẳng thần học. Và thẳng thắn mà nói, chúng tôi đưa ra lựa chọn này, vì chúng tôi tin chắc rằng Đức Chúa Trời là Đấng phán cuối

---

80. Xem ví dụ, Beale, *New Testament Biblical Theology*, tr. 519–522.

cùng đứng phía sau Phao-lô và Gia-cơ, và do đó thật hết sức ý nghĩa khi tìm cách tránh mâu thuẫn trong điều Đức Chúa Trời phán với chúng ta. Như các nhà thần học Tin Lành đã tranh luận nhiều năm, Phao-lô sử dụng giới từ *ek* trong một số bản văn liên quan để chỉ ra *phương tiện* của sự xưng ông chính: chúng ta được xưng công chính trước mặt Đức Chúa Trời bởi đức tin của chúng ta, chứ không bởi việc làm. Chúng tôi cho rằng Gia-cơ đang sử dụng giới từ này theo nghĩa thoáng hơn, để nói rằng việc làm nhất thiết phải có liên quan, hoặc liên hệ đến phán quyết xưng công chính của Đức Chúa Trời. Nói cách khác: Phao-lô dạy quan điểm xưng công chính và cứu rỗi thuộc thuyết duy thần tái sinh[81]: Đức Chúa Trời cung cấp điều này dựa trên công tác của Đấng Christ; và chúng ta nhận lãnh bởi đức tin. Chúng tôi nghĩ rằng những điều Gia-cơ nói trong chương 2 có thể phù hợp với phương pháp của thuyết duy thần tái sinh. Chúng tôi đề nghị giải pháp cho vấn đề này nằm ở sự hiểu biết sự dạy dỗ của Gia-cơ về 'việc làm' trong ánh sáng của sự dạy dỗ theo Phao-lô rằng tự thân việc làm của Cơ Đốc nhân là sản phẩm của công việc ân điển của Đức Chúa Trời thông qua hành động của Đức Thánh Linh. Nhìn bề ngoài, điều có vẻ như là thuyết đồng tác[82] trong Gia-cơ có thể được hiểu trong ánh sáng của thuyết duy thần tái sinh của Phao-lô mà không mâu thuẫn với bất kỳ điều gì Gia-cơ nói. Dù không được Gia-cơ dạy rõ ràng, nhưng cách giải thích theo thuyết duy thần tái sinh rất phù hợp với sự nhấn mạnh trong chương 2 về đức tin thật. Phải ghi nhớ rằng không phải Gia-cơ đang lập luận rằng một Cơ Đốc nhân phải 'thêm' việc làm vào đức tin; mà ông nhấn mạnh rằng đức tin cứu rỗi thật *sẽ* sinh ra 'việc làm'. Đó chỉ là một bước đi ngắn từ hiểu biết sâu sắc đến việc quy gán quyền năng thúc đẩy của đức tin cho công tác của Đức Chúa Trời. Và, như T. Laato cho biết, Gia-cơ đưa ra bằng chứng của quan điểm cứu rỗi theo thuyết duy thần tái sinh khi ông nhấn mạnh quyền năng sáng tạo trong sự tái sinh trong câu 1:18.[83] Ở cấp độ thần học, chúng tôi nghĩ rằng Phao-lô và Gia-cơ bổ sung cho nhau hơn là mâu thuẫn lẫn nhau. Chỉ có đức tin mới đem một người vào mối liên hệ với Đức Chúa Trời trong Đấng Christ – nhưng đức tin thật chắc

---

81. Tức quan điểm cho rằng Đức Thánh Linh là tác nhân duy nhất tạo nên sự tái sinh trong Cơ Đốc nhân.
82. Chủ trương con người trong quá trình tin đạo hợp tác với Đức Thánh Linh hay ân điển của Đức Chúa Trời để được cứu rỗi.
83. Laato, 'Justification According to James', tr. 47–61; cũng xem cùng tác giả, *Rechtfertigung bei Jakobus*.

chắn tạo ra việc làm mà Đức Chúa Trời sẽ tính số trong quyết định cuối cùng của Ngài về số phận của con người.

Đúng là 'Phao-lô và Gia-cơ nói đến vấn đề này theo những vòng tròn tư duy khác nhau, và nỗ lực để chồng vòng tròn này lên vòng tròn kia nhằm xác định sự đồng tình hoặc sự bất đồng của họ về chi tiết là vô ích'.[84] Nhưng điều có thể làm là hiểu ý mỗi người muốn nói từ phạm vi suy nghĩ và cách sử dụng từ của họ, và *sau đó* mang họ lại với nhau. Khi làm xong điều này, chúng ta sẽ thấy xuất hiện hình ảnh chặt chẽ và thống nhất về mặt thần học. Phao-lô nhất quyết khẳng định rằng đức tin là điều kiện duy nhất từ phía con người để chuyển tội nhân vào phạm vi ân điển của Đức Chúa Trời. Gia-cơ nói rất ít về lần chuyển giao ban đầu này – mặc dù chúng ta không nên bỏ qua tuyên bố của ông rằng Cơ Đốc nhân '[được]...sinh qua lời chân lý' và quá trình này phụ thuộc vào ý định của Đức Chúa Trời (1:18). Điều Gia-cơ quan tâm là nỗ lực loại bỏ việc làm khỏi bất kỳ vai trò gì trong lời tuyên án đưa ra trên đời sống của chúng ta. Mặc dù sự hiệp nhất của chúng ta với Đấng Christ bởi đức tin là cơ sở duy nhất cho sự xưng công chính của chúng ta trước mặt Chúa, nhưng việc làm nhất thiết được sản sinh từ kết quả của sự hiệp nhất đó cũng được xem xét trong sự phán xét cuối cùng của Đức Chúa Trời trên chúng ta.[85]

Luật pháp

Các cuộc thảo luận về mối liên hệ giữa Gia-cơ và Phao-lô thường tập trung vào vấn đề xưng công chính, nhưng một đề tài khác, vai trò của luật pháp trong nếp sống Cơ Đốc, cũng là một vấn đề. Thật ra, Cadoux giữ vững quan điểm rằng sự khác nhau giữa Gia-cơ và Phao-lô nằm ở vấn đề này nhiều hơn là về sự xưng công chính.[86] Trong phần phê bình của Luther về sách Gia-cơ ông cũng đề cập đến vấn đề này; trong lời nói đầu của ông về sách Gia-cơ và Giu-đe, ông ghi chú rằng Gia-cơ 'gọi luật pháp là "luật pháp của sự tự do" dù Phao-lô gọi là luật pháp của sự nô lệ, của sự thịnh nộ, của sự chết và của tội lỗi.' Khó khăn mà Luther nói đến ở đây là Phao-lô dường như

---

84. Ropes, tr. 36.

85. Xem Calvin, *Institutes*, III, 17 12. John Wesley cũng áp dụng phương pháp tương tự trong lời giải thích của ông về sự khác biệt giữa Phao-lô và Gia-cơ. Ông tranh luận rằng Gia-cơ đang nói về 'sự xưng công chính cuối cùng', rằng, mặc dù việc làm không phải là cơ sở dẫn đến sự xưng công chính này, nhưng 'bằng chứng là việc làm' sẽ được tính đến (*Works*, VIII, tr. 277, Q. 14).

86. Cadoux, *Thought of St. James*, tr. 81.

giải phóng các Cơ Đốc nhân ra khỏi bất kỳ nghĩa vụ nào đối với luật pháp; họ phải 'chết về luật pháp' (Rô 7:4), và không còn 'ở dưới luật pháp' (Rô 6:14–15), nhưng 'được Thánh Linh dắt dẫn' (Ga 5:18). Còn Gia-cơ ngụ ý rằng các Cơ Đốc nhân vẫn phải 'chấp hành' luật pháp (4:11) và nhấn mạnh rằng 'trọn cả luật pháp' sẽ là tiêu chuẩn của sự phán xét (2:9–12). Tại đây, nếu không nghiên cứu về việc liệu Phao-lô có hoàn toàn loại bỏ thẩm quyền của luật pháp đối với các Cơ Đốc nhân hay không – và các phân đoạn như 1 Cô-rinh-tô 14:34, Ê-phê-sô 6:2–3 và Rô-ma 8:7 sẽ khiến chúng ta dừng lại tại điểm này – thì quan điểm của Gia-cơ đáng được quan tâm hơn.

Trước tiên, rõ ràng là Gia-cơ không bao gồm những lời dạy về lễ nghi trong khái niệm của ông về luật pháp. Ông cũng không bao giờ đề cập đến khía cạnh này của luật pháp, thậm chí ngay cả khi việc đề cập đến điều này là lẽ tự nhiên. Do đó, trong 2:10–11, ông lập luận rằng thất bại trong việc tuân giữ 'một điều' trong luật pháp thì cũng bị kể như đã phạm tất cả luật pháp. Ông lấy ví dụ hai điều răn trong Mười Điều Răn. Cách lập luận điển hình của người Do Thái thường đề cập đến một điều răn nhỏ về lễ nghi để làm nổi bật nhu cầu tuân giữ thậm chí những mạng lệnh dường như không quan trọng. Theo đó, chúng ta thấy rằng Gia-cơ rất khác với thái độ bảo thủ của người Do Thái đối với luật pháp, bởi vì các điều răn về lễ nghi là một phần không thể tách rời và quan trọng trong luật pháp của Do Thái giáo.

Thứ hai, cách Gia-cơ mô tả về luật pháp trong ba vị trí là điều đáng chú ý. Ông gọi luật pháp trong 2:12 là 'luật pháp của sự tự do', trong 1:25 'luật pháp toàn hảo nầy, là luật pháp đem lại sự tự do' và trong 2:8, trích dẫn Lê-vi Ký 19:18, 'luật pháp của Vua'.[87] Gọi luật pháp là 'toàn hảo' là cách gọi quen thuộc của người Do Thái, và những mô tả về hiệu quả giải phóng của luật pháp là điều phổ biến giữa vòng người ngoại và người Do Thái.[88] Nhưng bối cảnh mà Gia-cơ sử dụng mô tả này cho thấy ông không chỉ muốn nói như vậy. Điều quan trọng ở đây là 'luật pháp toàn hảo' trong 1:25 dường như

---

87. L. T. Johnson đã chỉ ra rằng Lê-vi Ký 19 đóng vai trò nổi bật trong Gia-cơ, và cho rằng Gia-cơ đã xem luật pháp của Vua mà các Cơ Đốc nhân phải sống theo 'là đã được diễn giải cụ thể và rõ ràng không những bởi Mười Điều Răn (2:11) mà còn bởi ngữ cảnh trực tiếp của Luật Yêu thương, là các mạng lệnh được viết trong Lê 19:12–18' ('The Use of Leviticus 19', tr. 399).

88. Đối với ý đầu của câu, xem Epictetus, Diss. IV.1.158; Seneca, *De vita beata* 15.7; còn đối với ý sau của câu, xem Philo, *Every Good Man Is Free*, 45; b. Abot. 6, 2b.

tương đương với 'lời chân lý' mà bởi đó các Cơ Đốc nhân được 'sinh ra' (1:18), 'lời đã trồng trong anh em' là lời có thể cứu chuộc linh hồn (1:21). Bởi vì 'lời' này rõ ràng là Phúc âm, nên 'luật pháp đem lại sự tự do' cũng phải có mối liên hệ nào đó với Phúc âm. Mô tả luật pháp là luật pháp 'của Vua' (*basilikos*) trong 2:8 ngụ ý điều tương tự; bởi vì dù luật pháp Cựu Ước có thể được người Do Thái mô tả là 'luật pháp của Vua' (Philo, *Về dòng dõi Ca-in* 102), nhưng từ ngữ này ở đây phải được hiểu dưới ánh sáng của điều mà Gia-cơ đề cập về vương quốc của Đức Chúa Trời trong 2:5. Do đó luật pháp là luật pháp 'của Vua' vì nó liên quan đến những người trong vương quốc, hoặc có lẽ bởi vì nó được Nhà Vua ban hành. Vì đó là 'mạng lệnh yêu thương' trong Lê-vi Ký 19:18, mạng lệnh mà Chúa Giê-xu chọn như lời tóm tắt của luật pháp, được trích dẫn ở đây, nên có thể có một số ám chỉ đến sự dạy dỗ của chính Chúa Giê-xu.

Vậy thì, chúng ta thấy rằng không thể tách rời việc Gia-cơ sử dụng từ 'luật pháp' (*nomos*) với Phúc âm của Chúa Giê-xu. Trên thực tế, nhiều học giả cho rằng Gia-cơ nhận biết luật pháp và Phúc âm; rằng tương tự với một số giáo phụ trong hội thánh đầu tiên (xem *Barnabas* 2:6), Gia-cơ xem sự dạy dỗ của Chúa Giê-xu là 'luật pháp mới'.[89] Dù có nhiều bằng chứng gợi ý rằng Gia-cơ đặt sự dạy dỗ của Chúa Giê-xu ngang bằng với luật pháp Cựu Ước, nhưng chúng ta không thể loại bỏ luật pháp Cựu Ước ra khỏi khái niệm về luật pháp của Gia-cơ (xem 2:9–11). Mitton đưa ra một đề nghị hữu ích đó là có một mối liên hệ giữa 'lời đã trồng trong anh em' (1:21) của Gia-cơ và luật pháp mà Giê-rê-mi đã tiên đoán là sẽ được viết trong lòng trong việc thi hành giao ước mới (Giê 31:31–34).[90]

Điều này cho thấy rằng Gia-cơ bảo vệ thẩm quyền của luật pháp Cựu Ước, nhưng chỉ khi nó được 'ứng nghiệm' trong sự dạy dỗ và công tác của Chúa Giê-xu. Ông không có ý tách sự dạy dỗ của Chúa Giê-xu ra khỏi luật pháp Cựu Ước, bởi vì những điều này đã được hòa trộn dưới thẩm quyền của Chúa Giê-xu, Đấng mở đầu vương quốc của Đức Chúa Trời.

Xem xét dưới ánh sáng này, điều được cho là mâu thuẫn giữa Phao-lô và Gia-cơ về luật pháp biến mất. Bởi vì, cũng như trường hợp của sự xưng công chính, cả hai ông đang sử dụng thuật ngữ

---

89. Mayor, tr. 74; Gutbrod, 'νόμος', *TDNT* IV, tr. 1081–1082.
90. Mitton, tr. 72.

quan trọng này theo cách khác nhau. Phao-lô sử dụng từ 'luật pháp', *nomos*, để biểu thị luật pháp được ban cho qua Môi-se và lập luận về tính hiệu lực của nó vẫn còn tiếp tục như *là một phần của giao ước Môi-se*. Thậm chí ông cũng có thể nói về 'luật pháp của Đấng Christ' (Ga 6:2; tham khảo 1 Cô 9:21) mà các Cơ Đốc nhân phải vâng phục. 'Luật của Vua' của Gia-cơ có thể tập trung nhiều vào Cựu Ước hơn là 'luật của Đấng Christ' của Phao-lô (ý gây tranh cãi), nhưng cả hai không trái ngược nhau.

Nếp sống Cơ Đốc

Đây chính là lĩnh vực Gia-cơ có đóng góp quan trọng nhất; 'không có sách nào trong Tân Ước đặc biệt tập trung vào các vấn đề đạo đức'.[91] Nghiên cứu đầy đủ về chủ đề này hầu như là sự lặp lại lại phần chú giải, nhưng một vài chủ đề tổng quát đáng được xem xét ở đây.

Như chúng tôi đã nhấn mạnh ở phần trước, điều quan trọng là đạo đức của Gia-cơ được nhìn nhận trong bối cảnh lai thế học của ông. Những lời khuyên của ông luôn hướng về tình trạng 'được cứu nhưng vẫn chưa được vinh hiển' của độc giả, dù những sự dạy dỗ này thường là sự dạy dỗ về sự khôn ngoan mang tính vượt thời gian. Vì vậy, ông nhận thức rằng độc giả của ông không thể hoàn toàn thoát khỏi khuynh hướng phạm tội ('tất cả chúng ta đều vấp phạm nhiều cách', 3:2), nhưng ông khích lệ họ hăng hái hành động hướng tới mục đích 'hoàn hảo' hoặc 'không thiếu sót điều gì' (*teleios*, 1:4). Đó là tình trạng 'nước đôi', tình trạng của con người bị phân chia giữa lòng trung thành với Đức Chúa Trời và sự cám dỗ hấp dẫn của thế gian, điều khiến Gia-cơ băn khoăn lo lắng hơn bất cứ điều gì khác. Ông lên án độc giả của mình là những kẻ 'hai lòng' (*dipsychos*, 4:8), và sử dụng cùng thuật ngữ này để mô tả kẻ hay nghi ngờ, là kẻ giống như 'sóng biển, bị gió dập dồi và cuốn đi đây đó' (1:6). Tình trạng bị phân chia này biểu hiện trong lời nói, như khi cùng một miệng mà chúc tụng Chúa và nguyền rủa loài người (3:9–10), và, theo một cách khác, khi người ta không sống thực hành niềm tin (chủ đề của; 1:19–2:26). Gia-cơ tha thiết mong mỏi các Cơ Đốc nhân loại bỏ đức tin nửa vời không ổn định và không nhất quán này để tiến tới một cam kết hết lòng, không thay đổi với Đức Chúa Trời trong tư tưởng, lời nói và hành động. Đây là trọng tâm của bài thuyết giảng của ông.[92]

---

91. Schrage, *Ethik des Neuen Testaments*, tr. 266; tham khảo thêm Laws, tr. 27.
92. Xem thêm, Thielman, *Theology*, tr. 500, 511.

Mô tả của John Wesley về sự toàn hảo của Cơ Đốc nhân diễn đạt điều này rất hay: 'Một mặt, đó là mục đích trong sạch hiến cả đời sống cho Đức Chúa Trời. Đó là việc trao cho Chúa tất cả tấm lòng; đó là một khao khát và ý muốn kiểm soát tất cả tính khí của chúng ta. Đó là sự tận hiến, không phải một phần, mà toàn bộ linh hồn, thân thể và của cải, tài sản của chúng ta cho Đức Chúa Trời.'[93]

Gia-cơ khẳng định rằng các Cơ Đốc nhân phải *làm theo*, chứ không chỉ nghe lời của Đức Chúa Trời, và việc đòi hỏi phải có việc làm như là phần không thể thiếu đối với đức tin, là một phần quan trọng của sự nhấn mạnh này. Sự tuân theo 'luật pháp đem lại sự tự do' – đó là đòi hỏi của Đức Chúa Trời được Đức Chúa Giê-xu đưa đến đỉnh điểm – phải chân thành và nhất quán. Và sự vâng phục này có một khía cạnh *xã hội* quan trọng. Mạng lệnh 'yêu người lân cận như mình' là 'luật pháp của Vua' (2:8). Gia-cơ khẳng định rằng 'sự tin đạo...thuần khiết và không hoen ố' phải được bày tỏ trong sự quan tâm đến những người bị thiệt thòi và không may mắn ('thăm viếng trẻ mồ côi, người góa bụa trong cơn hoạn nạn của họ', 1:27) và trong thái độ khiêm nhu và không ích kỷ đối với người khác (3:13–18). Sự thiên vị người giàu vi phạm 'luật pháp của Vua' (2:1–7), việc nói xấu người khác cũng vậy (4:11–12).

Cầu nguyện là một khía cạnh khác của đời sống Cơ Đốc mà Gia-cơ làm sáng tỏ cho chúng ta. Như chúng ta đã thấy, ông khuyến khích việc cầu nguyện bằng cách nhắc nhở chúng ta rằng Chúa là Đấng ban những tặng phẩm tốt lành cách rộng rãi và không lời phiền trách cho những người cầu xin Ngài. Nhưng Gia-cơ đặc biệt quan tâm đến việc đảm bảo rằng những lời cầu nguyện được trình dâng với tâm linh ngay thẳng. Đức tin, một sự cam kết không thay đổi và hết lòng với Đức Chúa Trời, là yêu cầu cơ bản (1:6–8); chính 'lời cầu nguyện *của đức tin*' sẽ mang đến sự giải cứu người bị bệnh thể xác (5:15). Nếu đức tin là điều kiện để Chúa đáp lời chúng ta, thì sự ích kỷ là thái độ sẽ làm cho lời cầu nguyện của chúng ta không được linh nghiệm: 'Anh em cầu xin mà không nhận được vì anh em cầu xin với dụng ý xấu, để dùng cho dục vọng riêng của mình' (4:3). Chỉ 'người công bình' mới kinh nghiệm được quyền năng trọn vẹn của sự cầu nguyện; đối với người đó, lời cầu nguyện 'có quyền năng và rất linh nghiệm' (5:16).

---

93. Wesley, *Works*, II, tr. 444.

Sự khôn ngoan

Gia-cơ đề cập đến 'sự khôn ngoan' trong hai phân đoạn 1:5 và 3:13–18. Trong phân đoạn đầu tiên, Gia-cơ khích lệ độc giả của ông cầu xin Đức Chúa Trời ban cho họ khôn ngoan nếu họ thiếu khôn ngoan. Có thể là Gia-cơ đề cập đến sự khôn ngoan ở đây bởi vì đó là phẩm chất cần thiết giúp độc giả của ông kiên nhẫn trong thử thách họ đang đối diện (câu 2-4); hoặc, bởi vì sự khôn ngoan là điều cần thiết để mang lại 'sự toàn hảo'. Trong 3:13–18 Gia-cơ khiển trách một số người ghen ghét, gây chia rẽ trong hội thánh, những người rõ ràng đang xưng mình khôn ngoan bằng việc so sánh loại khôn ngoan mà họ sở hữu – 'thuộc về thế gian, xác thịt và ma quỷ' – với sự khôn ngoan thật 'đến từ thiên thượng'. Đặc điểm của sự khôn ngoan thật là việc lành và tinh thần hạ mình và sản sinh ra những phẩm hạnh có ích cho mối liên hệ hòa hợp với người khác. Việc Gia-cơ sử dụng thuật ngữ này rất phù hợp với trọng tâm của Cựu Ước, cho rằng sự khôn ngoan là món quà của Đức Chúa Trời (Châm 2:6) và được đánh giá cao bởi vì nó giúp người sở hữu hiểu ý muốn của Chúa, và quan trọng hơn là tuân theo ý muốn đó.

Trong các tác phẩm của người Do Thái, sự khôn ngoan đôi khi được chỉ về luật pháp, tức Torah và mang ý nghĩa trừu tượng hơn. Gia-cơ không bày tỏ mối liên hệ gì với bối cảnh này.[94] Điều thú vị hơn là mối liên hệ có thể có giữa sự khôn ngoan được đề cập trong Gia-cơ và Đức Thánh Linh. Mối liên hệ mật thiết giữa hai điều này được nói đến trong Cựu Ước (Ê-sai 11:2), và mô tả của Gia-cơ về những phẩm hạnh có được nhờ sự khôn ngoan (3:17) có một số điểm tương tự với mô tả của Phao-lô về 'trái của Thánh Linh' (Ga 5:22–23). Davids cho rằng 'Sự khôn ngoan trong Gia-cơ' 'làm những việc như Đức Thánh Linh làm trong Phao-lô'.[95] Điều này có thể đúng, nhưng Gia-cơ không cho chúng ta đủ tài liệu để giúp chúng ta có thể quyết định liệu rằng bản thân ông có muốn nói đến sự tương đồng hay không. Và nói

94. Hoppe xem sự khôn ngoan là một khái niệm thần học đầy năng quyền trong Gia-cơ, liên quan tới lời đem lại sự sống mới của Đức Chúa Trời (1:18) và chứa đựng quyền năng làm sản sinh những việc làm cần thiết cho đời sống Cơ Đốc (*Der theologische Hintergrund*, tr. 51–71). Nhưng Hoppe rút ra các kết luận này chỉ bằng việc đưa ra một số liên hệ không lấy gì làm chắc chắn trong Gia-cơ và bằng cách đưa những suy diễn cá nhân về truyền thống khôn ngoan theo nhị nguyên luận của Do Thái vào Gia-cơ (*Nhị nguyên luận* Quan điểm cho rằng có hai yếu tố hoặc hai nguyên tắc cùng tồn tại một lúc như thiện và ác, hoặc vật chất và tâm linh – ND).
95. Davids, tr. 56; cũng đối chiếu Kirk, 'Meaning of Wisdom in James', tr. 24–38.

chung, chúng ta không thể nói rằng sự khôn ngoan có vai trò nổi bật trong Gia-cơ; ông chỉ nói đến sự khôn ngoan trong hai bản văn và không tìm cách triển khai ý tưởng vượt xa hơn những gì đã được củng cố vững chắc trong truyền thống.[96]

Giàu và nghèo

Hầu như không có một yếu tố đơn lẻ nào trong truyền thống tin kính – nghèo khổ của người Do Thái hậu Cựu Ước mà chúng ta không gặp trong thư tín Gia-cơ.[97] Vì vậy, điều cần thiết là phải biết điều gì đó về truyền thống này để có thể hiểu đóng góp quan trọng của Gia-cơ.

Trong Cựu Ước, truyền thống này có thể được tóm tắt trong bốn điểm. Thứ nhất, Chúa dành sự quan tâm đặc biệt cho người nghèo, người bị áp bức, người bị ruồng bỏ. Đức Chúa Trời là 'cha của trẻ mồ côi và Đấng Phân xử cho người góa bụa.' (Thi 68:5); 'Ngài phân xử công minh cho kẻ mồ côi, người góa bụa, yêu thương người tha hương, ban cho họ bánh ăn áo mặc' (Phục 10:18). Vì vậy, điều thứ hai là dân sự của Đức Chúa Trời phải bày tỏ sự quan tâm tương tự đối với những người tuyệt vọng. Phân đoạn Kinh Thánh trong Phục Truyền Luật Lệ Ký nói tiếp 'vậy anh em phải yêu thương người tha hương', và một trong những lời lên án thường xuyên nhất mà các tiên tri nói nghịch lại Y-sơ-ra-ên là họ không chăm sóc cho người nghèo (đối chiếu A-mốt 2:6–7). Một truyền thống thứ ba trong Cựu Ước, đặc biệt nổi bật trong Thi Thiên, là khuynh hướng xem 'người nghèo' (*ānî*) là người tin kính, người công bình (Đặc biệt xem trong Thi 10; 37:8–17; 72:2, 4; Ê-sai 29:19). Ở đây có sự pha trộn các khái niệm xã hội và tôn giáo, là lý do gây ra nhiều lộn xộn. Sự thiếu thốn về kinh tế và bắt bớ trong xã hội có mối liên hệ mật thiết với sự tin kính. Trong khi bị đàn áp, 'người nghèo' nêu lên tình trạng bị áp bức của họ làm cơ sở để khẩn nài Chúa giải cứu: 'Con đây là người khốn cùng và thiếu thốn; nhưng Chúa luôn nhớ đến con. Chúa là Đấng giúp đỡ và giải cứu con. Đức Chúa Trời của con ôi, xin đừng chậm trễ!' (Thi 40:17). Trong tình huống mà các Thi Thiên này được viết ra, rõ ràng nhiều người công bình cũng đang chịu áp bức trong tay của những người giàu có. Điều này dẫn đến khía cạnh thứ tư của truyền thống, nổi bật trong các tác phẩm Do Thái thời kỳ sau này hơn trong thời kỳ Cựu Ước: những người giàu có và có quyền lực có khuynh

96. Mußner, tr. 249.
97. Như trên., tr. 80.

hướng bị xem là kẻ ác.[98]

Bối cảnh này ảnh hưởng mạnh mẽ đến sự dạy dỗ của Chúa Giê-xu, và Gia-cơ chắc chắn lấy từ sự dạy dỗ đó cũng như từ Cựu Ước. Ông nhắc nhở độc giả của ông rằng 'Đức Chúa Trời [đã] chọn lựa người nghèo ở thế gian nầy để làm cho họ giàu trong đức tin' (2:5), cũng là lúc nhắc nhở chúng ta về phước lành của Chúa 'Phước cho các con là những người nghèo khó, vì vương quốc Đức Chúa Trời thuộc về các con (Lu-ca 6:20). Tiếp tục ngay chủ đề trong Cựu Ước, Gia-cơ xem việc chăm sóc trẻ mồ côi và người góa bụa là khía cạnh cơ bản của sự tin đạo chân chính (1:27). Trong một bản văn gần giống với những lời tố cáo của các tiên tri, Gia-cơ công bố sự phán xét trên người giàu (5:1–6). Và giống 'người nghèo' trong Thi Thiên, các độc giả của Gia-cơ cần trông cậy Chúa với sự kiên nhẫn và chịu đựng chờ Ngài giải cứu (5:7–11). Tuy nhiên cả Gia-cơ lẫn các nhà tiên tri đều không lên án người giàu chỉ bởi vì họ giàu. Ví dụ, Gia-cơ liệt kê các tội lỗi cụ thể mà 'người giàu' sẽ bị phán xét: tích trữ tiền bạc cách ích kỷ (5:2–3), sống xa hoa, hoan lạc vô nghĩa (5:5), lừa gạt người làm công (5:4) và bắt bớ người công chính (5:6). Việc Gia-cơ không lên án người giàu như vậy có lẽ cũng được thể hiện trong 1:10–11, là phân đoạn cho thấy 'người giàu' có thể là Cơ Đốc nhân (xem phần chú giải, tr. 90). Tuy nhiên, rõ ràng hầu hết độc giả của Gia-cơ là người nghèo, và nhiều người đang chịu áp bức từ người giàu và có quyền lực. Trong tình huống này, truyền thống phong phú của Kinh Thánh mà chúng ta đã mô tả cung cấp cho Gia-cơ một nguồn hình ảnh và nội dung hữu ích.[99]

---

98. Xem Bammel, 'πτωχός, πτωχεία, πτωχεύω', *TDNT* VI, tr. 888–902; Davids, tr. 41–44.

99. Muốn xem các bài nghiên cứu xuất sắc về sự dạy dỗ của Kinh Thánh về vấn đề giàu nghèo, xin xem Blomberg, *Neither Poverty Nor Riches and Christians in an Age of Wealth.*

Cấu Trúc

1. Nơi Nhận và Lời Chào Thăm (1:1)

2. Thử Thách và Sự Trưởng Thành Cơ Đốc (1:2-18)

A. Để thử thách hoàn thành mục đích của chúng (1:2-4)

B. Sự khôn ngoan, cầu nguyện và đức tin (1:5-8)

C. Nghèo và giàu (1:9-11)

D. Phần thưởng cho người kiên trì trong thử thách (1:12)

E. Thử thách và cám dỗ (1:13–18)

3. Cơ Đốc Giáo Chân Thật Thể Hiện qua Việc Làm (1:19–2:26)

A. Lời khuyên về lời nói và sự giận dữ (1:19–20)

B. "Hãy làm" theo lời (1:21-27)

C. Sự công bằng và luật yêu thương (2:1–13)

D. Đức tin cứu rỗi (2:14-26)

4. Bất Đồng trong Cộng Đồng (3:1-4:12)

A. Tác hại của cái lưỡi không được kềm chế (3:1-12)

B. Khắc phục bất đồng nhờ sự khôn ngoan thật (3:13–4:3)

C. Kêu gọi ăn năn (4:4–10)

D. Nghiêm cấm nói lời chỉ trích (4:11–12)

5. Những Ngụ Ý về Thế Giới Quan Cơ Đốc (4:13–5:11)

A. Lên án sự kiêu ngạo (4:13-17)

B. Lên án những kẻ lạm dụng sự giàu có (5:1-6)

C. Khuyến khích kiên nhẫn chịu đựng (5:7-11)

6. Những Lời Khuyên Bảo Cuối (5:12-20)

A. Các lời thề (5:12)

B. Cầu nguyện và sự chữa lành (5:13-18)

C. Lời kêu gọi hành động (5:19-20)

Giải Nghĩa

1. Nơi Nhận và Lời Chào Thăm (1:1)

Câu đầu tiên của Gia-cơ bắt chước theo hình thức của thư tín cổ đại thường được sử dụng để giới thiệu một bức thư. Những lá thư viết theo cách này thường bắt đầu với việc xác định người gửi, chỉ ra người nhận và lời chào chăm: ví dụ: 'Antiochus kính gởi đến Julius'. Các thư tín Tân Ước mở rộng phần mở đầu đơn giản này bằng cách nói chi tiết từng yếu tố một, đôi khi khá dài. Ví dụ, trong bức thư gửi tín hữu Rô-ma, Phao-lô dùng sáu câu để giải thích ông là ai trước khi ông xác định độc giả và chào thăm họ. Phần mở rộng của Gia-cơ ngắn gọn hơn nhiều. Ông chỉ thêm một tiêu đề ngắn vào tên của mình. Thay vì xác định tên hoặc nơi ở của người nhận thư, ông mô tả họ bằng một cụm từ nặng về thần học, và có chút khó hiểu. Và ông giữ lại "lời chào" đơn giản như trong các thư tín cổ nhất.

1. Tác giả thư tự giới thiệu là *Gia-cơ*, hoặc 'Gia-cốp' (tiếng Hy Lạp là *Iakōbos*; tiếng Hê-bơ-rơ là *yaʿăqōb*; tiếng Anh là 'James' có nguồn gốc từ tiếng Ý 'Giacomo'). Lời giới thiệu đơn giản chỉ ra tác giả là 'Gia-cơ, người công chính' nổi tiếng, em cùng mẹ khác cha với Chúa (Ga 1:19) và người lãnh đạo của hội thánh Giê-ru-sa-lem đầu tiên (so sánh Công 12:17; 15:13–21; 21:18–25). Gia-cơ không xưng nhận thẩm quyền sứ đồ, mặc dù Phao-lô gọi ông là "sứ đồ" trong Ga-la-ti 1:19. Ngược lại, Gia-cơ chọn cách mô tả mình chỉ là *một đầy tớ của Đức Chúa Trời và của Chúa là Đức Chúa Giê-xu Christ*. Bằng cách tự nhận mình là *đầy tớ* (*doulos*, cũng có thể được dịch là 'nô lệ' [ví dụ trong bản NLT; HCSB]), Gia-cơ cho thấy ông xem mình là người phục vụ khiêm nhường cho chủ là Chúa Giê-xu nhưng cũng có chút thẩm quyền nào đó khi đại diện cho một người chủ rất oai nghiêm. Tương tự, trong Cựu Ước các danh hiệu 'đầy tớ của Đức Chúa Trời', 'đầy tớ của Đức Giê-hô-va', 'đầy tớ của Ta', v.v..., được áp dụng cho các nhân vật có thẩm quyền, đặc biệt là Môi-se (xem Phục 34:5; Đa 9:11) và Đa-vít (Giê 33:21; Êxê 37:25). Trong Tân Ước, danh hiệu này thường được trao cho các sứ đồ và những cộng sự của họ (Công 16:17; Rô 1:1; Ga 1:10; Phil 1:1; Côl 4:12; Tít 1:1; 2 Phi 1:1; Giu-đe 1). Đây là chỗ duy nhất trong Tân Ước mà một cá nhân được gọi là *đầy tớ của Đức Chúa Trời và của Chúa là Đức Chúa Giê-xu Christ*. Một số người nghĩ rằng từ 'Christ' ở đây không được dùng như một danh hiệu, mà hầu như là một tên riêng. Nhưng có nhiều khả năng Gia-cơ ngụ ý cả hai nhằm chuyển tải tầm quan trọng về thần học: Đức Chúa Giê-xu vừa là Đấng Mê-si-a được hứa của Y-sơ-ra-ên, vừa là Chúa xứng đáng được phục vụ. Điều thú vị là Gia-cơ chỉ đề cập đến Chúa Giê-xu, mô tả Ngài với hai danh hiệu tương tự (2:1) trong một lần khác.

Gia-cơ gửi thư cho *mười hai bộ tộc đang sống tản lạc khắp nơi*. 'Mười hai bộ tộc' không còn tồn tại về phương diện vật lý, nhưng danh hiệu này đã trở thành cách mô tả một Y-sơ-ra-ên được đổi mới thuộc linh và được tái hợp mà Đức Chúa Trời sẽ tạo lập trong 'những ngày cuối cùng' (Êxê 47:13-23; Mat 19:28; Khải 7:4-8; 21:12). 'Tản lạc khắp nơi' là cách dịch cụm từ Hy Lạp *diaspora*. Từ này là thuật ngữ chỉ cộng đồng Do Thái sống tản lạc giữa các quốc gia bên ngoài xứ Pa-lét-tin (xem 2 Ma-ca-bê 1:27; Giăng 7:35). Không rõ thuật ngữ này có phải vẫn ám chỉ cụ thể người Do Thái hay không, và chữ *diaspora* phải được hiểu theo nghĩa đen hay nghĩa bóng. Chắc chắn thư 1 Phi-e-rơ, thư tín hướng đến dân ngoại, đã sử dụng chữ *diaspora* theo nghĩa thứ hai: Cơ Đốc nhân là những người sống như 'người bị lưu đày' ra khỏi quê hương thật của họ trên trời (1:1). Tuy nhiên, niên đại sớm, rồi bầu không khí Do Thái và những chi tiết về địa vị của Gia-cơ, ủng hộ cách hiểu theo nghĩa đen hơn. Theo quan điểm của ông, chính những người Do Thái này đã thừa nhận Chúa Giê-xu là Mê-si-a của họ, Đấng đã tạo thành 'Y-sơ-ra-ên' trong thời của Ngài.

Gia-cơ chắc hẳn đã viết thư của ông theo thể loại "thư tản lạc" nổi tiếng của người Do Thái: ông viết như một nhà lãnh đạo đáng tôn trọng từ Giê-ru-sa-lem gửi cho dân Y-sơ-ra-ên đang sống bên ngoài Xứ Thánh. Có thể Gia-cơ đang tập trung vào cộng đồng tản lạc nói chung. Nhưng rất có thể đối tượng ông hướng đến không rộng như vậy. Chúng ta có thể liên tưởng người nhận thư Gia-cơ với lời đề cập trong Công Vụ 11:19, là câu nói đến những người đã bị 'tản lạc' (*diaspeirō*, động từ được dùng ở đây cùng gốc với chữ *diaspora*) vì bị bắt bớ và đang rao giảng Phúc Âm cho người Do Thái 'ở xa như là Phê-ni-xi, đảo Síp và An-ti-ốt.' Những người này cũng có thể là tín hữu trước kia của Gia-cơ mà bây giờ ông đề cập trong thư tín mục vụ. Lời chào thăm của Gia-cơ như vậy là rất ngắn gọn: chúc anh em an vui (*chairein*). Đây là lời chào tiêu biểu trong thư tín mục vụ tiếng Hy Lạp (so sánh Công 23:26) và phản ánh sự quen thuộc của Gia-cơ với phong cách Hy Lạp. Ngoài Công Vụ 23:26, lời chào đặc biệt này chỉ xuất hiện ở Tân Ước trong thư của Gia-cơ, nói lên quyết định của Giáo Hội nghị Giê-ru-sa-lem (Công 15:23) – một sự tương đồng nhằm xác nhận quyền tác giả chung.

2. Thử Thách và Trưởng Thành Cơ Đốc (1:2–18)

Thật khó nhìn thấy các ý tưởng trong thư tín của Gia-cơ được triển khai cách rõ ràng và có hệ thống. Ông thích chuyển từ đề tài này sang đề tài khác, đôi khi kết nối chúng cách lỏng lẻo theo chủ đề, có khi dùng cách chơi chữ để chuyển tiếp. Có hai cách chơi chữ trong 1:2–18. 'Chúc anh em an vui' (*chairein*) trong 1:1 được tiếp tục với từ 'vui mừng' (*chara*) trong 1:2, và động từ 'thiếu sót' (*leipō*) liên kết 1:4 với 1:5. Mối liên hệ giữa các động từ khác chỉ ra tính liên tục của chủ đề. Những từ như 'sự thử thách' (*peirasmos*), 'thử nghiệm', 'sự thử nghiệm' (cả hai sử dụng gốc *dokim-*) và 'sự kiên trì' (*hypomonē*; *hypomenō*) nối 1:12–16 với 1:2–4; thuật ngữ 'trưởng thành', 'hoàn hảo' (*teleios*), xuất hiện ở cả 1:4 và 1:17; và chủ đề về sự ban cho của Đức Chúa Trời xuất hiện ở cả 1:5 và 1:17. Không có chủ đề cụ thể nào nổi bật trong phần này, nhưng có hai đề tài quan trọng liên kết các câu này lại với nhau. Đầu tiên, Gia-cơ khuyến khích sự kiên trì giữa thử thách. Ông nói đến vấn đề này ở đầu phân đoạn (1:2–4) và nhắc lại trong câu 12. Nhiều tài liệu cho thấy các câu 1:2–18 có thể ít nhiều được liên kết trực tiếp với chủ đề này. Thứ hai, và có lẽ cơ bản hơn, là đề tài về sự trọn vẹn, hoặc toàn vẹn thuộc linh. Kết quả cuối cùng của sự kiên trì trong thử thách là các tín hữu được 'trưởng thành và hoàn hảo, không thiếu sót điều gì' (1:4). Ngược với Cơ Đốc nhân hoàn hảo và kiên định là người nghi ngờ, 'phân tâm', mà những lời cầu xin sự khôn ngoan của người ấy sẽ không được nhậm (1:5–8). Tại đây Gia-cơ thúc giục độc giả nên có một thái độ đối với Đức Chúa Trời mà ông cho là rất quan trọng trong đời sống Cơ Đốc: đó là sự cam kết hoàn toàn và kiên định với Đức Chúa Trời trong Đấng Christ. Đây là đề tài rộng đến nỗi có thể liên quan đến các vấn đề khác mà Gia-cơ nêu lên trong các câu 1:2–18.

Bằng cách nhận biết tình trạng của mình trước mặt Đức Chúa Trời, các Cơ Đốc nhân giàu và nghèo sẽ giữ gìn sự liêm chính của họ trước mặt Chúa (1:9–11). Chịu đựng các loại thử thách khác nhau (1:12) là điều cần thiết hiển nhiên để duy trì sự trọn vẹn thuộc linh. Chỉ có thể thành công vượt qua thử thách khi ghi nhớ rằng Đức Chúa Trời, theo một ý nghĩa nào đó là nguồn của những thử thách này, không bao giờ muốn chúng ta thất bại (1:13–15). Ngược lại, Gia-cơ kết luận: Đức Chúa Trời là nguồn của mọi tặng phẩm tốt lành mà chúng ta tận hưởng – bao gồm sự tái sinh khiến chúng ta trở thành trái đầu mùa trong kế hoạch của Đức Chúa Trời để mang lại 'sự toàn hảo'"cho tất cả tạo vật (1:16–18).

A. Để thử thách hoàn thành mục đích của chúng (1:2–4)

Ngữ cảnh

Sau phần mở đầu ở dạng thư tín, hầu hết các tác giả thư tín Tân Ước đều bày tỏ sự cảm kích đối với độc giả của họ dưới hình thức lời cảm tạ hoặc dâng lời ngợi khen Đức Chúa Trời vì sự ban cho dư dật về thuộc linh (ví dụ Côl 1:3–14; 1 Phi 1:3–9). Thế nhưng Gia-cơ lại lập tức khuyên độc giả của ông phải chịu đựng thử thách. Sự nổi bật của chủ đề này cho thấy thời kỳ khó khăn các tín đồ đang đối diện là lý do chính khiến ông viết thư cho họ. Lời Gia-cơ khuyên phải chịu đựng thử thách có hình thức rất giống với hình thức cũng được Phao lô (Rô 5:2–4) và Phi-e-rơ (1 Phi 1:5–7) sử dụng. Những khó khăn chắc chắn gây đau đớn cho các tín hữu nhằm giúp cho cam kết của họ với Đức Chúa Trời trong Đấng Christ thêm sâu sắc. Nhưng mục đích này chỉ có thể đạt được khi họ có phản ứng đúng đắn trước các nan đề. Là người Do Thái thuộc thế kỷ đầu tiên, Gia-cơ quen thuộc với những đau khổ không đáng phải chịu. Đó là những sự bắt bớ mà người Do Thái phải chịu đựng trong suốt hai thế kỷ trước và đã trở thành vấn đề trọng tâm. "Tại sao Đức Chúa Trời để cho người công chính chịu khổ?" thật sự là một trong những câu hỏi khó hiểu và gay go nhất mà dân sự Chúa có thể đặt ra. Gia-cơ không đưa ra câu trả lời đầy đủ. Nhưng điều ông ngụ ý là ông tin chắc rằng sự chịu khổ của tín hữu luôn luôn ở dưới quyền kiểm soát quan phòng của một Đức Chúa Trời chỉ muốn điều tốt nhất cho con dân Ngài.

Giải nghĩa

2. Gia-cơ mở đầu phần thân của thư tín với hai đặc điểm rất tiêu biểu. Thứ nhất, ông gọi độc giả của mình là *anh em của tôi*. Từ ngữ Hy Lạp được dùng ở đây (*adelphoi*, đôi khi được dịch là 'anh em') gọi tất cả các độc giả tín hữu, cả nam lẫn nữ, là anh chị em trong gia đình của Đức Chúa Trời. Gia-cơ gọi độc giả của mình mười bốn lần (ba lần gọi là 'anh em yêu dấu của tôi') theo cách này, thường để giới thiệu một phần mới. Cách gọi trìu mến này tạo nên giọng văn mục vụ mạnh mẽ cho nhiều lời khuyên bảo trong thư. Và, thứ hai, ông đưa ra một mệnh lệnh: *hãy xem sự thử thách như là điều vui mừng trọn vẹn*. Chữ 'trọn vẹn', dịch từ tiếng Hy Lạp (*pas*, đôi khi được dịch là "hoàn toàn"), có thể nhấn mạnh đến phẩm chất không bị pha trộn của niềm vui – 'hãy xem đó *chỉ là* điều vui mừng' hay '*không gì khác ngoài sự vui mừng*' – nhưng có lẽ nhấn mạnh chất lượng của niềm vui (bản NLT: 'sự vui mừng lớn'). Điều đáng chú ý ở mệnh lệnh này là mệnh lệnh áp được dụng cho tình huống mà vui mừng là phản ứng trái với tự nhiên nhất: *sự thử thách trăm chiều xảy đến cho anh em*. Từ ngữ được dịch là 'thử thách', *peirasmos*, có hai ý nghĩa cơ bản trong Tân Ước. Từ này có thể ám chỉ sự cám dỗ phạm tội từ nội tâm, như trong 1 Ti-mô-thê 6:9: "Còn những ai ham giàu có thì rơi vào sự cám dỗ, mắc vào cạm bẫy, sa vào những tham muốn dại dột và nguy hại, là những điều nhận chìm con người trong sự hủy diệt và hư mất". Những lần khác từ này ám chỉ những hoạn nạn bên ngoài, đặc biệt là sự bắt bớ (so với 1 Phi 4:12). Trong nhiều câu khác, từ này có thể bao hàm cả hai ý nghĩa (ví dụ như Mat 26:41 và các câu tương tự).

Trong câu này, việc sử dụng chữ *xảy đến* (nghĩa đen 'rơi vào') và việc thay thế từ *peirasmos* bằng từ 'thử thách' trong câu 3 ủng hộ mạnh mẽ nghĩa thứ hai. Những thử thách mà Gia-cơ nhắc đến có lẽ trước hết ám chỉ tất cả những thách thức đến từ việc xưng nhận đức tin trong Đấng Christ: sự thù địch từ 'thế gian' (xem 1:27; 4:4), và bị kéo đến trước tòa án, có lẽ là những lời vu cáo (2:6; xem 5:6). Đặc biệt xem 5:10–11, là đoạn kết của thư cũng nói đến mối quan tâm về sự chịu khổ được đề cập ở đây:

"Thưa anh chị em, hãy noi gương chịu khổ và kiên nhẫn của các nhà tiên tri, là những người đã nhân danh Chúa mà phát ngôn. Nầy, chúng ta gọi những người kiên định là có phước. Anh em đã nghe nói về sự kiên định của Gióp, và thấy được mục đích của Chúa; vì Chúa đầy lòng xót thương và nhân từ". Tuy nhiên, bằng cách nhấn mạnh rằng ông đang viết về sự thử thách *trăm chiều*, Gia-cơ cho biết ông cũng đang đề cập đến những khó khăn mọi người thường gặp được cho là hậu quả của tội lỗi, chẳng hạn như bệnh tật (5:14) và những thất bại tài chính (so sánh 1:9). Cho dù thử thách là gì đi nữa, tín hữu cũng phải xem chúng như là điều vui mừng.

3. Lý do các tín hữu phải vui mừng khi đối diện những thử thách khác nhau là vì thử thách là phương tiện *thử nghiệm*, qua đó Đức

Chúa Trời hành động để hoàn thiện đức tin. Từ ngữ *dokimion*, được dịch là 'thử nghiệm,' là từ hiếm, chỉ có trong Tân Ước ở 1 Phi-e-rơ 1:7, bản Bảy Mươi trong Thi Thiên 11:7 (Thi 12:6) [tiếng Anh] và Châm Ngôn 27:21. Trong 1 Phi-e-rơ từ ngữ này xuất hiện nhằm nói lên kết quả của quá trình thử nghiệm: 'chứng minh tính chân thật của đức tin anh em'.

Tuy nhiên, cả hai lần xuất hiện trong bản Bảy Mươi, từ ngữ này đều đề cập đến *quá trình* bạc hoặc vàng được tinh luyện qua lửa. Đây có lẽ là ý Gia-cơ muốn nói: chịu khổ là phương tiện mà nhờ đó đức tin có thể được thanh tẩy hết cặn bã và do đó được vững mạnh sau khi đã thử luyện trong lửa nghịch cảnh. Vậy nên, điều Gia-cơ muốn nói không phải là thử thách xác định một người có đức tin hay không mà là thử thách làm vững mạnh đức tin hiện có.

Sự kiên nhẫn (*hypomonē*) là kết quả được mong đợi từ quá trình thử nghiệm này. Từ ngữ này xuất hiện thường xuyên trong Tân Ước để chỉ ra phẩm chất Cơ Đốc nhân cần phải có khi đối mặt với nghịch cảnh, cám dỗ và bắt bớ (ví dụ: Lu 8:15; 2 Tê 1:4; Khải 2:2; 13:10). 'Sự kiên định' (ESV), 'sự chịu đựng' (NLT), 'sự dẻo dai' (Ropes) và 'chịu đựng anh dũng' (Dibelius) là những cách dịch diễn tả ý nghĩa của từ này. N.T. Wright phân biệt cách hữu ích giữa sự 'nhịn nhục' (*makrothymia*), mà Cơ Đốc nhân phải thực hành đối với *con người*, và *hypomonē*, là cách họ phải đáp ứng trước nan đề: "[chịu đựng] là những gì đức tin, sự trông cậy và tình yêu thương đem đến trong tình huống rõ ràng tuyệt vọng, [nhịn nhục] là điều Cơ Đốc nhân thể hiện đối với người rõ ràng không thể chịu đựng nổi."[1] Chữ *hypomonē* này không phải là sự thuận phục, nhu mì, và thụ động trước hoàn cảnh, nhưng là một đáp ứng mạnh mẽ, tích cực, và đầy thách thức, trong đó những thực tại thỏa lòng của Cơ Đốc giáo được chứng minh bằng hành động.

Vậy thì, tín hữu được yêu cầu đáp lại sự thử thách bằng niềm vui, bởi vì họ biết rằng họ đang hành động để có được một đức tin mạnh mẽ, sâu sắc, và chắc chắn hơn. Chuỗi ý tưởng và thuật ngữ rất giống hai phân đoạn Tân Ước khác là Rô-ma 5:3–4 và 1 Phi-e-rơ 1:6–7. Trong Rô-ma, Phao-lô nhắc nhở người La Mã rằng gian khổ (*thlipsis*) sinh ra kiên nhẫn (*hypomonēn katergazetai*) và kiên nhẫn sinh ra nghị lực (*dokimēn*). Phi-e-rơ cho biết gian khổ là để thử nghiệm 'sự

---

1. Wright, *Colossians and Philemon*, tr. 60.

chân thật [*dokimion*] của đức tin anh em'. Một số học giả tin chắc rằng sự vay mượn trực tiếp là lời giải thích duy nhất cho sự tương đồng này trong tư tưởng và ngôn ngữ. Nhưng việc dùng những từ này để diễn tả quá trình và kết quả của sự thử nghiệm đức tin qua thử thách là điều tự nhiên, và đã có một số tiền lệ trong Cựu Ước như chúng ta đã thấy (so sánh Truyền 2:1-6). Có thể cả ba tác giả đã sử dụng ngôn ngữ từ một truyền thống Do Thái và Cơ Đốc giáo phổ biến ban đầu.

4. Trong các bản văn được đề cập trước đó (Rô 5:3–4; 1 Phi 1:6–7), Phao-lô và Phi-e-rơ ngụ ý một tiến trình gần như 'tự động' mà qua đó thử thách dẫn đến hy vọng và sự an ninh. Đặc trưng trong Gia-cơ là những mệnh lệnh xen vào 'tiến trình'. Các tín hữu phải *để sự kiên nhẫn hoàn tất việc của nó* (BDM 2002). Bản NIV, cũng như hầu hết các bản Anh ngữ khác, xem *việc làm* là đỉnh điểm của sự kiên nhẫn bằng cách sử dụng đại từ sở hữu *của nó*. Đây có lẽ là lời giải thích chính xác điều Gia-cơ muốn nói ở đây. Ông khẳng định rằng các tín hữu trung tín chịu đựng thử thách sẽ thấy sự kiên nhẫn đạt được mục tiêu đã định: đó là đạt tới hiệu quả như mong đợi trong đời sống của tín hữu. Hiệu quả như mong đợi là gì? Mệnh đề cuối cùng trong câu này cho chúng ta biết: tín hữu sẽ được *trưởng thành và hoàn hảo, không thiếu sót điều gì. Trưởng thành và hoàn hảo* là tình trạng có được từ đáp ứng chân thật của Cơ Đốc nhân đối với những thử thách. Từ ngữ *hoàn tất và trưởng thành* trong câu này được dịch từ cùng một từ Hy Lạp là *teleios*, là ví dụ về cách Gia-cơ thích sử dụng các từ nối để thể hiện dòng lập luận của ông. Từ Hy Lạp này liên kết hai phần của câu: việc của sự kiên nhẫn được 'hoàn tất' (*teleion*) khiến các Cơ Đốc nhân 'trưởng thành' (*teleioi*). Cũng giống nhiều bản dịch Anh ngữ khác, bản NIV dịch chữ *teleios* ở đây là 'trưởng thành' (ví dụ NRSV; HCSB; CEB). Từ này chắc chắn mang ý nghĩa này: ví dụ như Nô-ê được gọi là một người *teleios* hơn hết (Sáng 6:9; Huấn Ca 44:17). Hầu hết các học giả nghĩ rằng Đức Chúa Giê-xu sử dụng từ ngữ theo ý nghĩa này khi Ngài kêu gọi các môn đồ trở nên *teleios* (Mat 5:48). Nhưng từ ngữ này cũng có thể có nghĩa mạnh hơn là 'hoàn hảo' (ví dụ: NASB; ESV). Gia-cơ cũng dùng từ này trong ba lần khác khi đề cập đến tặng phẩm của Đức Chúa Trời (1:17), đến 'luật đem lại sự tự do' (1:25) và đến những người 'không vấp phạm trong lời nói' (3:2). (Gia-cơ sử dụng động từ cùng gốc ở 2:22, 'nhờ hành động mà đức tin trở nên trọn vẹn'; xem Gia-cơ 2:8 và 5:11, là hai câu sử dụng các từ ngữ liên quan đến từ này). Bản NIV dịch là 'hoàn hảo' trong ba câu khác, và 'hoàn hảo' có lẽ là cách dịch đúng hơn ở đây.[2] Mục tiêu cuối cùng của những thử thách mà các tín hữu phải đáp ứng với sự kiên cường và lòng tin chắc nơi Chúa, không chỉ là sự trưởng thành mà còn là sự hoàn hảo. Tất nhiên mục tiêu này không phải là điều chúng ta sẽ đạt được trong đời này: đó là một tặng phẩm tối hậu thuộc đời sau – mục tiêu mà Cơ Đốc nhân không ngừng phấn đấu với tất cả năng lực của họ, nhưng thật sự sẽ không thể đạt được cho đến khi thời kỳ cứu rỗi mới đạt đến đỉnh điểm. Chỉ khi đó các Cơ Đốc nhân mới *không thiếu sót điều gì* trong bộ áo giáp mỹ đức của họ. Ở đây, Gia-cơ giới thiệu mối quan tâm chính sẽ nổi lên xuyên suốt thư tín: sự hoàn hảo, hay sự toàn thiện. Và như thường lệ, ở đây Gia-cơ có thể phản ánh sự giảng dạy của Đức Chúa Giê-xu, Đấng duy nhất kêu gọi các môn đồ 'phải nên toàn thiện như Cha các con ở trên trời là toàn thiện' (Mat 5:48).

Thần học

Đức Chúa Giê-xu báo cho những người theo Ngài biết rằng họ sẽ gặp 'hoạn nạn' (Giăng 16:33). Tương tự Phao-lô cũng cho những người cải đạo biết rằng họ sẽ "phải trải qua nhiều nỗi gian lao mới vào được vương quốc Đức Chúa Trời" (Công 14:22). Đây là điều luôn xảy ra với những người đi theo Đấng Christ. Thử thách có thể tương đối dễ dàng (như sự thay đổi vị trí xã hội, sự nhạo báng bằng lời nói) hoặc rất khó khăn như bệnh nặng, thậm chí sự chết) – và hội thánh hiện tại trên thế giới đang trải qua tất cả các loại thử thách này. Chúng ta không thể tránh được thử thách; nhưng chúng ta có thể quyết định đối phó với chúng bằng lòng tin chắc vào sự quan phòng của Đức Chúa Trời và quyết tâm tôn vinh Đức Chúa Trời giữa những thử thách (một chủ đề lớn của thư 1 Phi-e-rơ). Gia-cơ khuyến khích sự kiên nhẫn như vậy bằng cách nhắc nhở chúng ta về sự hoàn hảo trong nhân cách Cơ Đốc, là mục tiêu của Đức Chúa Trời cho chúng ta trong thử thách.

B. Sự khôn ngoan, cầu nguyện và đức tin (1:5–8)

Ngữ cảnh

Sau khi khuyến khích độc giả đón nhận những thử thách họ sẽ gặp để thúc đẩy sự tăng trưởng thuộc linh (1:2–4), Gia-cơ khuyên họ lấy

---

2. Allison, tr. 160.

đức tin trọn vẹn để cầu xin sự khôn ngoan mà Đức Chúa Trời nhân
từ rất muốn ban cho những người cầu xin (1:5–8). Như thường lệ,
Gia-cơ sử dụng một liên từ để nối hai phân đoạn ngắn. Các tín hữu
phải được hướng đến mục tiêu là sự hoàn hảo, không 'thiếu sót' điều
gì (1:4b). Nhưng nếu họ 'thiếu' sự khôn ngoan, họ nên cầu xin sự
khôn ngoan (1:5a). Sự rõ ràng về trình tự nội dung chưa được thể
hiện ngay tại đây. Gia-cơ hỗ trợ chúng ta một chút bằng cách sử dụng
liên từ Hy Lạp *de* mang tính mập mờ ('nhưng' hoặc 'và') để giới thiệu
câu 5. Các nguồn tài liệu về sự khôn ngoan của người Do Thái có thể
giúp chúng ta. Nguồn tài liệu này đôi khi kết hợp một số chủ đề Gia-
cơ trình bày trong các câu 2-8. Một số phân đoạn này liên kết sự khôn
ngoan với sự hoàn hảo; ví dụ, xem sách Sự khôn ngoan của Sa-lô-
môn 9:6 "Quả thế, con người ta dẫu hoàn toàn đi nữa mà chẳng có sự
Khôn Ngoan của Ngài, thì anh cũng sẽ bị kể bằng không không vậy".
Xem thêm Châm Ngôn 8:35 "Vì ai tìm được ta [sự khôn ngoan] là tìm
được sự sống, và hưởng được ân huệ của Đức Giê-hô-va" (ví dụ xem
thêm Huấn Ca 4:17).[3] Nhiều bản văn khác cho thấy sự khôn ngoan
là phẩm chất cần thiết nếu cần Đức Chúa Trời sắp phải chịu đựng
thử thách với lòng dũng cảm và sự tin kính (xem Calvin; Davids). Và
một vài phân đoạn còn kết hợp các chủ đề về sự thử nghiệm, sự khôn
ngoan và sự toàn hảo thuộc linh với nhau. Sách Sự khôn ngoan của
Sa-lô-môn 10:5 nói rằng chính sự khôn ngoan đã giữ gìn Áp-ra-ham
'toàn vẹn trước mặt Đức Chúa Trời' khi Ngài thử nghiệm ông bằng
cách yêu cầu ông dâng con trai là Y-sác làm của lễ. Gia-cơ thường
xuyên ám chỉ đến những tác phẩm nói về sự khôn ngoan theo truyền
thống của người Do Thái, vì thế có lý do hợp lý để cho rằng dòng tư
tưởng của ông ở đây có thể phản ảnh những tác phẩm này.[4] Sự hoàn
hảo thuộc linh là mục tiêu của thử thách (1:2–4) sẽ chỉ đạt được khi
có sự khôn ngoan thiên thượng. Và sự khôn ngoan có thể có được
nhờ lời cầu xin - kiên trì, sự cầu xin chân thành và không sai lạc
(1:6–8).

Giải nghĩa

5. Một trong những đặc tính quan trọng nhất mà Cơ Đốc nhân có thể
thiếu là *sự khôn ngoan. Sự khôn ngoan (sophia)* đóng vai trò trọng
tâm trong sách Châm Ngôn của Cựu Ước, và trong nhiều sách ở thời

3. Xem phần thảo luận trong Martin, tr. 17–18.
4. Xem Davids, tr. 55; Martin, tr. 17–18; Johnson, tr. 179; Hartin, *James*, tr. 86.

kỳ giữa hai giao ước như là The Sự khôn ngoan của Sa-lô-môn và Huấn Ca.[5] Với phong cách khích lệ, ngắn gọn và nhấn mạnh thực tiễn, các sách này có ảnh hưởng quan trọng trên cả phong cách và nội dung của thơ Gia-cơ. Trong truyền thống có trong các tác phẩm này, sự khôn ngoan trên hết là một phẩm chất được định hướng cách thực tế nhằm đưa ra phương hướng cho đời sống của người tin kính. 'Sự hiểu thấu' ý muốn của Đức Chúa Trời và cách thức áp dụng vào đời sống đều có được nhờ sự khôn ngoan (xem Châm 2:10–19; 3:13–14; 9:1–6, và phần về "Sự khôn ngoan" trong phần Giới thiệu, tr. 70).

Khi hứa với các độc giả rằng Đức Chúa Trời sẽ ban sự khôn ngoan cho những người cầu xin, Gia-cơ phản ánh sự dạy dỗ của Cựu Ước (Châm 2:6a, 'CHÚA ban sự khôn ngoan'). Có lẽ ông cũng nghĩ đến lời hứa của Chúa Giê-xu: 'Hãy xin sẽ được' (Mat 7:7a). Và giống như Chúa Giê-xu, Gia-cơ đặt lòng tin cậy vào sự đáp lời của Đức Chúa Trời dựa trên bản tính của Ngài. Gia-cơ nhắc nhở chúng ta rằng Đức Chúa Trời ban cho *một cách rộng rãi, không lời phiền trách*. Từ ngữ được dịch là *một cách rộng rãi* (*haplōs*) chỉ xuất hiện ở đây trong Tân Ước. Từ ngữ này bắt nguồn từ gốc mang ý nghĩa cơ bản là 'duy nhất', 'đơn giản', một ý nghĩa được giữ lại trong cách Phao-lô dùng danh từ *haplotēs* trong Ê-phê-sô 6:5 (so sánh Côl 3:22): "Hỡi những người nô lệ... hãy hết lòng vâng phục" (NRSV). Khi được dùng để nói đến sự ban cho, ý niệm 'duy nhất' gợi lên khái niệm về sự rộng rãi (xem 2 Cô 8:2; 9:11, 13). Ý nghĩa này được hầu hết các bản dịch của Gia-cơ 1:5 chấp nhận, và được nhiều nhà giải kinh ủng hộ (đặc biệt xem phần thảo luận đầy đủ trong Hort). Tuy nhiên, khái niệm 'duy nhất' nói đến ý định trọn vẹn, không lay chuyển của Đức Chúa Trời có thể gần hơn với ý nghĩa của Gia-cơ.[6] Tính từ liên hệ, *haplous*, có thể có ngụ ý này trong Lu-ca 11:34 (xem Mat 6:22),[7] và chúng ta thấy rằng Gia-cơ hoàn toàn quen thuộc với sự giảng dạy của Chúa Giê-xu. Bản Bảy Mươi cũng có khuynh hướng dùng theo ý nghĩa này. Châm Ngôn 10:9 là một ví dụ hay: "Người sống ngay thẳng [*haplōs*] sẽ được an toàn, còn kẻ theo đường lối quanh co sẽ bị vạch trần." Bởi vì cách

---

5. Cũng xem Kidner, *Wisdom*.

6. McKnight, tr. 88, dùng từ 'đơn giản' từ ý nghĩa căn bản này; cũng xem Martin, tr. 18; Varner, 'without hesitation'.

7. Ý nghĩa của *haplous* trong 6:22 / Lu-ca 11:34 vẫn còn là vấn đề tranh cãi. Về ý nghĩa của 'kiên định', 'tinh sạch', xem O. Bauernfeind, μακροθυμία' etc., *TDNT* I, tr. 386; Marshall, *Lu-ca*, tr. 489.

Gia-cơ nhắc lại vài chủ đề trong sách, nên The Sự khôn ngoan của Sa-lô-môn 1:1–2, cũng khá quan trọng: "Hãy yêu chuộng đức công chính, hỡi những người cai trị trần gian, hãy suy tưởng ngay lành về Chúa và thành tâm kiếm tìm Ngài. Ai không thách thức Ngài, thì được Ngài cho gặp. Ai tin tưởng vào Ngài, sẽ được Ngài tỏ mình cho thấy."[8] Hơn nữa, ý nghĩa 'duy nhất', 'không e dè', rất thích hợp với phần theo sau *không lời phiền trách* và đưa ra một sự tương phản rõ ràng, và có lẽ có chủ ý, với hình ảnh một người *phân tâm* trong câu 7-8. Vậy thì, mục đích của Gia-cơ là làm nổi bật ý cởi mở, không tính toán, không lay chuyển của Đức Chúa Trời khi ban sự khôn ngoan cho những người cầu xin Ngài.

Đức Chúa Trời không chỉ hết lòng ban cho; mà Ngài cũng ban cho, không một lời phiền trách. Theo Huấn Ca, "quà biếu của kẻ khờ dại sẽ chẳng ích lợi gì cho bạn, vì nó biếu một mà trông được mười, nó cho thì ít, mà trách mắng [*oneidizei*] thì nhiều..." (20:14–15a). Ngược lại, Đức Chúa Trời ban cho mà chỉ 'trông một' ('chỉ có một', 'đơn giản') và *không lời phiền trách* (*mē oneidizontos*) – Ngài không quở trách chúng ta vì những thất bại trong quá khứ hoặc liên tục nhắc nhở chúng ta về giá trị của những tặng phẩm Ngài ban cho. Cũng như sự dạy dỗ có liên quan của Chúa Giê-xu (Mat 7:7–11), câu này khích lệ chúng ta dạn dĩ đến gần để cầu xin với Đức Chúa Trời nhân từ không thay đổi.

6. Gia-cơ chuyển từ cách Đức Chúa Trời ban sang cách chúng ta phải cầu xin. Không rõ Gia-cơ có đang nghĩ cụ thể về lời cầu xin sự khôn ngoan trong các câu 6-8 hay ông đang muốn liên hệ đến đề tài cụ thể về cầu xin sự khôn ngoan vào sự giảng dạy chung về tầm quan trọng của *đức tin* trong sự cầu nguyện. Dù không chỉ giới hạn cho một số người được chọn (Ngài ban cho tất cả, 1:5), nhưng việc Chúa đáp lời bị giới hạn bởi cách chúng ta cầu xin. Gia-cơ nói không phải bất cứ lời cầu xin nào, dù ích kỷ và ngu dại, cũng đều được Đức Chúa Trời nhậm (xem 4:1–3), nhưng chỉ lời cầu xin bởi đức tin và không nghi ngờ. Sự kết hợp tương tự những từ ngữ này cũng xuất hiện trong sự dạy dỗ của Chúa Giê-xu về sự cầu nguyện để đáp lại sự kinh ngạc của các môn đồ khi cây vả bị héc trước mắt họ bởi mạng lệnh của Chúa:

---

8. Cũng xem 2 Sa 15:11; 1 Sử 29:17; Gióp 21:23; 22:3; Châm 11:25; 1 Ma-ca-bê 2:37; 2:6; 2 Ma-ca-bê 6:6; Sự Khôn Ngoan của Sa-lô-môn 16:27. Từ Hê-bơ-rơ trong tất cả những phần này, và một trong những phần Kinh Thánh này có từ gốc tiếng Hê-bơ-rơ gốc là *tam*: 'trọn vẹn, hoàn tất, nguyên vẹn'.

'Thật, Ta bảo các con, nếu các con có đức tin và chẳng hề nghi ngờ thì không những các con làm được điều Ta đã làm cho cây vả, mà ngay cả việc bảo hòn núi nầy rằng: "Hãy nhấc mình lên và lao xuống biển" thì điều đó cũng sẽ xảy ra. Trong khi cầu nguyện, bất cứ điều gì các con lấy đức tin mà cầu xin đều sẽ nhận được cả (Mat 21:21–22). Các từ ngữ chính, *tin*, hoặc *có đức tin*, và *nghi ngờ*, có ý nghĩa tương tự trong hai phân đoạn này. *Đức tin* không chỉ là tin rằng Chúa sẽ ban cho điều chúng ta cầu xin; nó cũng bao gồm lòng tin cậy chắc chắn, không lay chuyển vào Đức Chúa Trời. *Nghi ngờ* được dịch từ chữ (*diakrinō*) có nghĩa căn bản là 'phân biệt'. Từ nghĩa gốc này, từ được mở rộng bao hàm cả ý 'suy xét' (1 Cô 14:29) và 'chỉ trích' (Công 11:2), và vì vậy, theo thể trung tính, có nghĩa là 'tranh cãi với chính mình', 'lay động', 'nghi ngờ'. Gia-cơ cũng dùng từ này ở 2:4 để mô tả 'sự phân biệt' hoặc 'sự phân hóa' có thể gây ra trong hội thánh bởi việc chú ý thái quá đến người giàu. Từ ngữ nầy không hàm ý nhiều về sự nghi ngờ trong trí tạo ra xung đột cơ bản về lòng trung thành – ví dụ giữa Đức Chúa Trời và 'Tiền bạc' (Mat 6:24) hoặc Đức Chúa Trời và 'thế gian' (Gia 4:4).

Chữ *Vì* (*gar*) trong phần thứ hai của câu nầy giới thiệu lý lẽ của các câu 6b–8 nói chung. Qua ví dụ tiêu cực, những câu này đưa ra lý do tại sao chúng ta phải cầu xin bởi đức tin: người thiếu đức tin, hay "người phân tâm", thì không nhận được gì từ Chúa. Phần cuối câu 6 so sánh người này với sự chuyển động của biển. Hình ảnh không nói về con sóng xô vào bờ, mà là khối nước không ngừng chuyển động.[9] Giống như mặt biển, không hề ở yên từ giây phút này đến giây phút khác, nhưng thay đổi và di chuyển theo hướng cùng sức mạnh của gió, thì người phân tâm cũng không có niềm tin và phương hướng cố định. Không có 'cái neo cho linh hồn' (Hê 6:19), những người như vậy là mồi cho từng cơn gió giáo lý thay đổi và cơn bão của chống đối và bắt bớ, và lòng trung thành của họ với Đức Chúa Trời không ngừng bị đe dọa. Họ không có được lòng tin chắc vững vàng nơi Đức Chúa Trời, là lòng tin không bị ảnh hưởng bởi nghịch cảnh và những ý kiến khác nhau, để nhận được từ Chúa điều mình cầu xin.

---

9. Từ *klydōn* nghĩa thích hợp là 'dâng lên cuồn cuộn' hoặc 'sự dâng lên' hơn là 'sóng' (Hort, tr. 10–11). Sự chuyển động không ngừng, đôi khi dữ dội của biển là một hình ảnh phổ biến về sự thay đổi và không ổn định trong văn chương cổ. Xem Huấn Ca 33:2; Philo, *Về những người vĩ đại*, 51; *Về việc dâng của lễ của A-bên và Ca-in*, 90; *Về sự vĩnh cửu của thế giới*, 125.

7–8. Khó xác định dấu chấm câu đúng của hai câu này (phần lớn các bản chép tay Tân Ước lâu đời nhất của chúng ta đều không có dấu chấm câu). Hầu hết những bản dịch tiếng Anh đặt phần mô tả người 'phân tâm' trong câu 8 là phần giải thích thêm cho cụm từ 'người như thế' ở câu 7, như trong bản NIV: *Người như thế đừng tưởng mình sẽ nhận được điều gì từ nơi Chúa; ấy là một người phân tâm, không ổn định trong mọi đường lối của mình* (cũng xem bản ESV, NRSV). Nhưng bản RSV xem 'người phân tâm' là chủ ngữ của động từ 'nhận' trong câu 7: "Vì người đó đừng nghĩ rằng một người phân tâm, không ổn định trong mọi đường lối của mình, sẽ nhận được điều gì từ Chúa." Trong bản dịch NIV, 'người như thế' được xem là 'kẻ hay nghi ngờ' trong câu 6b và bị phê phán vì nghĩ rằng lời cầu nguyện của mình sẽ được nhậm. Tuy nhiên, nếu theo cách chấm câu của bản RSV, thì 'người như thế' được xem là 'người cầu xin' trong câu 6a, được nhắc nhở rằng người nghi ngờ sẽ không nhận được điều mình cầu xin. Có lẽ lựa chọn đầu tiên đúng hơn, vì việc xem 'người như thế' là lời ám chỉ có phần xúc phạm đến 'người nghi ngờ' vừa được giới thiệu là điều bình thường. Những người nghi ngờ và phân tâm không nên mong đợi Đức Chúa Trời sẽ đáp lời cầu xin của họ, vì họ không thành thật và không kiên định trong lòng trung thành đối với Đức Chúa Trời.

Từ ngữ *phân tâm* (*dipsychos*) có nghĩa đen là 'hai linh hồn', được cho là biểu thị các mức độ phân chia khác nhau trong con người. Từ ngữ được dùng lần đầu tiên ở đây trong văn học Hy Lạp, và một số người nghĩ rằng chính Gia-cơ có thể đã tạo ra từ này.[10] Tuy nhiên, cho dù từ này có mới mẻ, nhưng ý tưởng thì không mới. Cựu Ước mô tả tội nhân có 'lòng phân hai' (Thi 12:2; Ô-sê 10:2) và công bố phước lành trên những người 'trọn lòng' tìm kiếm Đức Chúa Trời (Thi 119:2). Các ra-bi nắm bắt tình trạng tội lỗi trong bản chất của con người bằng cách mô tả con người thường có hai khuynh hướng, tốt và xấu, tranh chiến trong tâm hồn. Và khi được thầy thông giáo hỏi điều răn lớn nhất là gì, Chúa Giê-xu đã trích dẫn Phục Truyền 6:5: "Ngươi phải hết lòng, hết linh hồn, hết tâm trí mà kính mến Chúa là Đức Chúa Trời ngươi" (Mat 22:37). Có sự phân chia chủ yếu trong thái độ căn bản của một người đối với Đức Chúa Trời; lúc tin thế này, lúc tin thế khác – là hoàn toàn trái ngược với đức tin mà Gia-cơ thúc giục chúng ta bày tỏ trong lời cầu nguyện (1:6a). Đức Chúa Trời chắc

---

10. Porter, *Dipsychos', tr. 469–498.

chắn không đáp lời cầu nguyện được thốt ra trong sự vô tín như vậy.

Thần học

Sự 'phân tâm' mà Gia-cơ phê phán ở đây đối lập hoàn toàn với 'sự trọn vẹn' hoặc 'sự hoàn hảo' (*teleios*), vốn là mục tiêu của nếp sống Cơ Đốc (1:4) và bản tánh 'toàn tâm', 'hết lòng' của Đức Chúa Trời (1:5). Tìm kiếm sự chuyên tâm và mục đích thanh sạch là chủ đề nổi bật trong các câu 2-8, và chúng xuất hiện xuyên suốt bức thư (đặc biệt xem 4:4–10, trong những câu này Gia-cơ dùng lại từ ngữ *dipsychos* [1:8]).

C. Nghèo và Giàu (1:9–11)

Ngữ cảnh

Gia-cơ bất ngờ chuyển từ vấn đề cầu nguyện sang sự phân biệt giữa người giàu và người nghèo. Một lần nữa, chúng ta thắc mắc Gia-cơ muốn chúng ta liên kết chủ đề mới này với các chủ đề khác trong ngữ cảnh này như thế nào. Gia-cơ không cung cấp chỉ dẫn rõ ràng về mối liên quan, cho nên mối quan hệ chỉ có thể được xác định qua việc phân tích ý nghĩa của những câu này trong ánh sáng của những câu xung quanh. Nhưng ý nghĩa của những câu này cũng được bàn cãi khá nhiều. Trọng tâm của đoạn văn là sự tương phản giữa 'các tín hữu ở chỗ thấp kém' và 'người giàu'. Gia-cơ khuyên cả hai nhóm hãy 'tự hào' hoặc 'khoe khoang': các Cơ Đốc nhân thấp kém khoe về 'vị trí cao trọng' của mình, và người giàu khoe về 'vị trí thấp kém' của mình.

Gia-cơ nói rõ rằng người thấp kém là các tín hữu; còn người giàu thì thế nào?[11] Giữa các nhà giải kinh hiện đại có khuynh hướng xem người giàu không phải là Cơ Đốc nhân.[12] Cho nên Gia-cơ nói cách mỉa mai khinh miệt trong câu 10, khi ông khuyên người giàu "tự hào" về điều duy nhất sẽ còn lại cho họ trong sự phán xét: đó là sự định tội,

---

11. Để đọc phần khảo sát về những chọn lựa phủ nhận những dữ kiện bối cảnh của qua điểm cho rằng ngữ cảnh của thư tín Gia-cơ là thế kỷ I, xem Baasland, 'Literarische Form', tr. 3673–3676.

12. Như trong Huther, tr. 44–46; Windisch, tr. 7; Dibelius, tr. 85–87; Davids, tr. 76–77; Laws, pp. 62–64; Martin, tr. 25–26; McKnight, tr. 99–100; Allison, tr. 204–206; Penner, *Epistles of James and Eschatology*, tr. 204–210. Davids (tr. 77) và Johnson (tr. 190–191) cho rằng Gia-cơ đang nói với những người giàu, là những Cơ Đốc nhân bề hình thức, nhưng lại phủ nhận thực trạng đó qua thực tế về điều mà ông đang nói về họ.

được mô tả trong các câu 10b–11. Mặt khác, đa số các sách giải kinh cũ hơn, cũng như một số sách giải kinh hiện đại, cho rằng người giàu là Cơ Đốc nhân.[13] Họ nghĩ rằng Gia-cơ đang khích lệ những tín hữu này đừng tự hào về sự giàu có của họ, nhưng về sự đồng hóa của họ với Đấng Christ – là điều 'thấp kém' trong mắt của thế gian. Thế thì, các câu 10b-11 đặt nền cho lời khuyên hãy tự hào trong sự thấp kém bằng cách nhắc nhở các tín hữu rằng sự giàu có và địa vị xã hội là tạm thời. Thật khó quyết định giữa hai quan điểm giải nghĩa rất khác nhau này, và chúng ta sẽ lưu ý bằng chứng đi theo cả hai hướng giải nghĩa trong phần tiếp theo. Tuy nhiên, chúng tôi tạm kết luận rằng người giàu trong các câu 10-11 là Cơ Đốc nhân. Vậy thì, làm thế nào lời khuyên của Gia-cơ cho hai loại tín hữu khác nhau phù hợp với ngữ cảnh này? Một số người cho rằng Gia-cơ không có ý triển khai ý tưởng theo lô-gích và cho rằng về cơ bản, các câu 9-11 bắt đầu một chủ đề riêng biệt. Các học giả khác nhận ra sự kết nối với chủ đề về sự thử thách, được giới thiệu trong câu 2 và lại được đề cập trong câu 12, đó là nghèo khổ có thể là thử thách nổi bật nhất và khó khăn nhất mà các độc giả của thư tín đang đối diện (Hort; Mußner; Davids; Allison). Một số khác cho rằng phần trình bày của Gia-cơ về người 'phân tâm' khiến ông nói đến một khía cạnh trong cuộc sống, là khía cạnh thường gây khó chịu nhất vì khiến chúng ta phân chia lòng trung thành đối với Đức Chúa Trời, đó là xung đột giữa Đức Chúa Trời và tiền bạc (Tasker). Mặc dù thừa nhận rằng một trong hai ý này có thể đã ảnh hưởng đến Gia-cơ trong việc sắp xếp các chủ đề, nhưng chúng ta phải lưu ý rằng Gia-cơ không nói rõ ý nào cả. Thế thì, có lẽ tốt hơn là không liên kết phần này quá chặt chẽ với một trong hai chủ đề này.

Giải nghĩa

9. Câu 9–11 trong bản văn Hy Lạp nói đến hai cá nhân tương phản. Mặc dù bản văn Hy Lạp sử dụng hình thức số ít xuyên suốt, nhưng hầu hết các bản dịch Anh ngữ hiện đại dùng hình thức số nhiều để tránh việc dùng hình thức giống đực ngôi thứ ba mà, trong tiếng Anh hiện đại, có khuynh hướng phân biệt người nam với người nữ (vd: xem bản NRSV; NLT; CEB). Do đó trong câu 9, bản NIV nói đến các tín

---

13. Như trong Mayor, tr. 45–46, 189; Ropes, tr. 145–146; Mofft, tr. 15; Hort, tr. 14; Knowling, tr. 13–14; Mitton, tr. 36–41; Adamson, tr. 76–77; Mußner, tr. 74; Hiebert, tr. 78; Frankemölle, tr. 241; Blomberg và Kamell, tr. 63–64.

hữu ở chỗ thấp kém. Ngôn ngữ này ngụ ý một Cơ Đốc nhân có vị trí thấp kém trên bậc thang kinh tế xã hội – là người tương đối nghèo và không có quyền lực. Cách giải nghĩa này được chấp nhận bởi vì từ ngữ Hy Lạp mà Gia-cơ sử dụng ở đây, chữ *tapeinos*, được dùng trong Cựu Ước với ý nghĩa này (so sánh Thi 10:18; 34:18; 102:17; Ê-sai 11:4; A-mốt 2:7). Quan trọng hơn là Gia-cơ đối chiếu người *tapeinos* 'thấp hèn' với người *plousios* 'giàu' (câu 10). Nếu Gia-cơ viết cho các Cơ Đốc nhân Do Thái ở Pa-lét-tin và Sy-ri, thì nhiều độc giả của ông, nếu không nói là hầu hết, đều là người nghèo. Chúng ta biết một nạn đói xảy ra vào khoảng thời gian này, và có thể là các Cơ Đốc nhân đã bị quần chúng khai trừ, sẽ chịu khổ rất nặng nề (Xem Công 11:28–29). Giữa những gian khổ như vậy, các Cơ Đốc nhân có vị trí được xem là thấp kém theo tiêu chuẩn thế gian phải tự hào về vị trí cao trọng của họ. Tự hào hay 'khoe' (ESV), trong ngữ cảnh này không có nghĩa là khoe khoang kiêu ngạo về tầm quan trọng của bản thân, nhưng là niềm tự hào vui mừng của người biết quý trọng những gì Đức Chúa Trời quý trọng. Từ ngữ được dịch là vị trí cao trọng (*hypsos*) được dùng ở chỗ khác trong Tân Ước để mô tả miền trên trời, nơi Đấng Christ đã lên (Êph 4:8) và từ đó Đức Thánh Linh giáng xuống (Lu 24:49). Bởi đức tin, các tín hữu bây giờ là công dân thuộc miền trên trời (Phil 3:20) và cũng chờ đợi Chúa Giê-xu đến từ thiên đàng, Đấng sẽ biến đổi 'thân thể thấp hèn' của chúng ta trở nên như 'thân thể vinh quang' của Ngài (Phil 3:21). Cho nên, chúng tôi muốn nói rằng vị trí cao trọng bao gồm sự tận hưởng trong hiện tại địa vị thuộc linh được tôn cao của tín hữu cũng như hy vọng về sự tham dự trong vương quốc đời đời vinh quang do Đấng Christ thiết lập. Sự kết hợp của địa vị hiện tại và cơ nghiệp tương lai mà Gia-cơ chỉ ra trong một câu hầu chính là lời chú thích về ý nghĩa của chữ *hypsos* (2:5): "Chẳng phải Đức Chúa Trời đã chọn lựa người nghèo trước mắt thế gian nầy để làm cho họ giàu trong đức tin, và thừa kế vương quốc mà Ngài đã hứa cho những người yêu mến Ngài sao?"

10. Cũng như người nghèo, người giàu phải nhìn xa hơn hoàn cảnh vật chất bên ngoài để thấy được hoàn cảnh và giá trị thuộc linh trường cửu của 'lãnh vực thiêng liêng' không thấy được. Sự tương phản trong chủ đề 'nghèo' và 'giàu' tiếp tục chủ đề chung trong Kinh Thánh. Chủ đề này được đặc biệt phát triển trong giai đoạn sau của Cựu Ước, khi người 'nghèo' (tiếng Hê-bơ-rơ *'ānî*) được cho là các thánh đồ khiêm nhường, chịu khổ, là những người nhờ cậy

Đức Chúa Trời giải cứu. Tương tự, người 'giàu' thường được liên kết chặt chẽ với những kẻ áp bức không tin kính, những người trông cậy vào của cải để được giải cứu. Đức Chúa Trời hứa tôn cao người nghèo, nhưng đoán xét người giàu. Sự trông cậy Ma-ri bày tỏ trong Bài Ca tiêu biểu cho truyền thống này: "Ngài đã truất ngôi những kẻ thống trị, và cất nhắc những người khiêm nhường lên. Ngài đã làm cho người đói được đầy thức ngon, và đuổi kẻ giàu về tay không" (Lu 1:52–53; cũng xem phần "Giàu và nghèo" trong phần Giới thiệu, tr. 71).

Với truyền thống này trong trí, nhiều nhà giải kinh nghĩ rằng *người giàu* trong câu 10 phải nói đến những người chưa tin Chúa. Họ chỉ ra thêm rằng chữ 'giàu' (*plousios*) không bao giờ được dùng để chỉ về một Cơ Đốc nhân trong thư Gia-cơ (ngoại trừ với ý nghĩa thuộc linh), rằng Gia-cơ 5:1–6 công bố sự đoán phạt trên người giàu nói chung, và 1:10b–11 xem 'sự thấp kém' của người giàu ngang với sự định tội trong sự đoán phạt cuối cùng. Những người theo quan điểm này thường cho rằng lời khuyên hãy tự hào ở vị trí thấp kém là lời mỉa mai: "người giàu đã qua thời vàng son của mình; tất cả những gì anh ta có thể mong đợi trong tương lai là sự thấp kém; đó là điều duy nhất còn lại để anh ta 'khoe khoang'".[14] Tuy nhiên, việc sử dụng lời mỉa mai không được biểu lộ rõ ràng, và dường như có phần không đúng chỗ. Một lời khuyên nghiêm túc phải tự hào thì thích hợp hơn nhiều; và trong trường hợp này, *người giàu* phải là các tín hữu. Cách hiểu này được hậu thuẫn về mặt cú pháp, vì từ ngữ chính chi phối cả hai câu là *adelphos* ('anh em', được dịch là 'các tín hữu' trong bản NIV). Điều này gợi ý rằng tính từ đơn *plousios* ('giàu') trong câu 10 phụ thuộc vào từ chìa khóa này,[15] giống như từ *tapeinos* ('thấp kém') trong câu 9.

Thay vì xem các câu 10b–11 là lời giải thích về sự thấp kém, chúng ta có thể hiểu các câu này đưa ra lý do để các Cơ Đốc nhân giàu tự hào với vị trí thấp kém: bản chất tạm thời của thế gian này khiến việc tin cậy vào của cải là chỗ dựa không đáng tin cậy. Ê-sai 40:6–8, được Gia-cơ ám chỉ rõ ràng trong các câu 10b–11, nói rõ ý này: "mọi người" sẽ qua đi, tương phản với lời của Đức Chúa Trời còn lại đời đời (và cũng xem cách bản văn này được dùng trong 1 Phi 1:23–25). Thi Thiên 49:16–17 có lời cảnh báo tương tự về sự giàu có: "Chớ sợ

---

14. Dibelius, tr. 85.
15. Vlachos, tr. 33.

khi một người trở nên giàu có khi vinh hiển nhà người ấy tăng lên.
Vì khi chết người ấy chẳng đem gì theo được, vinh hiển cũng không
theo người xuống mồ mả đâu." Từ truyền thống Kinh Thánh, Gia-cơ
rút ra lời nhắc nhở các Cơ Đốc nhân giàu có rằng của cải không còn
mãi và họ phải thường xuyên cảnh giác đừng quá xem trọng những
gì họ không thể đem theo vào đời sau.

Thế thì, Cơ Đốc nhân giàu có phải tự hào về *sự thấp kém* nào? Có
thể nghĩ đến hai ý kiến có liên quan. Thứ nhất, Cơ Đốc nhân giàu có
nên nhớ rằng cho dù họ có thể 'được tâng bốc' ra sao trong mắt thế
gian, nhưng vị trí của họ trước mặt Đức Chúa Trời vẫn khác. Họ phải
luôn luôn nhận thức địa vị thuộc linh thật của mình để kinh nghiệm
các phước hạnh trong ý muốn tốt lành của Đức Chúa Trời. Chắc hẳn
Gia-cơ nghĩ đến những lời của Chúa Giê-xu mà ông nói đến trong
4:10: "những người hạ mình xuống sẽ được nhấc lên" (Mat 23:12).
Ý kiến liên quan thứ hai là *sự thấp kém* có thể ngụ ý sự đồng nhất
của chính các tín hữu với Chúa Giê-xu Christ, Đấng 'tự hạ mình' (Phil
2:8) và được xem là không quan trọng trong thế gian. Sau đó, Gia-
cơ khuyên các Cơ Đốc nhân giàu và nghèo nên nhớ rằng nền tảng
duy nhất cho niềm tin của họ là sự đồng nhất của họ với Chúa Giê-
xu Christ. Các tín hữu nghèo, tầm thường và không quan trọng trước
mặt thế gian, phải vui mừng trong mối liên hệ của họ với Chúa, là
Đấng đã được tôn lên vị trí cao nhất trong vũ trụ. Các tín hữu giàu,
sung túc và cảm thấy bảo đảm nhờ tài sản của họ, có vị trí cao trọng
trước mặt thế gian, phải nhớ rằng: sự bảo đảm lâu dài duy nhất của
họ đến từ mối liên hệ của họ với 'Con người chịu khổ', 'bị nhân loại
khinh rẻ và chối bỏ'. Nói cách khác, cả hai loại Cơ Đốc nhân phải
nhìn vào đời sống của họ từ quan điểm thiên thượng, không phải từ
quan điểm của thế gian.

11. Câu này tiếp tục ý ám chỉ đến Ê-sai 40:6–7, mô tả chi tiết hơn 'sự
phai tàn' được đề cập trong câu 10. Bản NIV, cũng như hầu hết các
bản dịch tiếng Anh khác, dịch bốn động từ chính trong phần đầu
của câu này ở thì hiện tại, là cách dịch thích hợp trong ngữ cảnh
này.[16] Tuy nhiên, thì hiện tại cũng có thể gợi ý tính bất ngờ của hành

---

16. Nhiều học giả ngày nay tranh luận rằng thì bất định, được dùng ở đây,
không phải là một thì chỉ về quá khứ như vậy; nó diễn tả khía cạnh 'hoàn
thành' (tức là, xem một hành động là một tổng thể; đặc biệt xem Varner). Tuy nhiên,
trong thực tế, cách xem xét thì bất định trong loại ngữ cảnh này hơi khác một
chút so với quan điểm truyền thống - gọi những bất định này là 'cách ngôn'.

động.[17] Hình ảnh bông hoa phai tàn nhanh chóng là hình ảnh quen thuộc đối với độc giả Trung Đông, những người hàng năm đều thấy các bông hoa đầu mùa xuân đột ngột tàn héo dưới sức nóng dữ dội của mặt trời. Từ ngữ được dịch trong bản NIV sức nóng thiêu đốt (*kausōn*) cũng có thể được dịch là 'ngọn gió thiêu đốt', như trong bản NASB; từ ngữ này xuất hiện vài lần trong Bản Bảy Mươi có nghĩa là 'gió đông', gió sa mạc nóng bỏng, và thường mang hình ảnh về sự đoán phạt. Ví dụ: Ô-sê 13:15 "Mặc dù Ép-ra-im có sinh sôi nảy nở giữa anh em mình thì một ngọn gió đông sẽ thổi đến, tức là gió của Đức Giê-hô-va thổi lên từ hoang mạc, làm cạn các nguồn nước và làm khô các suối. Ngọn gió ấy sẽ cướp đi kho tàng chứa mọi bảo vật." Ý so sánh với thực vật được tóm tắt rõ ràng trong câu 11b: như bông hoa, dường như nở ngày hôm nay, héo ngày hôm sau thể nào, thì người giàu cũng sẽ phai tàn ngay cả trong khi họ toan tính việc kinh doanh của mình. Động từ phai tàn (*marainō*) rõ ràng bao hàm ý nghĩa sự chết ở đây. Kinh doanh là cách dịch có phần quanh co của từ ngữ Hy Lạp mà Gia-cơ sử dụng ở đây (*poreia*), có nghĩa là 'hành trình', và theo nghĩa ẩn dụ mở rộng có nghĩa là 'cách sống'. Trong ngữ cảnh này, và trong ánh sáng của Gia-cơ 4:13, từ này có thể hàm ý chuyến buôn bán được thúc đẩy bởi lợi nhuận mà đang khi thực hiện thì các Cơ Đốc nhân giàu thình lình 'bị cất đi'.

Thần học

Nếu cách giải nghĩa câu 10 của chúng ta là đúng, thì Gia-cơ nhận biết sự hiện hữu của cả Cơ Đốc nhân giàu và nghèo trong các cộng đồng nhận thư của ông. Và thật ra, chúng ta sẽ luôn luôn có những người khá sung túc và những người đang vật lộn để đáp ứng nhu cầu cuộc sống trong hội thánh của chúng ta. Tất nhiên, dân sự Đức Chúa Trời được kêu gọi giúp đỡ những người túng thiếu, ý mà Gia-cơ sẽ nói rõ (1:26–27; 2:14–17). Chúng ta sẽ dễ dàng có được loại quan tâm và mối thông công yêu thương mà Đức Chúa Trời kêu gọi chúng ta nếu chúng ta lắng nghe lời khuyên của Gia-cơ trong đoạn văn này. Các tín hữu không nên định nghĩa bản thân theo địa vị thế gian nhưng theo địa vị thuộc linh: từng được tôn cao vì đồng ngồi với Đấng Christ ở trên trời, và bị sỉ nhục vì phục vụ Đấng mà thế gian này chối bỏ.[18]

---

17. Moule, *Idiom Book*, tr. 12; Adamson, tr. 63.
18. Để tìm hiểu thêm thần học Kinh Thánh về giàu và nghèo, đặc biệt xem Blomberg, *Neither Poverty Nor Riches* and *Christians in an Age of Wealth*.

D. Phần thưởng cho sự kiên nhẫn trong thử thách (1:12)

Ngữ cảnh

Hình thức bố cục thông thường không phải lúc nào cũng giúp chúng ta nhận ra đầy đủ cấu trúc của bản văn Kinh Thánh. Gia-cơ 1:2–12 là một ví dụ hay về đối xứng đầu cuối – một công cụ liên quan đến cấu trúc sử dụng những từ ngữ và khái niệm tương tự ở phần đầu và phần cuối. Lưu ý những sự liên kết động từ giữa các câu 2-4 và câu 12: 'sự thử thách' (*peirasmos*) xuất hiện trong câu 2 và câu 12; động từ 'chịu đựng' (*hypomenō*) trong câu 12 tiếp tục ý 'kiên nhẫn' (*hypomonē*) trong các câu 3-4; và 'thử nghiệm' (*dokimos*) trong câu 12 tương đương 'thử thách' (*dokimion*) của câu 3. Trong phân đoạn trước, Gia-cơ khuyên các tín hữu hãy vui mừng trước thử thách vì sự thử nghiệm đức tin như vậy sẽ sinh ra sự kiên nhẫn. Bây giờ ông hứa hẹn phần thưởng dành cho những người chịu đựng nổi thử thách bằng cách đứng vững giữa thử nghiệm.

Giải nghĩa

12. Gia-cơ mở đầu thư tín với lời khuyên về sự chịu đựng thử thách và sự tập trung vào mục đích tối hậu của những thử thách này: cam kết trọn vẹn và kiên định của Cơ Đốc nhân (1:2–4). Những chủ đề ông giới thiệu trong các câu 5-8 và 9–11, dù tự chúng là quan trọng, nhưng cũng liên quan đến vấn đề thử thách dẫn đến sự hoàn hảo này. Đó là lời cầu xin sự khôn ngoan bởi đức tin để có thể chịu đựng những thử thách, và chính điều ấy sẽ dẫn đến sự hoàn hảo, và thử thách về nghèo khổ và giàu có, là điều có thể dễ dàng khiến người ta chệch khỏi con đường đến sự trọn vẹn thuộc linh. Bây giờ ông khép lại phần thảo luận này với lời khuyên cuối cùng: hãy kiên nhẫn trong thử thách. Thật ra, câu này mang hình thức của một lời chúc phước hơn là lời khuyên bảo. Nhưng ý định cuối cùng của bản văn rõ ràng là nêu lên phần thưởng dành cho đời sống kiên nhẫn như là một sự khích lệ để chịu đựng thử thách. Cho nên, điều Gia-cơ đang nói đến là Cơ Đốc nhân phải thực hành "sự kiên định" để có được nghị lực chín chắn, vững vàng. Vận động viên chịu đựng áp lực về thuộc thể để đạt đến mức độ chịu đựng thể chất cao thế nào, thì Cơ Đốc nhân cũng phải chịu đựng thử thách của đời sống để đạt được khả năng chịu đựng thuộc linh đem đến sự hoàn hảo thể ấy.

Cơ Đốc nhân chịu đựng nổi thử nghiệm được hứa ban cho phần

thưởng: đó là *mão triều thiên của sự sống*. Từ ngữ *mão triều thiên* (*stephanos*) đôi khi ám chỉ vương miện, nhưng thường được dùng để chỉ vòng nguyệt quế được ban cho vận động viên chiến thắng (xem 1 Cô 9:25) và theo nghĩa bóng, tượng trưng cho vinh quang và sự tôn trọng. Ý nghĩa cuối cùng là thích hợp nhất ở đây. *Mão triều thiên* là biểu tượng của thành công thuộc linh, được Vua của vũ trụ ban cho những người giữ đức tin giữa đau khổ và cám dỗ. *Sự sống* phải được hiểu là phần thưởng – 'phần thưởng là sự sống'. Tất nhiên, *sự sống* này không phải sự sống thuộc thể, nhưng là sự sống đời đời, vui hưởng sự hiện diện của Đức Chúa Trời trong cõi đời đời. Khải Huyền 2:10, là lời của Chúa Giê-xu nói với các Cơ Đốc nhân chịu khổ, rất giống với ý tưởng ở đây: "Hãy trung tín cho đến chết, rồi Ta sẽ ban cho con mão triều thiên của sự sống" (ESV). Thậm chí nếu việc chịu đựng thử thách có thể dẫn đến sự chết thuộc thể, thì *sự sống* là phần thưởng cho những người yêu mến Đức Chúa Trời. Tình yêu dành cho Đức Chúa Trời được thể hiện, và trở nên trọn vẹn, trong việc sẵn lòng chịu khổ vì cớ Đấng Christ.

Thần học

Một số người không đồng tình với khái niệm 'phần thưởng' cho đời sống Cơ Đốc nhân trung tín. Và thật vậy, sự phục vụ Đức Chúa Trời với động cơ tính toán để nhận được phần thưởng là điều hoàn toàn đi ngược lại với phương diện thuộc linh Cơ Đốc. Nhưng Tân Ước luôn mời gọi Cơ Đốc nhân suy ngẫm về cơ nghiệp đang chờ đợi họ. Sự suy ngẫm cơ nghiệp vinh quang này có thể là một nguồn sức mạnh và nâng đỡ thuộc linh mạnh mẽ khi chúng ta nhận biết rằng "những đau khổ hiện tại không đáng so sánh với vinh quang tương lai sẽ được tỏ ra cho chúng ta" (Rô 8:18). Bằng cách nhìn chăm chăm vào cơ nghiệp này, các tín hữu có thể tìm thấy sự nâng đỡ và sức mạnh trong thử thách, đồng thời nhận ra rằng sự đau khổ hiện tại sẽ không kéo dài. Không thể tự tìm kiếm cơ nghiệp này và những người không phục vụ Đức Chúa Trời bằng tấm lòng yêu mến và tận hiến cũng không thể có được nó. Hơn nữa, Mitton đã nói cách đúng đắn rằng: "đây là loại phần thưởng mà chỉ Cơ Đốc nhân thật mới có thể hiểu rõ giá trị".[19]

---

19. Mitton, tr. 44.

E. Thử thách và cám dỗ (1:13–18)

Ngữ cảnh

Câu 12 là bản lề giữa các câu 2-11 với các câu 13-18. Như chúng ta đã thấy, câu 12 quay lại một số chủ đề đã được nói đến trong các câu 2-4. Nhưng có một sự thay đổi về chủ đề giữa các câu 11 và 12, và câu 12 giới thiệu ngôn ngữ của 'thử nghiệm'/'cám dỗ' chi phối vài câu kế tiếp. Từ ngữ Hy Lạp có nghĩa là 'thử nghiệm' trong câu 12, *peirasmos*, có cùng gốc với từ được dịch là 'cám dỗ' (*peirazō*) trong câu 13-14. Ngôn ngữ này tạo sự liên kết động từ giữa câu 12 và ngữ cảnh tiếp theo. Nhưng không phải chỉ có một liên kết động từ. Mọi thử thách đều đi kèm với cám dỗ, tức là sự quyến rũ phạm tội từ nội tâm. Đức Chúa Trời có thể mang đến, hoặc cho phép thử thách xảy ra; nhưng Gia-cơ khẳng định Ngài không phải là người gây cám dỗ (1:13). Cám dỗ phạm tội đến từ bản chất tội lỗi của chúng ta, không phải từ Đức Chúa Trời (1:14–15), và chúng ta phải chống cự nó.

Thật khó làm cho câu 16–18 phù hợp với dòng lập luận của Gia-cơ. Việc xưng hô trực tiếp với độc giả – 'anh em yêu dấu của tôi' – gợi ý một chủ đề mới, và các bản dịch Anh ngữ đặt một đoạn văn chen giữa ở đây. Nhưng có thể có những liên kết với phần thượng văn và hạ văn. Từ 'Cha' trong cả hai câu 17 và 27 có thể gợi ý cấu trúc đối xứng đầu cuối.[20] Và câu 18 giới thiệu ý sẽ trở thành chủ đề chính trong các câu 21–25: lời của Đức Chúa Trời. Nhưng những liên kết với ngữ cảnh trước thì gần hơn: động từ 'sinh ra' (*apokyeō*) (1:15–18) và chủ đề Đức Chúa Trời là Đấng ban cho cách thành thật và rộng rãi (1:5 và 1:17).[21] Vậy, có lẽ, sau câu chuyển tiếp - câu 16 - các câu 17–18 trình bày mặt tích cực của trường hợp mà Gia-cơ đã nói đến trong các câu 13-15. Đức Chúa Trời không phải là người gây cám dỗ, hoặc bất kỳ điều ác nào. Ngược lại, Ngài là Đấng ban ơn tốt lành cho dân Ngài – nhất là món quà tái sinh.[22]

Giải nghĩa

13. Những khó khăn và những hoạn nạn khác nhau mà Cơ Đốc nhân gặp trong thế gian có thể sản sinh sự hoàn hảo thuộc linh (1:4) và dẫn đến phần thưởng của Đức Chúa Trời (1:12) nếu chúng ta chịu

---

20. Wuellner, 'Der Jakobusbrief', tr. 47.
21. Klein, *'Ein vollkommenes Werk'*, tr. 44; Frankemölle, tr. 276–282.
22. Blomberg and Kamell, tr. 68; McKnight, tr. 102.

đựng bởi đức tin. Tuy nhiên, chúng có thể gây ảnh hưởng tai hại nếu chúng ta đối diện với thái độ sai trật. Gia-cơ gợi ý một thái độ sai trật là đổ lỗi cho Đức Chúa Trời về cám dỗ phạm tội đi kèm thử thách. Cựu Ước nói rõ rằng Đức Chúa Trời thử nghiệm dân Ngài, với ý nghĩa là Ngài đem họ vào những tình huống trong đó Ngài thử nghiệm tinh thần sẵn lòng vâng lời của họ đối với Ngài. "Đức Chúa Trời thử nghiệm Áp-ra-ham" khi Ngài truyền cho ông dâng con trai của ông là Y-sác (Sáng 22:1), Ngài thử nghiệm Y-sơ-ra-ên bằng cách đặt họ ở giữa các dân tộc ngoại bang (Quan 2:22), và Ngài thử nghiệm vua Ê-xê-chia bằng cách để mặc cho ông tự xoay sở khi tiếp đón các sứ giả Ba-by-lôn (2 Sử 32:31; so với 2 Vua 20:12–19). Nhưng mặc dù Đức Chúa Trời có thể thử nghiệm hoặc thử thách đầy tớ của Ngài để làm vững mạnh đức tin của họ, Ngài cũng không hề tìm cách xui khiến họ phạm tội và hủy hoại đức tin của họ. Vì vậy, mặc dù sự thật là cùng gốc từ Hy Lạp (*peira-*) được sử dụng để nói đến thử thách bên ngoài lẫn cám dỗ bên trong, nhưng điều quan trọng là phải phân biệt chúng. Có thể trong câu 13 Gia-cơ chuyển tiếp từ ý này sang ý kia: "Đang lúc bị cám dỗ, đừng ai nói: 'Tôi bị Đức Chúa Trời cám dỗ'" (HCSB). Khuynh hướng đổ lỗi Đức Chúa Trời cám dỗ, và do đó bào chữa cho việc chịu thua cám dỗ là vấn đề quen thuộc của những người nhấn mạnh quyền tể trị của Đức Chúa Trời – nếu cám dỗ đến từ Đức Chúa Trời, thì làm sao có thể chống cự được? Một thế kỷ rưỡi trước Gia-cơ, Giê-xu con trai của Huấn Ca đã chống lại khuynh hướng này: "Con đừng nói: Tại Đức Chúa Trời mà tôi đã từ bỏ con đường đúng', vì Ngài sẽ không làm điều Ngài ghét. Đừng nói: 'Chính Ngài đã làm tôi lầm đường lạc lối', vì Ngài không cần kẻ tội lỗi" (Huấn Ca 15:11–12).

Phần cuối của câu 13 đưa ra hai lý do liên quan tại sao chúng ta không nên đổ lỗi cho Đức Chúa Trời về sự cám dỗ. Lý do đầu tiên liên quan đến bản tính của Đức Chúa Trời: *Ngài không thể nào bị điều ác cám dỗ*. Tương tự với hầu hết các bản dịch Anh ngữ khác, cách dịch này hiểu từ ngữ hiếm gặp *apeirastos* là một động tính từ bị động có nghĩa 'không thể bị cám dỗ'. Nhưng cũng nên nói đến hai khả năng khác. Hort so sánh từ ngữ này với từ ngữ quen thuộc, và thường được dùng hơn là *apeiratos*, có nghĩa là 'thiếu kinh nghiệm'.[23] Cách giải thích này được phản ánh trong bản NEB: "Đức Chúa Trời không bị điều ác đụng đến." Mặt khác, Davids biện luận cho ý nghĩa 'không

---

23. Hort, tr. 22–23.

được thử nghiệm'. Ông cho rằng ý này rõ nghĩa hơn cách giải thích truyền thống – vì làm thế nào việc Đức Chúa Trời không thể bị cám dỗ trở thành lý lẽ để phản đối ý nghĩ cho rằng Đức Chúa Trời cám dỗ người khác? – và sẽ liên kết cách thú vị với việc lên án Y-sơ-ra-ên vì họ thử Đức Chúa Trời trong đồng vắng.[24] Không có chọn lựa nào thích hợp hơn cách giải thích truyền thống. Đề nghị của Hort bỏ qua lối chơi chữ có thể có với từ *apeirazō* (Đức Chúa Trời không cám dỗ bởi vì Ngài không thể bị 'cám dỗ'). Davids có lý khi ông chất vấn tính lô-gíc liên quan đến quan điểm truyền thống, nhưng cách giải thích của chính ông làm cho từ *apeiratos* mang ý nghĩa không được nhiều người ủng hộ.[25] Nếu chúng ta chấp nhận cách dịch của bản NIV, thì mệnh đề này đóng góp gì cho cách lập luận của Gia-cơ? Có lẽ phải xem đây là lời nhận xét mở đầu dẫn đến ý chính: *Ngài cũng không cám dỗ ai.* "Phải hiểu rằng cám dỗ là sự thúc đẩy để phạm tội, và bởi vì Đức Chúa Trời không thể chịu đựng bất kỳ mong ước xấu xa nào nên không thể cho rằng Ngài mong ước mang nó đến cho con người" (Laws).

14. Khi đối diện nghịch cảnh, chúng ta không được tìm cách bào chữa cho sự thất bại chống lại cám dỗ bằng cách đổ lỗi cho Đức Chúa Trời cám dỗ. Nếu muốn đổ lỗi cho người nào đó, thì chỉ có thể là chính họ, vì cám dỗ đến từ dục vọng xấu xa của chính họ. Dục vọng (*epithymia*) không phải lúc nào cũng có nghĩa xấu (so với Lu-ca 22:15; Phil 1:23), nhưng ở đây, cũng như thường thấy trong Tân Ước, dục vọng ám chỉ mong muốn xác thịt, ích kỷ, trái phép. Mặc dù từ này thường mô tả cụ thể những ham muốn tình dục, nhưng cách dùng số ít ở đây ngụ ý một khái niệm rộng hơn. Giống như các ra-bi, là những người nói đến 'sự thúc đẩy xấu xa' (*yeṣer hara*) bên trong mỗi con người, Gia-cơ dường như nghĩ đến khuynh hướng bẩm sinh của con người đối với tội lỗi. Cám dỗ xuất phát từ 'sự thôi thúc xấu xa' này, khi một người bị cám dỗ lôi kéo và dụ dỗ. Động từ trước những động từ này (*exelkō*) có nghĩa một lực kéo ra hoặc kéo đi, trong khi động từ sau (*deleazō*) gợi ý sự hấp dẫn từ miếng mồi. Cả hai từ ngữ được dùng theo nghĩa ẩn dụ để mô tả sức hấp dẫn

---

24. Davids, tr. 82–83.

25. Davids tranh luận rằng *apeiratos* nghĩa là 'không thể bị cám dỗ' trong các sách thứ kinh Tân Ước *Công vụ của Giăng* 57 và *Mạo thư Ignatius* 11, nhưng định nghĩa 'không thể bị cám dỗ' là thích hợp hơn trong cả hai. Hơn nữa, quan điểm của ông gặp khó khăn trong việc giải thích *estin* ('là') và phải gán hiệu lực bất thường cho sở hữu cách *kakōn*.

của sự khoái lạc hoặc các giáo sư có khả năng thuyết phục.[26] Nhưng hình ảnh câu cá ban đầu gắn liền với những từ ngữ này có lẽ vẫn còn: "dục vọng" giống như lưỡi câu với miếng mồi, trước hết dụ dỗ con mồi và sau đó kéo nó đi. Nếu không nỗ lực chống cự sự hấp dẫn bên ngoài của "dục vọng" thì người đó có thể bị 'mắc câu', và không thể thoát khỏi sự quyến rũ đầy quyền lực của dục vọng. Việc Gia-cơ không nhắc đến Sa-tan là nguồn của sự cám dỗ không có nghĩa là ông bỏ qua 'kẻ cám dỗ' sau cùng (so với 4:7). Mục đích của ông ở đây là làm nổi bật trách nhiệm cá nhân đối với tội lỗi. Và như Bengel lưu ý: "Thậm chí những đề nghị của ma quỉ cũng không nguy hiểm cho đến khi chúng ta làm theo."[27]

15. Tự thân dục vọng không phải là tội lỗi. Chỉ khi ai đó, bởi hành động của ý chí, chấp nhận sự quyến dụ của dục vọng thì mới gây nên tội. Gia-cơ mô tả sống động trình tự này với hình ảnh được rút ra từ sự sinh con và sự trưởng thành. Dục vọng được mô tả như người mẹ (*epithymia* là giống cái), người *sinh ra tội lỗi*, là con của bà. Và đứa con này, nếu được phép trưởng thành, thì sinh ra sự chết. Hình ảnh 'dục vọng' như một người phụ nữ dụ dỗ quyến dụ tín hữu vào sự kết hiệp tà dâm sinh ra sự chết gợi nhớ đến vai trò của 'người đàn bà phóng đãng' trong Châm Ngôn 5–9. Là người dẫn khách của mình vào vực thẳm âm ti (Châm 9:18), nhân vật này tương phản với sự khôn ngoan ban sự sống cho những người đi theo nàng (Châm 8:35). Vì Gia-cơ đã đề cập sự khôn ngoan trong câu 5, nên có thể là ông đã nghĩ đến hình ảnh này trong Cựu Ước khi đối chiếu sự sống được ban cho những người chịu đựng thử thách (1:12) với sự chết được sinh ra trong những người chiều theo *dục vọng* (1:15). Đó là những hậu quả nghiêm trọng trong cuộc chiến của Cơ Đốc nhân với sự thử thách.

16. Câu này là phần chuyển tiếp giữa các câu 12–15 với 17–18. Gán cho Đức Chúa Trời mục đích xấu xa – cám dỗ con người – là vấn đề nghiêm trọng. Gia-cơ muốn chắc chắn rằng độc giả của ông không bị *lừa dối* về điều này. Đức Chúa Trời hoàn toàn không cám dỗ ai làm

---

26. Trong 2 Phi 2:14, 18, *deleazō* được dùng để nói về 'sự cám dỗ' của các giáo sư giả. Với Hort (tr. 25–26), chúng tôi có thể giả định rằng *exelkō* được dùng ở đây tương đương với hình thức không kết hợp của nó, *helkō* ('kéo'). Từ sau có một nghĩa bóng được chứng thực. Philo dùng *deleazō* và *helkō* cùng nhau trong một phân đoạn gợi nhớ về Gia-cơ 1:14: 'Không có điều đơn lẻ nào mà không đầu phục sự cám dỗ [*deleasthen*] của điều thích thú, và bị bắt gặp [*heilkystai*] và bị kéo đi trong lưới rối rắm của cô ta' *Về nông nghiệp*, tr. 103).

27. Bengel, tr. 7.

điều ác, Ngài là nguồn của mọi ơn lành tốt đẹp (1:7), mà một trong những ơn tuyệt vời nhất là sự tái sinh (1:18).

17. Ý nghĩa chung của câu này khá rõ ràng: Đức Chúa Trời là nguồn của mọi điều tốt lành. Bản tính nhân từ của Ngài là bất biến và không thể thay đổi. Tuy nhiên, có nhiều chi tiết khó hiểu. Bản NIV không cho thấy được việc Gia-cơ dùng hai từ ngữ Hy Lạp khác nhau được dịch là 'tặng phẩm' ở đây: xem RSV: "Mọi ơn lành [*dosis*] tốt đẹp và mọi tặng phẩm [*dōrēma*] toàn hảo". Tại sao có hai từ ngữ khác nhau và hai tính từ khác nhau như vậy? Tasker gợi ý rằng chúng ta hiểu chữ 'tốt đẹp' là một tính từ chỉ tính chất giới thiệu sự tương phản giữa hai thuật ngữ: Mọi ơn lành thì *tốt đẹp*, nhưng mọi tặng phẩm *toàn hảo* đến từ Đức Chúa Trời (so với bản NEB. Mg).[28] Nhưng, nếu đây là ý nghĩa, thì chúng ta sẽ nghĩ đến một liên từ đối lập, 'nhưng' (*alla* hoặc *de*) ở giữa hai thuật ngữ. Varner gợi ý, chủ yếu dựa trên nguyên ngữ, rằng chữ 'ơn lành' đầu tiên (*dosis*) nghĩa là 'hành động ban cho' trong khi chữ thứ hai (*dōrēma*) có nghĩa là 'kết quả của sự ban cho'. Tuy nhiên, người ta không rõ Gia-cơ có ý phân biệt hay không; có thể ông lặp lại vì hiệu quả tu từ, hoặc ông có thể trích dẫn từ một nguồn vô danh.[29]

Khó khăn thứ hai là cách chấm câu. Cũng như hầu hết các bản dịch khác, bản NIV đặt dấu phẩy sau cụm từ 'từ thiên thượng', làm cho cụm từ phân từ 'được ban xuống' trở thành phần mô tả độc lập được thêm vào. Nhưng REB kết hợp 'từ thiên thượng' và 'được ban xuống' lại với nhau: "Mọi ơn lành tốt đẹp và tặng phẩm toàn hảo được ban xuống từ thiên thượng..." Cách dịch trong bản NIV có lẽ tốt hơn, bởi vì các bản dịch khác để cho cụm giới từ ('*từ Cha của sự sáng*') đứng có phần vụng về.

Việc mô tả Đức Chúa Trời là *Cha của sự sáng* là điều độc đáo trong Kinh Thánh. Bản NIV thêm chữ 'trên trời' vào từ Hy Lạp *phōtōn* ('sự sáng') để nói rõ rằng sự sáng hầu như chắc chắn phải được hiểu là những thiên thể, có lẽ bao gồm mặt trời, mặt trăng và các ngôi sao (Xem Thi 136:7–9; Giê 31:35 [38:36] LXX). Kinh Thánh thường ám chỉ

---

28. 'Tặng phẩm' trong câu này có thể mang nghĩa phổ quát (Allison, tr. 268), không phải cụ thể (như wisdom; đc. Poirier, 'Symbols of Wisdom', tr. 57–75).

29. Một lý do để nghĩ rằng Gia-cơ có thể đang trích dẫn là việc dựa vào tám từ Hy Lạp đầu tiên của câu hình thành thể thơ sáu âm tiết khá hoàn hảo – thậm chí đây là điều độc đáo được thấy rõ rệt trong hình thức văn chương của Gia-cơ (xem Mayor, tr. 57; Ropes, tr. 159; Dibelius, tr. 99; Davids, tr. 86).

bầu trời là chứng cớ về công trình sáng tạo của Đức Chúa Trời và sự vận hành quyền năng không ngừng của Ngài (đặc biệt xem Gióp 38:4–15; 19–21, 31–33; Thi 136:4–9; Ê-sai 40:22, 26 và trong văn học Do Thái giáo, Huấn Ca 43:1–12). Việc mô tả Đức Chúa Trời là *Cha* cũng có thể ám chỉ đến công việc sáng tạo của Ngài (so sánh LXX Gióp 38:28).[30] Vì vậy, ý của Gia-cơ là nhắc nhở chúng ta về quyền năng nhân từ của Đức Chúa Trời được bày tỏ trong sự sáng tạo 'tốt lành' (so sánh Sáng 1). Tuy nhiên, Gia-cơ cũng thường nói đến Đức Chúa Trời là 'Cha' khi ông muốn nhấn mạnh tính không thiên vị của Ngài (cũng xem 1:27; 3:9).[31]

Hình ảnh rút ra từ các thiên thể được tiếp tục trong cụm từ cuối của câu. Bản văn Hy Lạp không cho thấy rõ điều này. Phần lớn các bản sao viết tay chép hai danh từ làm chủ ngữ *parallagē* ('sự thay đổi') và *aposkiasma* ('bóng') được phân cách bởi mạo từ *ē* ('hoặc') với một danh từ sở hữu, *tropēs* ('sự chuyển dịch') tùy thuộc vào cái bóng. Nếu cách giải thích này được chấp nhận, thì chữ *tropēs* ở hình thức sở hữu cách có lẽ phải được hiểu là nguồn hoặc chủ cách, và bản ESV dịch là *sự thay đổi hoặc bóng của sự thay đổi*. Nhưng có nhiều bản viết tay đầu tiên và quan trọng chép từ *bóng* ở thể sở hữu (*aposkiasmatos*). Nếu cách hiểu này được chấp nhận, thì chữ *ē* có lẽ phải bật hơi mạnh khi phát âm, khiến nó trở thành một đại từ quan hệ phụ thuộc vào chữ *parallagē*. Khi đó, cụm từ này sẽ được dịch là 'sự thay đổi theo sự chuyển dịch của bóng'. Bản NIV có thể theo bản văn Hy Lạp này: *Đấng không thay đổi giống như bóng chuyển dịch*. Không có cách hiểu nào hoàn toàn đúng, nhưng có lẽ nên chấp nhận cách hiểu trước, vì được ủng hộ rộng rãi. Việc hai trong số các từ ngữ được dùng trong cụm từ này (*tropē* và *parallagē*) thường được dùng với ý nghĩa thiên văn học, cùng với việc đề cập đến "sự sáng" trong cụm từ trước, khiến người ta nghĩ rằng có thể ở đây đang đề cập đến loại hiện tượng thiên văn học nào đó. Sự biến đổi thường ngụ ý sự chuyển động theo chu kỳ của những thiên thể, nhưng không rõ "bóng của sự thay đổi" ám chỉ đến các tuần trăng, tức bóng bị biến đổi bởi nhật thực hay nguyệt thực, hoặc sự thay đổi thường xuyên của ngày và đêm. Nhưng ngôn ngữ của Gia-cơ không phải thuật ngữ

---

30. Cũng xem Ng, 'Father-God Language', tr. 41–54, người cho rằng 'Cha' trong Gia-cơ biểu thị quyền sáng tạo, sự cứu chuộc, và chăm sóc những người kém may mắn.

31. Tôi biết ơn Mike Kibbe vì sự quan sát này.

riêng biệt, do đó chúng ta có thể đoán rằng ông chỉ muốn nói chung
đến những thay đổi thường xuyên thấy được trong tạo vật. Sự thay
đổi của tạo vật thường được dùng để làm nổi bật, qua sự tương phản,
bản chất không thay đổi của Đức Chúa Trời là Đấng Tạo Hóa (so với
Philo, *Chú giải ngụ ngôn*, 2.23: "Mọi vật được tạo dựng cần thiết phải
trải qua sự thay đổi, vì đây là là đặc tính của nó, cũng như không
thay đổi là thuộc tính của Đức Chúa Trời").

18. Trong ví dụ nổi bật về các ơn lành tốt đẹp của Đức Chúa Trời, Gia-
cơ trích dẫn thực tế rằng *Đức Chúa Trời dùng lời chân lý sinh chúng
ta theo ý định của Ngài.* Chúng ta không nên bỏ sót ý tưởng về sự
chọn lựa của Đức Chúa Trời mà Gia-cơ nêu bật trong câu này: sự tái
sinh của chúng ta là một tặng phẩm mà Đức Chúa Trời đã quyết định
trong ý chí tự do của Ngài, để ban cho chúng ta. Sự 'sinh' ra này là
gì? Có phải loài người được sinh ra bởi lời phán tối thượng của Đức
Chúa Trời không? Hay đó là sự sinh ra của Y-sơ-ra-ên, dân Ngài (so
sánh Phục 32:18)?[32] Hoặc sự sinh ra của Cơ Đốc nhân qua Phúc Âm?
Trong khi hai chọn lựa đầu tiên từng được vài học giả ủng hộ, thì
chọn lựa thứ ba dường như rõ ràng là ý của Gia-cơ. Thứ nhất, *trái
đầu mùa* (aparchē) là cách nói thường gặp trong Tân Ước chỉ về các
Cơ Đốc nhân (đặc biệt xem 2 Tê 2:13; Khải 14:4). Và khái niệm Cơ Đốc
nhân là *trái đầu mùa* của công trình sáng tạo được cứu chuộc tương
tự với Rô-ma 8:19–23. Thứ hai, động từ 'sinh' trong câu 18 rõ ràng
tương đương với cách dùng của nó trong câu 15 (đây là hai lần xuất
hiện duy nhất trong Tân Ước). Nhưng điều này ủng hộ việc đề cập
đến sự sống *thuộc linh* là ý tương phản với sự chết thuộc linh trong
câu 15. Thứ ba, và mang tính quyết định nhất, là khả năng mạnh mẽ
cho rằng *lời chân lý* nói đến Tin Lành. Trong bốn lần xuất hiện khác
ở Tân Ước, cụm từ đều mang ý nghĩa này (2 Cô 6:7 [xem NASB, NKJV];
Êph 1:13; Côl 1:5; 2 Ti 2:15) và trong sách Gia-cơ thì được liên kết với
cụm từ 'có thể cứu chuộc anh em' trong câu 21.

Vì thế, chúng ta phải hiểu rằng Gia-cơ nói đến 'sự tái sinh' thuộc
linh của Cơ Đốc nhân như một minh họa đặc biệt nổi bật về những
điều tốt lành Đức Chúa Trời ban cho. Sự tái sinh được thúc đẩy bởi
quyết định tối cao của Đức Chúa Trời, là Đấng mà *ý định* của Ngài
không hề thay đổi, không như tạo vật Ngài dựng nên. Phương tiện
mà qua đó Đức Chúa Trời thực hiện sự tái sinh là Phúc Âm, *lời chân*

---

32. Allison, tr. 280–282.

lý. Và mục đích của sự tái sinh này là Cơ Đốc nhân phải là 'mẫu đầu tiên' (trái đầu mùa) trong kế hoạch cứu chuộc phổ quát của Đức Chúa Trời – 'các ơn lành tốt đẹp' Ngài vẫn còn ban cho.

Thần học

Trong cuộc chiến với cám dỗ, Đức Chúa Trời đứng về phía chúng ta. Ngài không muốn chúng ta thất bại và Ngài chu cấp mọi món quà ân điển khả dĩ để giúp chúng ta đứng vững. Gia-cơ cho rằng chống lại cám dỗ bắt đầu với cái nhìn chân thực về chính mình, nơi 'dục vọng' ẩn núp và sinh ra tội lỗi. Phao-lô cũng dùng những từ này để nói về sức mạnh của xác thịt và của 'tội lỗi'. Thay đổi thái độ cơ bản nhờ công tác của Thánh Linh Đức Chúa Trời là cách mà qua đó chúng ta sẽ thắng hơn cám dỗ và tìm thấy sự sống (1:12) cũng như tránh được sự chết (1:15).

3. Cơ Đốc Giáo Chân Thật Thể Hiện qua Việc Làm (1:19–2:26)

Phần chính đầu tiên của thư (1:2–18) có sự kết hợp lỏng lẻo tập trung vào chủ đề thử thách/ cám dỗ. Phần chính kế tiếp; 1:19–2:26 tập trung chặt chẽ hơn vào mệnh lệnh được diễn tả trong câu 22 'hãy làm theo lời'. Gia-cơ đi vào mối quan tâm chính bằng phần chuyển tiếp, trong đó ông cảnh cáo lời nói vội vàng và sự tức giận thường kích thích loại lời nói đó. Việc tập trung vào lời của Đức Chúa Trời (tiếp tục từ 1:18) bắt đầu trong câu 21 với lời khuyên của Gia-cơ hãy 'lấy lòng nhu mì tiếp nhận' lời đó. Gia-cơ nói thêm trong các câu 22-27, chỉ rõ rằng lời của Đức Chúa Trời mang đến sự tái sinh (1:18) và sự cứu rỗi (1:21) cũng là 'luật pháp' cần được vâng giữ. Trong chương 2, Gia-cơ nêu lên một vấn đề đặc biệt: sự kỳ thị trong cộng đồng. Nhưng chủ đề làm theo lời vẫn tiếp tục, vì cơ sở cho lời khuyên thực tiễn của Gia-cơ trong các câu 2:1-7 là tầm quan trọng của sự vâng giữ toàn bộ luật pháp, đặc biệt vì luật pháp tập trung vào mệnh lệnh yêu thương (2:8-13). Cuối cùng, có lẽ trong phân đoạn nổi tiếng nhất trong thư, Gia-cơ quở trách các tín hữu là những người nghĩ rằng họ có thể được xưng công chính hoặc được cứu bởi đức tin mà đức tin đó không được bày tỏ trong những hành động nhất quán.

Thoạt nhìn chúng ta có thể thấy rõ không có nhiều mối liên hệ giữa phần lớn hơn này và phần chính thứ nhất của thư (1:2–18), ngoại trừ một số liên kết động từ. Nhưng ít ra chúng ta có thể nhận thấy một mối liên hệ chung. Mối quan tâm chính của Gia-cơ trong phần đầu tiên là khích lệ các Cơ Đốc nhân ở dưới áp lực của thử thách nên đáp ứng bằng sự chịu đựng vững vàng (1:3–4, 12) được lập nền trong đức tin không lay chuyển (1:6–8). Sự kiên trì, kiên định và chuyên tâm là những phẩm hạnh Cơ Đốc chính. Lòng trung thành vững vàng như thế đối với Đức Chúa Trời được thể hiện qua việc vâng lời Ngài.

A. Lời khuyên về lời nói và sự giận dữ (1:19-20)

Ngữ cảnh

Gia-cơ kết thúc lời khuyên bảo chung đầu tiên bằng sự ám chỉ đến lời của Đức Chúa Trời (1:18). 'Lời' đó là trọng tâm của các câu 21-27. Trong những câu này, Gia-cơ kêu gọi các tín hữu nhận biết lời Đức Chúa Trời đòi hỏi tất cả những người quả quyết đã nhận phước lành của sự tái sinh đều phải vâng theo. Nhưng trước khi chuyển sang đề tài này, Gia-cơ xen vào một lời khuyên bảo ngắn về lời nói và sự tức giận. Lời nói không thích hợp và sự giận dữ thường dẫn đến lời nói như vậy là một chủ đề truyền thống trong văn chương nói về sự khôn ngoan của người Do Thái. Gia-cơ nắm lấy truyền thống bởi vì ông biết độc giả của ông đang tranh đấu trong chính lĩnh vực này– vì ông chú ý nhiều đến 'cái lưỡi' và những ham muốn không được kiểm soát (xem 1:26; 3:1–12; 4:1–3, 11–12; 5:12). Câu 19–20 có thể được xem như lời công bố ngắn gọn về một chủ đề được dệt vào giống như sợi chỉ được dệt vào mảnh vải là bức thư.

Giải nghĩa

19. Lời răn bảo ngắn của Gia-cơ phải tránh lời nói vội vàng và cơn giận không kiểm soát được giới thiệu bằng cách xưng hô quen thuộc của ông: *Thưa anh em yêu dấu của tôi* (*adelphoi*). Nói chung, trong thư tín này, đây là cách xưng hô báo hiệu việc chuyển sang một đề tài mới. Tuy nhiên, trong trường hợp này, một số nhà giải kinh nghĩ rằng Gia-cơ có thể tiếp tục nói đến lời của Đức Chúa Trời mà ông đề cập ở cuối câu 18. Họ cho rằng hai bổ ngữ được hiểu ngầm của hai động từ ở cuối câu 19 là 'lời' này: *hãy mau nghe [lời], chậm nói [về lời đó], và chậm giận.*[33] Nhưng, như chúng ta lưu ý ở trên, lời khuyên bảo phải lắng nghe cẩn thận và nói cách thận trọng là điều phổ biến trong văn chương khôn ngoan của người Do Thái. Hơn nữa, việc cấm mau *giận* không thích hợp với ý này. Thế thì, có lẽ ở đây chúng ta có

---

33. Ropes, tr. 168–169; Adamson, tr. 78; Hort, tr. 35–36.

một ví dụ nữa cho thấy Gia-cơ đột ngột chuyển sang một đề tài mới.[34]

Như hầu hết các bản dịch khác, bản NIV xem từ ngữ mở đầu câu là một mệnh lệnh: *hãy lưu ý điều này.* Tuy nhiên, về mặt hình thức, từ này cũng có thể là thể thực tại, như trong bản NASB: "Anh em biết điều này…" Gia-cơ ưa thích hình thức mệnh lệnh, đặc biệt khi ông nói với các độc giả của mình, và chúng ta thấy điều đó ở đây. Nhiều phân đoạn trong văn chương khôn ngoan tập trung vào tầm quan trọng của việc kiểm soát lời nói (so với Châm 10:19, 11:12–13; 15:1; 17:27–28; Huấn Ca 5:9–6:1). Điều đáng nói là lời nói bừa bãi thường được liên kết với cơn giận thiếu kềm chế. Theo Châm Ngôn 17:27, "Ai nói năng dè dặt là người có tri thức, ai có tính điềm tĩnh là người thông sáng". Cũng xem Huấn Ca, là sách giữa hai giao ước của người Do Thái: "Hãy mau nghe, nhưng thận trọng khi trả lời. Nếu biết thì trả lời, bằng không, thì hãy đặt tay lên miệng. Vinh hay nhục đều ở lời nói cả, và cái lưỡi chính là mối hoạ cho con người" (5:11–13). Thường cơn giận thiếu kiểm soát khiến chúng ta nói quá nhanh và quá nhiều. Dù Gia-cơ không ngăn cấm mọi cơn giận (có lúc cần đến 'sự phẫn nộ công chính'), nhưng ông ngăn cấm cơn giận thiếu suy nghĩ, thiếu kềm chế thường dẫn đến những lời nói hấp tấp, có hại và không thể cứu vãn (so sánh Truyền 7:9). Ông sẽ nói nhiều về chủ đề này trong 3:1–12.

20. Lý do cấm cơn giận thiếu kiểm soát là vì *cơn giận của loài người không thực hiện sự công chính của Đức Chúa Trời.* Bản dịch NIV cho biết *sự công chính* nói đến phẩm chất đạo đức của hành vi ngay thẳng, một phẩm chất được Đức Chúa Trời chấp thuận (hình thức sở hữu *theo* có lẽ là bổ ngữ). Nhưng có những ý kiến khác. Cụm từ này có thể ám chỉ 'địa vị công chính mà Đức Chúa Trời truyền cho chúng ta' (xem sở hữu cách *theou* là chủ ngữ). Các thư tín của Phao-lô chứng thực rõ sự công chính theo ý nghĩa này (so với Phil 3:9) và Gia-cơ dường như dùng 'sự công chính' và động từ cùng gốc 'xưng công chính' với ý nghĩa chung này trong các câu 2:14–26. Một ý kiến khác là xem cụm từ 'sự công chính' có nghĩa là 'sự công bằng' (so với bản REB) mà trong trường hợp này, Gia-cơ cảnh báo các độc giả của ông đừng nghĩ rằng cơn giận của loài người có thể được bào chữa bằng cách này hay cách khác bởi vì đó là công cụ phán xét công

---

chính của Đức Chúa Trời (khi đó sở hữu cách *theou* sẽ có lẽ mang ý nghĩa sở hữu mơ hồ). Bản Bảy Mươi xác nhận rõ 'sự công chính' theo ý nghĩa này và cụm từ 'thực hiện sự công chính' có thể có ý nghĩa này trong Hê-bơ-rơ 11:33 (những từ Hy Lạp cũng giống như trong Gia-cơ; xem NKJV; so với bản RSV). Nhưng nên chấp nhận ý nghĩa được ngụ ý trong bản NIV (cũng xem NLT).[35] Cụm từ 'làm' (*poieō*) hoặc 'thực hành' (*egazomai*) sự công chính một cách kiên định mang ý nghĩa này trong tiếng Hy Lạp trong Kinh Thánh (xem *egazomai* Thi 15:2; Công 10:35; Hê 11:33 cũng có thể thích hợp ở đây). Ý cuối cùng này dường như có tính quyết định, đặc biệt khi Gia-cơ rõ ràng chỉ dùng 'sự công chính' để nói đến địa vị trước mặt Đức Chúa Trời (lựa chọn đầu tiên ở trên) trong lời trích dẫn (của Sáng 15:6). Theo cách hiểu này, 'thực hiện sự công chính' trái ngược với 'phạm tội' (2:9). Cơn giận hấp tấp, thiếu kiểm soát là tội lỗi, bởi vì nó vi phạm tiêu chuẩn hành vi mà Đức Chúa Trời đòi hỏi nơi dân Ngài. Dù có lẽ là sự trùng hợp ngẫu nhiên, nhưng điều đáng chú ý là chỗ duy nhất trong Bản Bảy Mươi mà chữ 'làm' (*egazomai*) và 'sự công chính' được dùng chung với nhau (Thi 15:2), thì ngữ cảnh liên quan đến tội lỗi về lời nói.

Thần học

Nên so sánh cách Gia-cơ dùng từ 'sự công chính' trong phân đoạn này với cách ông dùng từ này trong 2:14–26. Trong Gia-cơ chương 2, 'sự công chính' chỉ về địa vị của chúng ta trước mặt Đức Chúa Trời. Tuy nhiên, trong câu 20 ở đây, từ này mang ý nghĩa thực tiễn, đó là làm điều Đức Chúa Trời đòi hỏi. Các bản văn này minh họa một điều là các tác giả Tân Ước sử dụng cùng một từ ngữ với ý nghĩa khác nhau. Trong trường hợp này, cả hai ý nghĩa đều được rút ra từ Cựu Ước. Thật sai lầm khi nghĩ rằng những ý nghĩa này phải trùng lắp: đối với Gia-cơ, cũng như các tác giả Kinh Thánh nói chung, không nên nhầm lẫn giữa địa vị của chúng ta trước mặt Đức Chúa Trời và hành vi công chính của chúng ta. Nhưng những ý này cũng không tách rời nhau. Gia-cơ đặc biệt muốn nhấn mạnh rằng không thể có địa vị 'công chính' cuối cùng trước mặt Đức Chúa Trời nếu không có hành vi 'công chính'.

---

35. Cũng xem Allison, tr. 304 chẳng hạn.

B. 'Hãy Làm' theo Lời (1:21–27)

Ngữ cảnh

Điều quan tâm của Gia-cơ trong phân đoạn này khá rõ ràng: những người đã kinh nghiệm sự tái sinh nhờ lời Đức Chúa Trời (1:18) thì phải 'tiếp nhận' lời đó (1:21) bằng cách làm theo lời (1:22–27). Mối quan tâm của Gia-cơ về sự vâng lời thực tiễn được báo hiệu bởi sự thay đổi từ chữ 'lời' (của Đức Chúa Trời) (1:21–23) sang 'luật pháp' (1:25) và số lần xuất hiện động từ 'làm' (1:22–23, 25). 'Sự tin đạo' quan trọng trước mặt Đức Chúa Trời (1:27) và có thể đem đến sự cứu rỗi (1:21) phải được thể hiện trong nếp sống vâng phục lời Đức Chúa Trời, là lời đã được 'trồng' trong mỗi tín hữu (1:21).

Phần lớn những bản dịch Anh ngữ và các sách chú giải đều cắt ngang mạch văn của Gia-cơ giữa câu 21 và 22. Tất nhiên các tiểu đề và phân chia đoạn không có trong thư nguyên thủy do Gia-cơ viết; nên chúng ta phải cẩn thận khi phân đoạn. Nhưng, nếu chúng ta phải phân chia bản văn, thì chia giữa câu 20 và 21 là thích hợp.[36] Việc giới thiệu chủ đề về 'lời' trong câu 21 gợi ý rằng chủ đề này đi với phần tài liệu tiếp theo. Từ *Vậy* ở đầu câu 21 nối phần trình bày trong các câu 21-27 với câu 18 ('lời chân lý') chứ không phải với các câu 19-20. Trình tự tương tự về ý tưởng trong 1 Phi-e-rơ 1:23–2:2 cũng ngụ ý mối liên hệ gần gũi giữa câu 18 và các câu 21-27. Trong cả hai phân đoạn, theo sau sự tái sinh bởi lời của Đức Chúa Trời là mệnh lệnh (được giới thiệu với chữ 'vậy' [*dio*]) phải 'loại bỏ' hành vi gian ác và tiếp nhận lời của Đức Chúa Trời.[37] Có lẽ Phi-e-rơ viết sau Gia-cơ, nên không có vấn đề về việc vay mượn trực tiếp. Nhưng điều hai phân đoạn này ngụ ý là Gia-cơ và Phi-e-rơ, mỗi người áp dụng độc lập lời dạy quen thuộc từ hội thánh đầu tiên. Trong lời dạy đó, lời nhắc nhở về sự sinh ra thuộc linh mà Đức Chúa Trời bởi ân điển đã ban cho dân sự qua lời Ngài được tiếp nối bởi lời khuyên tránh xa loại hành vi gắn liền với đời sống cũ và bắt đầu sống theo tiêu chuẩn của lời đã cứu họ.[38] Sự tương tự giữa Gia-cơ và Phi-e-rơ ở một số điểm khác (xem phần Giới thiệu tr.27) chứng thực cho khả năng này.

---

36. Cũng xem Vlachos, tr. 56.

37. Điều này giả định rằng *to logikon adolon gala* trong 1 Phi 2:2 chỉ đến lời của Đức Chúa Trời, ít nhất theo nghĩa rộng.

38. Nhiều học giả có lẽ xác định nguồn gốc của truyền thống này trong lễ báp-tem.

Giải nghĩa

21. Trước khi tiếp tục mối quan tâm chính về đáp ứng với lời của Đức Chúa Trời, Gia-cơ kêu gọi độc giả của ông *hãy loại bỏ mọi điều ô uế và gian ác đang lan tràn*. Hình thức của động từ trong mệnh lệnh này là một động tính từ trong tiếng Hy Lạp (*apothemenoi*), có thể ngụ ý mệnh đề này phụ thuộc vào ý chính theo sau (xem ví dụ, HCSB: "hãy loại bỏ khỏi anh em mọi điều ô uế và gian ác, khiêm nhường tiếp nhận..."). Nhưng những loại động tính từ này thường giới thiệu những mệnh lệnh độc lập, do đó cách dịch theo dạng mệnh lệnh trong hầu hết những bản dịch tiếng Anh là hoàn toàn đúng. Từ *điều ô uế* (*rhyparia*) chỉ được dùng ở đây trong tiếng Hy Lạp dùng trong Kinh Thánh, nhưng tính từ cùng gốc với danh từ này, 'ô uế', được dùng trong 2:2 để mô tả áo của người nghèo, và trong Xa-cha-ri 3:3–4 nói đến quần áo mà thầy tế lễ thượng phẩm Giê-hô-sua phải lột bỏ trước khi ông được thiên sứ của Chúa ban cho một bộ mới, quý giá. Hình ảnh quần áo được ngụ ý bởi từ 'lột bỏ' (như cách dịch từ tiếng Hy Lạp) đi chung với từ này. Từ 'lan tràn' (*perisseia*) trong cụm từ *gian ác đang lan tràn* cũng có nghĩa là 'dư thừa' hoặc 'dư dật'. Tasker biện luận ủng hộ nghĩa 'dư thừa', với ý nghĩa là 'còn lại'. Nhưng trong Rô-ma 5:17 và 2 Cô-rinh-tô 8:2, từ nầy dường như chỉ có nghĩa là 'dư dật', do đó nghĩ rằng từ này được thêm vào để nhấn mạnh sự đa dạng và lan tràn của tội lỗi mà Cơ Đốc nhân phải chống lại thì thích hợp hơn. Việc 'loại bỏ' điều gian ác phải đi chung với việc 'tiếp nhận' một điều khác, đó là *lời đã trồng trong anh em*. Hort lập luận rằng từ được dịch '*đã trồng*' (*emphytos*) phải có nghĩa là 'bẩm sinh' (như trong Sự khôn ngoan của Sa-lô-môn 12:10, lần xuất hiện khác duy nhất của từ này trong tiếng Hy Lạp dùng trong 'Kinh Thánh') và ông cho rằng Gia-cơ đang nói đến khả năng tự nhiên, 'bẩm sinh' của con người để tiếp nhận sự mặc khải của Đức Chúa Trời – "khả năng nguyên thủy có trong sự sáng tạo theo hình ảnh của Đức Chúa Trời, làm cho loài người có thể hiểu sự mặc khải". Nhưng bên cạnh sự hậu thuẫn mơ hồ từ Kinh Thánh, khái niệm này quá chung chung đối với ngữ cảnh, trong đó 'lời' được mô tả là có quyền năng để cứu rỗi (1:21) và tái sinh (1:18). Ngược lại, những ám chỉ này biểu thị khá rõ rằng *lời đã trồng trong anh em* phải mô tả lời được công bố của Đức Chúa Trời, không phải là phẩm chất bên trong loài người.

Trong trường hợp này, chữ *emphytos* phải nói đến điều gì đó đã

3. Cơ Đốc Giáo Chân Thật Thể Hiện qua Việc Làm (1:19–2:26) | 109

được trồng.[39] Khái niệm nổi bật của từ ngữ này có lẽ tiếp tục ý tưởng trong lời tiên tri về 'giao ước mới' nổi tiếng trong Giê-rê-mi, trong đó Đức Chúa Trời hứa: "Ta sẽ đặt luật pháp ta vào lòng dạ chúng và khắc ghi lên tâm khảm chúng" (Giê 31:33. So sánh thêm việc nói đến 'luật pháp đem đến sự tự do' trong Gia 1:25 và trong phần Giới Thiệu về "Luật pháp", tr. 65). Qua việc mô tả từ ngữ bằng cách này, Gia-cơ nhắc nhở các tín hữu rằng lời của Đức Chúa Trời chưa kết thúc với họ sau khi Đức Chúa Trời dùng lời Ngài để đem lại sự tái sinh. Lời đó trở thành một phần vĩnh viễn, không thể tách rời của Cơ Đốc nhân, là sự hiện diện để điều khiển và hướng dẫn bên trong. Mệnh lệnh phải *lấy lòng nhu mì tiếp nhận lời đã trồng trong anh em* không phải là mệnh lệnh trở lại đạo (dù ở chỗ khác trong Tân Ước 'tiếp nhận lời' mang ý nghĩa này), mà có nghĩa là chấp nhận những mệnh lệnh của lời như điều bắt buộc và cố gắng sống theo lời đó. Những Cơ Đốc nhân thật sự được 'tái sinh' (1:18) chứng tỏ rằng lời đã biến đổi họ khi họ nhu mì tiếp nhận lời đó là thẩm quyền và sự hướng dẫn cho đời sống họ. Hoặc sử dụng hình ảnh Chúa chúng ta đã dùng để diễn đạt ý tương tự: các tín hữu phải chuẩn bị 'đất tốt' trong lòng họ để 'hạt giống' của lời đã được trồng ở đó có thể kết quả nhiều (so với Mác 4:3–20). Trong ngữ cảnh của chúng ta, Gia-cơ nói rõ sự cứu rỗi là kết quả đến từ sự tiếp nhận lời. Nhiều Cơ Đốc nhân tự động nghĩ rằng sự cứu rỗi ám chỉ sự hoán cải. Tuy nhiên, ở đây Gia-cơ đang nói với những người đã là Cơ Đốc nhân (xem 1:18). Như thường thấy trong Tân Ước, sự cứu rỗi ở đây không nói đến khởi đầu đời sống Cơ Đốc mà là đỉnh điểm của sự cứu rỗi, khi các tín hữu được vinh hiển và được cứu khỏi tội lỗi cùng sự chết vào lúc cuối cùng (cũng xem Rô 5:9–10; 13:11).

Gia-cơ dùng ngôn ngữ của sự cứu rỗi cách nhất quán theo nghĩa này trong thư của ông (2:14; 4:12; 5:20; trong 5:15, chữ *sozo*, 'cứu', áp dụng cho sự giải cứu thuộc thể, không phải thuộc linh).

22. Vì sợ có người hiểu sai ý nghĩa của 'tiếp nhận lời', nên Gia-cơ giải thích rõ điều ông muốn nói trong các câu 22-27. Khi làm như vậy, ông dẫn chúng ta đến ngay trọng tâm của điều ông quan tâm. Cho dù việc đồng ý với 'lời' trên tinh thần có quan trọng ra sao, thì lời cũng chưa thật sự được tiếp nhận cho đến khi lời được thực hành. Tất nhiên, việc 'nghe' lời là điều cần thiết và quan trọng. Sẽ là sự hiểu lầm chết

---

39. Để biết ý nghĩa của *emphyto*, xem Herodotus 9:94; *Thư tín của Ba-na-ba* 1:2; 9:9 (phần tham khảo chỉ về Tin Lành); và ghi chú trong Adamson, tr. 98–100.

người khi nghĩ rằng Gia-cơ đang chống lại việc lắng nghe lời. Nhưng điều Gia-cơ nỗ lực chống đối là nghe lời mà không dẫn đến việc *làm theo*. Với sự nhấn mạnh này, Gia-cơ đồng ý với niềm tin phổ biến của người Do Thái trong thời của ông. Một ra-bi thế kỷ thứ hai đã nói: "điều chính yếu không phải là giải nghĩa [luật pháp], nhưng làm theo [luật pháp] (Simeon b. Gamaliel trong Mishnah, *Abot.* 1:17). Phao-lô phản ảnh điều người Do Thái nhấn mạnh khi ông viết: "Vì chẳng phải người nghe đọc luật pháp được kể là công chính trước mặt Đức Chúa Trời, nhưng người làm theo luật pháp mới là người được xưng công chính" (Rô 2:13). Và điều Gia-cơ quan tâm một lần nữa phù hợp với sự dạy dỗ của Chúa Giê-xu: "Những ai nghe và giữ lời Đức Chúa Trời còn có phước hơn" (Lu 11:28). Sự giảng dạy của Đức Chúa Giê-xu đầy dẫy điều kỳ diệu lạ lùng từ ân điển tối cao của Đức Chúa Trời đến với loài người tội lỗi qua Phúc Âm. Nhưng cũng nổi bật không kém là những lời Chúa Giê-xu kêu gọi phải hoàn toàn vâng lời – vâng lời là đáp ứng cần thiết của con người đối với ân điển của Đức Chúa Trời. Sự chủ động đầy ân điển của Đức Chúa Trời và sự đáp ứng với lòng biết ơn của con người đều là phần thiết yếu của Phúc âm. Lời mà qua đó chúng ta được tái sinh (1:18) và được trồng trong chúng ta (1:1) là lời phải được thực hành.

Những người không *làm* theo lời, những ai chỉ *nghe lời*, là mắc tội tự dối mình thật nguy hiểm và có khả năng gây chết người. Nếu Phúc Âm, về bản chất, chứa đựng quyền năng cứu rỗi và lời kêu gọi vâng lời, thì những người chỉ thuật lại phương diện cứu rỗi của Phúc Âm không thật sự tiếp nhận Phúc Âm. Đó là lý do vì sao Gia-cơ nói rằng những người chỉ *nghe* lời đang *lừa dối* chính mình. Họ nghĩ rằng họ có mối quan hệ với Đức Chúa Trời bởi vì họ thường xuyên đi nhà thờ, đi học Kinh Thánh hay đọc Kinh Thánh. Nhưng nếu họ nghe mà không làm theo, thì tình trạng thật của họ trước mặt Đức Chúa Trời sẽ khác xa. Calvin nói: "sự vâng lời là nguồn gốc của hiểu biết thật về Đức Chúa Trời".[40]

23–25. Bằng biện pháp so sánh, Gia-cơ giải thích chi tiết sự tương phản giữa người chỉ nghe lời và người vừa nghe vừa làm theo lời. 'Người chỉ nghe' được ví như người *soi mặt mình trong gương*, nhưng nhanh chóng quên điều anh ta thấy. Trái lại, người làm theo lời *xem xét kỹ càng luật pháp toàn hảo, là luật pháp đem lại sự tự do*, và bền

40. Calvin, *Institutes*, I, 6.1.

tâm suy xét, rồi thực hành. Điểm so sánh là gì? Có phải là cách người đó nhìn, điều người đó nhìn, hoặc kết quả sau khi nhìn không?

Thứ nhất, những người lập luận rằng sự tương phản liên quan đến cách nhìn thì chú ý đến sự thay đổi của các động từ trong tiếng Hy Lạp của Gia-cơ: trong các câu 23-24, ông dùng động từ *katanoeo* trong khi đó câu 25 ông chuyển sang động từ *parakypto*. Gia-cơ có thể đang nói đến sự tương phản giữa người liếc nhìn vào gương và người xem xét kỹ càng *luật pháp toàn hảo* (lưu ý bản NLT dịch 'liếc nhìn' trong câu 23 và 'nhìn kỹ' trong câu 25). Tuy nhiên, cơ sở về từ vựng cho cách dịch này rất mong manh. Động từ *katanoeo* (1:23 và 24) thường không biểu thị cái nhìn liếc qua hay vội vàng. Thật ra, động từ biểu thị một sự xem xét chăm chú, có suy nghĩ (như trong Lu-ca 12:27, Đức Chúa Giê-xu mời chúng ta "nhìn xem...những bông hoa dại", lưu ý bản ESV dịch 'nhìn chăm chú' trong Gia-cơ 1:23). Thật sự, khi nhận ra điều này, Laws đề nghị hiểu sự so sánh theo ý nghĩa hoàn toàn khác. Bà nghĩ rằng Gia-cơ có thể đang đối chiếu ấn tượng thoáng qua còn lại sau khi nhìn cẩn thận vào gương với hiệu quả lâu dài cho dù là của một cái liếc nhìn vào 'luật pháp toàn hảo'. Tuy nhiên, mặc dù *nhìn (parakyptō)* trong câu 25 có thể chỉ cái nhìn liếc qua, nhưng nó thường phản ảnh ý nghĩa gốc (*para*, 'bên cạnh', và *kyptō*, 'cúi xuống') và gợi ý việc cố gắng cúi người xuống để nhìn điều gì đó một cách cẩn thận (1 Phi 1:12). Do đó, dường như Gia-cơ không có ý biểu thị sự tương phản quan trọng nào khi thay đổi động từ.[41] Chúng ta sẽ phải xem xét ở chỗ khác để xác định ý của Gia-cơ.

Thứ hai, sự tương phản Gia-cơ nghĩ đến có thể liên quan đến vật thể một người nhìn vào: *gương* trong câu 23 và *luật pháp toàn hảo* trong câu 25. Nhiều nhà giải kinh tập trung vào cách Gia-cơ mô tả tấm gương này: trong tiếng Hy Lạp, câu *to prosopon tes geneseos autou* theo nghĩa đen, là "mặt của 'genesis' của mình". Từ ngữ Hy Lạp *genesis* thường ám chỉ 'sự ra đời' hoặc 'sự sáng tạo'. Do đó, Hort lập luận rằng cụm từ nầy ám chỉ gương mặt mà người đó được dựng nên, với ý nghĩa 'đại diện cho những gì Đức Chúa Trời tạo dựng trong người đó'. Vậy thì, các câu 23-25 đối chiếu hình ảnh một người nhìn thấy điều Đức Chúa Trời dự định cho mình, nhưng không làm gì về điều đó, với người thấy điều Đức Chúa Trời muốn ở nơi mình và cố gắng để đạt được. Tuy nhiên, thật khó mà nghĩ rằng hình ảnh *không*

---

41. Cũng xem Varner.

thấy được của Đức Chúa Trời trong con người là điều người ấy thấy trong gương. Một khả năng khác là, như thường gặp trong Philo, chữ *genesis* được dùng, để chỉ những gì là tạo vật và có tính tạm thời, tương phản với lĩnh vực đời đời trên trời. Thế thì, Gia-cơ có thể ngụ ý sự tương phản giữa 'khuôn mặt' hoặc tính cách mà một người thật sự nhìn thấy – tức tình trạng tội lỗi của mình – với khuôn mặt hoặc tính cách lý tưởng mà 'luật pháp toàn hảo' phản chiếu.[42] Có nhiều điều cần nói về cách giải thích này, nhưng có thể là quá tế nhị. Chắc chắn câu 25 không ngụ ý gì về 'tính cách lý tưởng' được phản chiếu bởi *luật pháp toàn hảo*. Thế thì, có lẽ chữ *genesis* mang nghĩa 'tự nhiên' (như trong sách Sự khôn ngoan của Sa-lô-môn 7:5; Giu-đi-tha 12:8) và ám chỉ gương mặt vật lý thật sự mà một người thấy trong gương.[43] Hơn nữa, gương thường được dùng với nghĩa bóng trong triết học và trong tôn giáo cổ đại, hậu thuẫn khả năng cho rằng Gia-cơ xem gương nói chung tương đương với *luật pháp toàn hảo*.

Vì vậy, thứ ba, điểm tương phản trong các câu 23-25 là *kết quả* từ việc nhìn thấy. Có sự nhấn mạnh rõ ràng trong ý tương phản giữa 'quên' (được đề cập trong 1:24 và 1:25) và 'bền tâm' (1:25). Sự nhấn mạnh này gợi ý rằng Gia-cơ có thể đang sử dụng việc nhìn vào gương để minh họa cho kết quả bên ngoài và tạm thời của 'lời' đối với những người nghe mà không làm theo. Lợi ích họ nhận được từ 'lời' cũng không hơn gì lợi ích họ nhận được từ việc soi mặt trong gương khi chải tóc. Ngược lại, người làm theo lời sẽ 'bền tâm' hay tiếp tục (*parameinas*). Động từ này không có bổ ngữ trong tiếng Hy Lạp và có thể nói đến việc tiếp tục suy ngẫm lời (so sánh với NET) nhưng rất có thể nói đến việc liên tục làm theo lời mình đã nghe (bản CEB dịch 'tiếp tục làm theo lời'). Dù là trường hợp nào, người làm theo lời đều được khen ngợi vì đã bày tỏ bằng hành động tác động liên tục của lời trên đời sống họ.

Gia-cơ nhấn mạnh sự quan tâm của ông đối với việc thực hành lời của Đức Chúa Trời bằng cách thay đổi từ vựng: 'lời' trong câu 22 trở thành *luật pháp toàn hảo, là luật pháp đem đến sự tự do* trong câu 25. Không dễ dàng phân biệt ý nghĩa của từ ám chỉ *luật pháp* (*nomos*) trong Gia-cơ (xem ý trình bày trong phần 'Luật pháp' trong phần Giới Thiệu, tr. 65). Đối với một người Do Thái như Gia-cơ, *nomos* thường có nghĩa là luật pháp Môi-se. Luật pháp này thường được gọi

42. McCartney, tr. 121.
43. Blomberg và Kamell, tr. 90.

là 'trọn vẹn' (so sánh Thi 19:7) và đôi khi nó được cho là có quyền năng ban sự tự do thật (so sánh với Mishnah, *Abot.* 6:2). Nhưng ngữ cảnh khiến chúng ta phải dừng lại trước khi chấp nhận một sự đánh đồng đơn giản giữa *luật pháp toàn hảo* của Gia-cơ với luật pháp Cựu Ước. Theo mạch của bản văn, 'luật pháp toàn hảo' của câu 25 ít nhất phải trùng lắp với 'lời' của câu 22. Và 'lời', lần lượt được nhận diện là 'lời chân lý' dẫn đến sự sinh ra thuộc linh (1:18), và việc tiếp nhận lời dẫn tới sự cứu rỗi (1:21). Cho nên, trình tự trong các câu này cho thấy rõ rằng *luật pháp toàn hảo* liên quan mật thiết với Phúc Âm. Ảnh hưởng lan tràn từ lời dạy của Chúa Giê-xu trên đạo đức của Gia-cơ gợi ý rằng 'luật pháp' này có thể đặc biệt bao gồm những đòi hỏi về đạo đức của Chúa Giê-xu. Gia-cơ muốn nhấn mạnh cho thính giả của ông rằng 'tin vui' về sự cứu rỗi đi kèm với một yêu cầu tất yếu, sâu sắc đó là sự vâng phục hoàn toàn. Việc dùng từ 'luật pháp' để mô tả khía cạnh mang tính đòi hỏi này của 'lời' Cơ Đốc hoàn toàn là điều bình thường đối với một người trong vị trí của Gia-cơ (và trong phương diện nào đó mong đợi sự phân biệt 'luật pháp/ Phúc Âm' trong thần học gần đây). 'Luật pháp' này bao gồm các điều răn Cựu Ước, như ở 2:8–11 nói rõ, nhưng Gia-cơ mô tả luật pháp là *toàn hảo* gợi ý rằng phải xem các điều răn này trong ánh sáng của sự ứng nghiệm của luật pháp Cựu Ước trong Chúa Giê-xu (Mat 5:17). Và mặc dù vẫn còn là 'luật pháp', nhưng luật pháp này kêu gọi sự vâng lời tuy *đem lại sự tự do*, bởi vì, theo lời tiên tri về giao ước mới của Giê-rê-mi (31:31–34), luật pháp đã được viết trong lòng (so sánh 'được trồng' trong 1:21). Đòi hỏi sâu sắc, triệt để của Phúc Âm cũng đi kèm với ân điển của Đức Chúa Trời giúp con người có thể thực hiện. Khi Đức Chúa Giê-xu kêu gọi con người 'đến' với Ngài và mang lấy 'ách' của Ngài, thì Ngài cũng hứa rằng 'ách ta dễ chịu và gánh ta nhẹ nhàng' (Mat 11:28–30).

26. Gia-cơ kết thúc phân đoạn quan trọng nói về những hàm ý thực tiễn của Cơ Đốc giáo chân thật bằng cách chỉ ra một số cách cụ thể để bày tỏ sự vâng theo 'lời'. Một trong những cách đó là vấn đề kiểm soát *cái lưỡi*. Dường như đây là điều Gia-cơ hết sức quan tâm. Ông đã khuyên độc giả của mình phải 'mau nghe, chậm nói' (1:19). Trong chương 3 ông sẽ nói chi tiết vấn đề này (3:1–12)*** và ông quay lại với đề tài này trong 4:11–12. Gia-cơ cho biết cái lưỡi giống như con thú hoang. Nếu được kiểm soát và hướng dẫn cách đúng đắn, lưỡi có thể làm được nhiều việc tốt. Nhưng nếu để mặc nó, thì quyền lực hủy diệt của lưỡi là rất lớn. Những người không thể kiểm soát lưỡi mình là *tự dối lòng* về thực tế của *sự tin đạo* của họ. Họ chỉ là 'người nghe' lời, và vì không thực hành những gì đã nghe, họ chứng tỏ rằng sự tin đạo của họ là vô ích. Từ ngữ *sự tin đạo* diễn tả đúng ý nghĩa của từ ngữ Hy Lạp *threskeia* (và tính từ hiếm *threskos*). Từ nầy được dùng rộng rãi trong thế giới Hy Lạp để biểu thị sự tôn kính và thờ phượng một vị thần (hoặc các thần). Nó thường bao hàm những hành động thờ phượng bên ngoài. Gia-cơ cho biết sự thử nghiệm thật của bất cứ lời xưng nhận tin đạo nào cũng đều không phải là nghi thức thờ phượng bên ngoài, mà nhiều người thực hiện cách thiếu suy nghĩ và thiếu cam kết. Yếu tố quyết định sự tin đạo thật là sự vâng lời; không vâng lời, sự tin đạo là *vô ích*: trống rỗng, vô dụng và không ích lợi.

27. Chúng ta phải nhớ rằng ở đây Gia-cơ không cố gắng tóm tắt tất cả những điều bao gồm trong sự thờ phượng Đức Chúa Trời cách đích thực. Calvin nói: "Gia-cơ không định nghĩa khái quát sự tin đạo là gì, nhưng nhắc nhở chúng ta rằng sự tin đạo mà không có những điều ông đề cập là vô ích."[44] Nghi thức tôn giáo, nếu được thực hiện từ tấm lòng tôn kính và trong tinh thần thờ phượng, thì không sai trật – và không thể 'làm theo' lời Đức Chúa Trời nếu trước tiên không 'nghe' lời đó. Nhưng Gia-cơ quan tâm đến việc quá nhấn mạnh 'nghe' đến nỗi không chú ý 'làm theo'. Hai lãnh vực khác của đời sống phải bày tỏ bằng chứng của việc 'nghe' lời cách cung kính được giới thiệu trong câu là: sự quan tâm về mặt xã hội và sự tinh sạch về đạo đức. Cựu Ước truyền lệnh phải chăm sóc *trẻ mồ côi* và *người góa bụa*. Đây là cách bắt chước sự quan tâm của Đức Chúa Trời đối với họ – Ngài là 'cha của trẻ mồ côi và thẩm phán bênh vực người góa bụa' (Thi 68:5). Trong một bản văn có nhiều điểm tương tự với phân đoạn này trong thơ Gia-cơ, Ê-sai công bố rằng Đức Chúa Trời sẽ không còn công nhận sự thờ phượng dân sự dâng lên cho Ngài ('sự tin đạo' của họ); họ phải "rửa cho sạch, hãy thanh tẩy chính mình...Hãy học làm lành, tìm kiếm công lý; giúp đỡ người bị áp bức, xét xử công minh cho kẻ mồ côi, bênh vực lý lẽ người góa bụa" (Ê-sai 1:16–17). Trẻ mồ côi và người góa bụa trở thành những người thấy mình bất lực trong thế gian. Những Cơ Đốc nhân có sự tin đạo là *thuần khiết và không hoen ố* sẽ bắt chước *Cha* của họ bằng cách can thiệp để giúp đỡ những người bất lực. Những người sống trong cảnh thiếu thốn thuộc hai phần ba dân số thế giới[45], bên trong thành cổ; những người thất nghiệp và không có tiền; những người không đủ tư cách để đại diện trong chính quyền hoặc trong luật pháp – đây là những người cần nhìn thấy bằng chứng đầy dẫy về 'sự tin đạo thuần khiết' của Cơ Đốc nhân.

Sự tinh sạch về đạo đức là một dấu hiệu phân biệt khác của sự tin đạo thuần khiết. *Giữ mình khỏi sự ô uế của thế gian* nghĩa là tránh suy nghĩ và hành động theo hệ thống giá trị của xã hội chung quanh chúng ta. Nhìn chung, xã hội này phản ảnh những niềm tin và thói quen phi Cơ Đốc, nếu không muốn nói là tích cực chống lại Cơ Đốc nhân. Các tín hữu là những người sống 'trong thế gian' thường xuyên đối diện nguy cơ bị vết nhơ của hệ thống đó 'chà xát' trên họ. Việc Gia-cơ nói đến lĩnh vực cuối cùng này là điều quan trọng và có tính dạy dỗ, vì đây là lĩnh vực vượt ra khỏi hành động mà nhắm vào thái độ và niềm tin dẫn đến hành động đó. 'Sự tin đạo thuần khiết' của 'Cơ Đốc nhân hoàn hảo' (1:4) kết hợp sự trong sạch của tấm lòng và sự trong sạch của hành động.

Thần học

Gia-cơ 1:21–27 là phân đoạn nổi tiếng nhất trong bức thư này. Và thật đúng như vậy, vì phân đoạn này bày tỏ mối quan tâm chủ yếu của Gia-cơ. Mặc dù không nói bằng ngôn ngữ thần học cách công khai, nhưng trong phân đoạn này Gia-cơ ngầm khai triển một thần học sống động và thiết thực về lời của Đức Chúa Trời. Để phù hợp với ý trọng tâm của thư tín,, Gia-cơ quả quyết rằng tín hữu phải hiểu toàn bộ lời Chúa. Không thể chỉ chọn một phần mà phải tiếp nhận toàn bộ lời Chúa. Lời ân điển và quyền năng tạo nên các Cơ Đốc nhân được 'tái sinh' (1:18) cũng là lời đòi hỏi sự vâng phục được đâm rễ và thể hiện rộng rãi. Nhưng sự vâng phục này tự thân nó cũng là sản phẩm của ân điển: để làm ứng nghiệm lời tiên tri của Ngài về giao ước mới, Đức Chúa Trời trồng lời của Ngài trong lòng chúng ta, chính Ngài cung cấp sự vâng lời mà Ngài đòi hỏi. Tuy nhiên, sự cung cấp của Ngài không xóa đi tầm quan trọng về sự đáp ứng của tín hữu: chúng ta phải 'tiếp nhận' và 'làm theo' lời đã được trồng.

---

45. Tức không thuộc Bắc Mỹ và Châu Âu.

C. Sự công bằng và luật yêu thương (2:1–13)

Ngữ cảnh

Trong phân đoạn này Gia-cơ áp dụng nhiều ý chính từ 1:19–27 vào tình huống cụ thể: sự phân biệt đối xử với người nghèo trong cộng đồng Cơ Đốc. Gia-cơ lập luận rằng làm theo lời (1:22), tức 'luật pháp toàn hảo' (1:25), bao gồm việc bày tỏ lòng thương xót với người không có khả năng tự lực (1:27). Khi tỏ ra ưa thích người giàu và khinh miệt người nghèo, các tín hữu mà Gia-cơ viết thư cho đang hành động hoàn toàn mâu thuẫn với đòi hỏi trọng yếu này trong luật pháp của Đức Chúa Trời. Phân đoạn này là phân đoạn đầu tiên trong Gia-cơ triển khai ý tưởng cách đầy đủ. Việc cấm thiên vị trong 2:1 chi phối cả phân đoạn. Các câu 2-4 minh họa vấn đề Gia-cơ đang quan tâm, với lời ám chỉ đến sự phân biệt đối xử với người nghèo. Hành động phân biệt đối xử này được cho là có 'ý xấu'. Hai lý do tại sao Cơ Đốc nhân phải tránh sự thiên vị được nêu ra trong phần còn lại của đoạn văn. Thứ nhất, thiên vị người giàu là hoàn toàn tương phản với thái độ của Đức Chúa Trời, Đấng đã chọn người nghèo để làm cho họ 'giàu trong đức tin' (2:5-7). Thứ hai, *bất cứ* sự bày tỏ thiên vị nào cũng đều bị lên án bởi 'luật pháp của Vua', là luật đòi hỏi phải yêu thương người lân cận (2:8-13). Mối quan tâm đến việc làm theo lời, được giải thích bằng ngôn ngữ luật pháp, là khung sườn của phân đoạn này (1:25; 2:8-13), gợi ý tính liên tục trong chủ đề này.

Gia-cơ nói nhiều về đề tài này cho thấy đây là một vấn đề có thật giữa vòng độc giả của ông.[46] Dường như sự áp bức họ đang phải chịu dưới tay của người giàu (so với 2:6-7) không dẫn đến sự trả thù theo cách tương tự, mà là sự nuông chiều quá đáng đối với người giàu có và quyền lực đến nỗi dẫn đến sự coi thường và hạ thấp giá trị của người nghèo. Cách cư xử như vậy thể hiện sự thất bại trong việc 'làm theo' luật pháp của Vua mà họ đã nghe (so sánh 1:22–25). Điều không được rõ là nơi xuất hiện vấn đề này. Phần lớn những nhà giải kinh nghĩ rằng Gia-cơ nói đến buổi nhóm thờ phượng điển hình hàng tuần của cộng đồng Cơ Đốc. Có lẽ với sự chấp thuận ngầm từ các lãnh đạo của hội chúng, 'người tiếp tân' dẫn người ăn mặc sang trọng đến chỗ ngồi tốt, trong khi coi thường xếp cho người ăn mặc nghèo hèn phải ngồi trên sàn nhà. Nhưng cũng nên xem xét một tình huống khác, đó là Gia-cơ đang nghĩ đến buổi họp của hội chúng Cơ

Đốc để xét xử cuộc tranh cãi giữa hai thành viên trong hội chúng.[47] Những người ủng hộ cách giải thích này lưu ý rằng Gia-cơ không mô tả tình huống bằng ngôn ngữ tiêu biểu được dùng cho các buổi nhóm thờ phượng của Cơ Đốc nhân đầu tiên ('hội thánh', *ekklēsia*), và ông cụ thể lên án các độc giả về việc 'lấy ý xấu mà xét đoán' (2:4). Các chi tiết của tình huống trong các câu 2-3 tương tự với bối cảnh xét xử cộng đồng mà các ra-bi mô tả. Ví dụ, xem *b. Shebu.* 31a: "Làm thế nào chúng ta biết rằng, nếu hai người đến tòa án, một người ăn mặc rách rưới và người kia ăn mặc quần áo tốt đáng giá một trăm maneh (ND: tương đương khoảng 50kg), họ nên nói với người ấy: 'Hoặc ăn mặc giống như người ấy, hoặc mặc cho người ấy giống như anh em'?" và *Sifre 4.4* (Lê 19:5): "Các ngươi không được để cho một người kiện cáo nói nhiều theo như người ấy muốn, và sau đó nói với một người khác: 'Nói rút gọn lại'. Các ngươi không được để cho một người đứng và một người khác ngồi." Việc thiếu những bằng chứng cụ thể trong bản văn này khiến khó quyết định cách giải thích nào là đúng; và may mắn là quyết định của chúng ta không ảnh hưởng đến ý chính của Gia-cơ. Tuy nhiên, nói chung "nhà hội của anh em" trong câu 2 dường như nói đến một buổi nhóm cụ thể, ai cũng biết, và như vậy thích hợp với buổi nhóm thờ phượng hơn là một cuộc họp xét xử.

Giải nghĩa

1. *Sự thiên vị* được dịch từ chữ Hy Lạp có nghĩa đen là 'nhận mặt' (*prosolempsia*). Từ này lần đầu tiên được dùng trong Tân Ước và là cách dịch sát nghĩa từ tiếng Hê-bơ-rơ trong Cựu Ước chỉ sự thiên vị. 'Nhận mặt' là xét xử và phân biệt dựa trên sự xem xét bên ngoài, chẳng hạn như diện mạo, địa vị xã hội, hoặc chủng tộc. Đức Chúa Trời không bao giờ làm như vậy y như Cựu Ước thường xuyên khẳng định (so sánh Rô 2:11; Êph 6:9; Côl 3:25). Và dân sự Đức Chúa Trời phải bắt chước Ngài ở khía cạnh này. Trong một phân đoạn được nhắc lại nhiều lần trong Cựu Ước và đụng đến nhiều vấn đề mà Gia-cơ quan tâm trong; 1:21–2:26. Môi-se nhắc nhở Y-sơ-ra-ên rằng "Giê-hô-va Đức Chúa Trời của anh em là Thần của các thần và Chúa của các chúa, là Đức Chúa Trời vĩ đại, đầy quyền năng và đáng kính sợ, là Đấng không thiên vị, và không nhận hối lộ. Ngài phân xử công minh cho kẻ mồ côi, người góa bụa, yêu thương người tha hương, ban cho

47. Đặc biệt xem Ward, 'Partiality', tr. 87–97; Davids, tr. 109; Martin, tr. 57–58; Johnson, tr. 223; Varner.

họ bánh ăn áo mặc" (Phục 10:17–18). Có thể Lê-vi Ký 19:15 là câu thích hợp hơn: "không được bất công trong việc xét xử; không thiên vị người nghèo cũng đừng nể nang kẻ quyền thế, nhưng hãy phân xử người lân cận mình một cách công minh." Trong 2:8, Gia-cơ trích dẫn mệnh lệnh yêu thương cũng từ ngữ cảnh này, và mối quan tâm về việc "xét đoán" cũng xuất phát từ ngữ cảnh này (2:4).[48] Yêu cầu đối với các tín hữu *tin Đức Chúa Giê-xu Christ, Chúa vinh quang của chúng ta* không khác với đòi hỏi căn bản trong Cựu Ước.[49] Sự thiên vị dựa trên những lý do bên ngoài là không phù hợp với đức tin trong Đấng đã đến để phá vỡ những rào cản về quốc tịch, chủng tộc, giai cấp, giới tính và tôn giáo. Phao-lô nói: "Tại đây không còn phân biệt người Hy Lạp hay người Do Thái, người nhận cắt bì hay không nhận cắt bì, người dã man, người Sy-the, người nô lệ hay tự do; nhưng Đấng Christ là tất cả và trong tất cả" (Côl 3:11).

Gia-cơ 2:1 là một trong hai ám chỉ rõ ràng duy nhất đến Đức Chúa Giê-xu trong thư tín này (cũng so sánh 1:1). Chúng ta đã thấy trong phần Giới Thiệu rằng hoàn cảnh này đã khiến một số học giả nghĩ rằng thư tín này là một tài liệu Do Thái được 'báp-tem' qua việc thêm vào hai lời ám chỉ này. Tuy nhiên, mặc dù Gia-cơ có thể không thường xuyên nhắc đến Chúa Giê-xu, nhưng như chúng ta thấy, bức thư của ông thấm nhuần sâu sắc tinh thần và sự dạy dỗ của Chúa Giê-xu. Và mặc dù Gia-cơ có thể không dạy môn Đấng Christ học vốn đang phát triển mạnh thời ấy, nhưng mô tả của ông về Đức Chúa Giê-xu ở đây cung cấp nhiều bằng chứng về chiều sâu của niềm tin về Đấng Christ học của ông. Đối với Gia-cơ, Chúa Giê-xu là *'Đấng Christ'*, Đấng Mê-si-a được hứa ban cho Y-sơ-ra-ên để giải cứu và làm quan xét của họ. Ngài là *'Chúa'*, Đấng chiếm hữu vị trí tối cao ở bên hữu Đức Chúa Trời và là Đấng đang trong tiến trình làm cho tất cả kẻ thù của Đức Chúa Trời phải phục tùng (so sánh Thi 110:1). Hơn nữa, danh hiệu *Chúa*, được dùng để chỉ về Gia-vê (Đức Giê-hô-va) xuyên suốt Kinh Thánh Cựu Ước tiếng Hy Lạp, chứa đựng những hàm ý

---

48. Về ảnh hưởng của Lê-vi Ký 19 đối với mục đích nhấn mạnh về đạo đức trong Gia-cơ, đặc biệt xem Johnson, *Brothers of Jesus*, tr. 123–135.
49. Theo bản NIV, và phần lớn các bản dịch khác, hiểu bản văn Hy Lạp *tēn pistin tou kyriou hēmōn 'Iēsou Christou* là một cấu trúc sở hữu mục tiêu cách: đức tin hướng đến, hoặc 'trong', Đức Chúa Giê-xu Christ. Điều này trở thành sự chọn lựa được thích hơn, một sở hữu chủ cách với ý tưởng về đức tin được vận dụng bởi Đức Chúa Giê-xu Christ (điều không có ý nghĩa nhiều trong ngữ cảnh này). Để biết quan điểm thứ hai đặc biệt xem Johnson, tr. 220; Varner.

về địa vị thiên thượng của Đức Chúa Giê-xu. Chúa Giê-xu không chỉ là 'Chúa', mà Ngài còn là *Chúa vinh hiển*. Bản NIV đã dịch cụm từ *tēsdoxēs* ('của sự vinh hiển') theo cách sở hữu mang tính mô tả, về cơ bản tương đương với một tính từ trong tiếng Anh (cũng xem HCSB; NLT; NASB; NET; NAB). Cách dịch này có thể truyền đạt điều Gia-cơ muốn nói ở đây. Phao-lô mô tả Chúa Giê-xu theo cách tương tự trong 1 Cô-rinh-tô 2:8, và Gia-cơ thích loại cấu trúc sở hữu này. Tuy nhiên, một khả năng khác là xem *tēsdoxēs* như một danh hiệu độc lập của Chúa Giê-xu (một cách sở hữu cho rõ nghĩa): "Đức Chúa Giê-xu Christ của chúng ta, là Đấng vinh hiển".[50] Tuy nhiên, việc thiếu những danh hiệu tương đương trong Tân Ước bác bỏ gợi ý này. Mô tả Đức Chúa Giê-xu là *Chúa vinh hiển của chúng ta* đặc biệt ngụ ý thiên đàng là nơi Ngài được tôn cao và từ đó Ngài sẽ hiện đến vào ngày cuối cùng của lịch sử, để cứu rỗi và xét đoán (so sánh 5:9). Lời nhắc nhở này đặc biệt thích hợp trong tình huống khi các Cơ Đốc nhân đang dành quá nhiều 'vinh hiển' cho loài người.

2–3. Gia-cơ trích dẫn một ví dụ về 'sự thiên vị' mà ông lên án trong câu 1. Tình huống Gia-cơ mô tả có vẻ là giả thuyết và thậm chí có thể được phóng đại để gây ấn tượng, nhưng tính nghiêm trọng của vấn đề mà Gia-cơ nói đến cho thấy rằng ông biết cách cư xử nầy đang xảy ra. Chắc chắn trong các câu 6-7, rõ ràng ông đang xử lý những trường hợp đang xảy ra. Minh họa mô tả hai người có dáng vẻ bề ngoài rất khác nhau bước vào *nhà hội của anh em*. Một người có vẻ bề ngoài giàu có: người ấy đeo nhẫn vàng, giống như những thành viên của giai cấp 'hiệp sĩ' thượng lưu La Mã đeo; người ấy *ăn mặc sang trọng*. Người kia thì nghèo, *ăn mặc rách rưới*.

Người giàu được chú ý đặc biệt và được hướng dẫn một cách lịch sự đến chỗ ngồi của mình. Ngược lại, người nghèo chỉ được bảo là 'hãy đứng đó' hoặc 'ngồi dưới đất cạnh chân tôi đây' (tiếng Hy Lạp *hypo to hypopodion mou* [nghĩa đen: 'dưới ghế để chân của tôi'] hầu như có nghĩa là 'trên sàn nhà gần bên ghế để chân của tôi' [LXX]). Có thể hai người này là khách đến thăm hội chúng, bởi vì họ được mô tả qua dáng vẻ bên ngoài và được hướng dẫn đến chỗ ngồi. Chữ nhà hội được dịch từ chữ Hy Lạp *synagōgē*, mà ở chỗ khác trong Tân Ước (có thể có ngoại lệ ở Khải 2:9 và 3:9) ám chỉ nơi thờ phượng của người Do Thái. Có thể ở đây muốn nói ý nghĩa này, bởi vì những người Do

50. Như trong Blomberg and Kamell, tr. 106–107.

Thái công nhận Đức Chúa Giê-xu người Na-xa-rét là Đấng Mê-si-a có lẽ tiếp tục nhóm lại với những người bạn Do Thái khác. Nhưng, nếu khuôn mẫu kinh nghiệm của Phao-lô trong các chuyến hành trình truyền giáo của ông là lời chỉ dẫn, thì nhà hội không phải lúc nào cũng tiếp đón những người Do Thái theo Cơ Đốc này. Và việc Gia-cơ nói với các tín hữu ở đây như thể họ đã kiểm soát cách sắp xếp trong *synagōgē* cho thấy ông đang nói đến một buổi nhóm ở ngoài nhà hội chính thức của người Do Thái. Chúng ta có thể thấy ở đây ngôn ngữ truyền thống chỉ buổi nhóm cầu nguyện và thờ phượng được áp dụng tự nhiên cho các hội chúng Cơ Đốc mới. Gia-cơ có lẽ đang nghĩ đến bất kỳ cơ hội nào khi Cơ Đốc nhân nhóm lại và dân chúng nói chung được tiếp đón.[51]

4. Trong một chuỗi mệnh đề có điều kiện (2:2–3: 'giả sử') Gia-cơ đã phác họa loại hành vi cư xử ông thấy không thích hợp với đức tin Cơ Đốc. Bây giờ ông mô tả đặc điểm và lên án hành vi cư xử đó trong một mệnh đề 'như thế' gồm hai phần: 1) *có phải anh em đã phân biệt đối xử giữa vòng anh em*; và 2) *[có phải anh em] lấy ý xấu mà xét đoán không?* Như bản NIV cho thấy những mệnh đề này được đặt dưới hình thức câu hỏi, nhưng cấu trúc câu Hy Lạp được Gia-cơ dùng (tiểu từ *ou*) cho thấy ông mong đợi độc giả của mình đồng ý với lời lên án. Động từ đầu tiên trong câu này (*diakrino*) cho thấy một vấn đề khó khăn trong cách dịch thuật. Phần lớn các bản dịch, cả bản NIV, xem động từ này ám chỉ hành động *phân biệt đối xử* hoặc 'tạo sự phân biệt' (NRSV; ESV). Chắc chắn động từ mang nghĩa này (so sánh Công 11:12; 15:9) và *giữa vòng anh em* là cách dịch có thể chấp nhận của *en heautois*. Nhưng Gia-cơ cũng dùng động từ này trong 1:6 để nói đến những tư tưởng phân tâm, mâu thuẫn của người thiếu đức tin và hình thức thụ động của động từ được dùng ở đây thường có nghĩa 'bị phân chia'.[52] Việc ám chỉ đến xung đột bên trong như vậy thật thích hợp với ngữ cảnh hiện tại, vì 'đức tin' đã được đề cập trong câu 1. Vậy thì, Gia-cơ có thể truy nguyên hành vi tội lỗi được mô tả trong các câu 2-3 bắt nguồn từ những động cơ tội lỗi. 'Sự phân chia' không đúng đắn giữa vòng những người khách đến thăm hội chúng chỉ là hình ảnh phản chiếu 'sự phân rẽ' không đúng đắn được nuôi dưỡng trong tâm trí của các tín hữu (*en heautois* – 'mỗi người trong anh

---

51. *Synagōgē* được dùng để chỉ về một 'sự hội họp' của các Cơ Đốc nhân ('những người công chính') trong *Hermas*, 'Mandates', 11.9.

52. Vlachos, tr. 71.

em'). Hành vi *Cơ Đốc* nhất quán chỉ xuất phát từ tấm lòng và tâm trí của *Cơ Đốc nhân* kiên định.

Lê-vi Ký 19:15 có lẽ là câu Gia-cơ nghĩ đến khi viết phân đoạn này. Câu này lên án sự thiên vị trong việc xét xử. Có lẽ sự liên hệ này khiến Gia-cơ mô tả thêm đặc điểm của những người thiên vị là *lấy ý xấu mà xét đoán.* Họ không những tự nhận lấy vai trò của quan xét, mà tệ hơn nữa, họ còn đưa ra quyết định theo các tiêu chuẩn của thế gian, phi Cơ Đốc.

5. Gia-cơ nhấn mạnh ý ông sắp trình bày bằng cách kêu gọi độc giả *nghe* và trực tiếp nói chuyện với họ (*Thưa anh em yêu dấu của tôi*). Loại thiên vị mà Gia-cơ mô tả trong các câu 1-4 là: 1) trái với cách Đức Chúa Trời nhìn sự việc (2:5–6a); 2) trái với cách người giàu đối xử với các tín hữu (2:6b-7); và 3) trái với những lời khẳng định trong 'luật pháp của Vua' (2:8–13).

Để phù hợp với phần còn lại của Tân Ước, Gia-cơ truy nguyên sự cứu rỗi của Cơ Đốc nhân bắt nguồn từ chọn lựa tối cao của Đức Chúa Trời. Vì vậy nhiều người nghèo đã tiếp nhận Tin Lành, có thể trở thành lời chứng hùng hồn về thái độ của Đức Chúa Trời. *Dù nghèo trong mắt của thế gian,* nhưng những người này thật sự giàu có trước mặt Đức Chúa Trời. Ở đây Gia-cơ nhắc lại sự tương phản giữa địa vị trong thế gian này và địa vị trong vương quốc Đức Chúa Trời từ 1:9–11. Được hiệp một với *Chúa vinh hiển* bởi đức tin (2:1), Cơ Đốc nhân nghèo có cơ nghiệp giàu có để trông đợi: *thừa kế vương quốc mà Ngài (Đức Chúa Trời) đã hứa cho những người yêu mến Ngài.* Vương quốc Đức Chúa Trời là trọng tâm trong sự giảng dạy của Chúa Giê-xu. Ngài tự giới thiệu mình là Đấng mà qua Ngài người ta sẽ nhận biết sự cai trị của Đức Chúa Trời (Mat 12:28; Mác 1:15; Lu 17:21). Nhưng quyền năng cai trị trọn vẹn cùng những phước hạnh phong phú của sự cai trị vẫn còn trong tương lai. Đó là "khi Con Người ngự đến trong vinh quang mình cùng với tất cả các thiên sứ" và các đầy tớ trung tín của Ngài sẽ thừa hưởng "vương quốc thiên đàng đã chuẩn bị sẵn...từ khi tạo dựng trời đất" (Mat 25:31, 34). Các Cơ Đốc nhân, tuy có thể nghèo về tài sản vật chất, nhưng sở hữu sự giàu có thuộc linh trong hiện tại và thấy trước các phước hạnh lớn hơn trong tương lai. Cơ Đốc nhân nên đánh giá người khác trên nền tảng thuộc linh này, không phải nền tảng vật chất. Cơ Đốc nhân không nên đánh giá người khác, dù tin Chúa hoặc chưa tin Chúa, theo tiêu chuẩn của thế gian.

Đấng đã hứa ban cho vương quốc – *Ngài* – được nhận diện một cách rất tự nhiên là Đức Chúa Trời, chủ ngữ của câu nầy. Nhưng Gia-cơ cũng có thể nghĩ đến các phước lành của Đức Chúa Giê-xu: "Phước cho các con là những người nghèo khó, vì vương quốc Đức Chúa Trời thuộc về các con" (Lu 6:20; so với Mat 5:3). Chúa Giê-xu và Gia-cơ không có ý nói rằng người nghèo được hứa ban cho vương quốc chỉ vì họ nghèo. Như chúng tôi đã lưu ý ở phần trước (xem giải nghĩa 1:9–11 và phần tóm tắt giới thiệu thần học của Gia-cơ), "người nghèo" hầu như trở thành một thuật ngữ chỉ những người bị áp bức về kinh tế và thiên về thuộc linh. Đó là thuật ngữ mang tính khái quát hóa và vì thế không thể được hiểu là bao gồm mọi người nghèo, và cũng không loại trừ tất cả người giàu. Mặc dù chúng ta phải hiểu một cách hoàn toàn nghiêm túc lời cảnh cáo của Chúa Giê-xu rằng sự giàu có là chướng ngại vật đối với môn đồ hóa (so với Mác 10:23; Lu 12:34), nhưng cả Ngài lẫn Gia-cơ đều không loại trừ người giàu khỏi vương quốc Đức Chúa Trời. Gia-cơ không nói rằng *chỉ* có người nghèo được *chọn*; ý của ông là nhắc nhở độc giả rằng *nhiều* người được chọn, và điều này ngụ ý lên án sự phân biệt đối xử với họ của Cơ Đốc nhân. Hơn nữa, có thể là dù có một số người giàu trong các cộng đồng Gia-cơ viết thư tín này, nhưng phần lớn vẫn là người nghèo.

6–7. Tương phản (*Vậy mà*) với sự quan tâm nhân từ của Đức Chúa Trời, Gia-cơ buộc tội *anh em lại khinh để người nghèo*. Khi xưng hô trực tiếp với các độc giả, Gia-cơ ngụ ý rằng, dù minh họa trong các câu 2-3 có là giả thuyết đi nữa, thì một số độc giả của ông cũng đã phạm tội thiên vị. Thái độ này càng đáng ngạc nhiên hơn ở chỗ nó hầu như không có tính hỗ tương. Không hề lấy lòng nhân từ báo đáp lòng nhân từ, các Cơ Đốc nhân chỉ dồn sự tôn trọng cho những người tích cực tham gia đàn áp và bắt bớ cộng đồng nhỏ các tín hữu. Sự đàn áp bao gồm bóc lột kinh tế: từ *katadynasteuō* (bóc lột) thường xuất hiện trong Bản Bảy Mươi để mô tả sự bóc lột của người giàu đối với người nghèo (so với A-mốt 4:1), trẻ mồ côi và người góa bụa (so sánh với Êxê 22:7). Hành động hoàn toàn ngược lại với những đòi hỏi của "sự tin đạo thuần khiết" (Gia-cơ 1:26–27), những người giàu này đang kéo Cơ Đốc nhân nghèo vào tòa án vì lợi ích kinh tế.

Giả định trong câu này là phần lớn tín hữu mà Gia-cơ viết thư cho là người nghèo. Điều này không có gì là ngạc nhiên. Xuyên suốt lịch sử ban đầu của hội thánh, những người không có nhiều thứ nắm giữ họ trong thế gian này thấy những lời hứa thuộc linh của Phúc âm thật hấp dẫn. Phao-lô nhắc nhở người Cô-rinh-tô: "Trong anh em không có mấy người khôn ngoan theo tiêu chuẩn đời nầy, không mấy ai có quyền thế, cũng chẳng có mấy người thuộc dòng quý tộc" (1 Cô 1:26).[53] Các tín hữu Pa-lét-tin ở Giê-ru-sa-lem hoặc bất cứ thành phần tín hữu nào đi nữa, dường như đã chịu nhiều đau khổ, nên hội thánh An-ti-ốt đã gởi cứu trợ đến cho họ trong nạn đói khoảng năm 46 SC. Sau đó Phao-lô đã quyên góp tiền bạc từ các hội thánh dân ngoại gởi đến cho "những người nghèo trong vòng dân của Chúa ở Giê-ru-sa-lem" (so với Rô 15:26). Sự phân biệt giai cấp kinh tế-xã hội hết sức rõ ràng được giả định trong Gia-cơ rất khớp với những gì chúng ta biết về xứ Pa-lét-tin thế kỷ thứ nhất. Một nhóm nhỏ địa chủ và thương gia giàu có tích lũy quyền lực càng ngày càng nhiều, trong khi đa số dân chúng bị buộc phải rời khỏi mảnh đất của họ và thậm chí trở nên nghèo hơn. Có lẽ phần lớn độc giả của Gia-cơ thuộc giai cấp lao động canh nông nghèo nàn này.

Nhưng độc giả của Gia-cơ không những bị đàn áp kinh tế như nhiều người bạn Do Thái của họ; mà họ còn chịu khổ từ sự bắt bớ tôn giáo. Chắc là hai điều nầy có liên hệ với nhau – vụ kiện Cơ Đốc nhân dựa trên lý do tài chính có thể được thúc đẩy và kết hợp với sự khinh miệt đức tin của họ. *Xúc phạm* gợi ý việc lạm dụng lời nói, như khi Phao-lô bị những người Do Thái ở Cô-rinh-tô chống đối và nói phạm thượng (*blasphēmountōn*) (Công 18:6). Lời phỉ báng nhắm vào *danh cao quý* (*kalon*, 'tốt') (so với 1 Phi 4:14) – có lẽ là "Đấng Christ". Cụm từ này trong bản NIV *Đấng anh em thuộc về* là cách dịch theo ý nghĩa từ cụm từ Hy Lạp có nghĩa đen là "danh đã được gọi trên anh em" (*to epiklethen eph' hymas*). Đến lượt tiếng Hy Lạp là cách dịch khá sát nghĩa của một thành ngữ Hê-bơ-rơ phổ biến. Điều quan trọng cần lưu ý là thành ngữ này xuất hiện trong câu trích dẫn của Gia-cơ từ A-mốt 9:12 trong Công Vụ 15:17. Cụm từ biểu thị mối quan hệ gần gũi, thậm chí sự sở hữu, và thường xuất hiện trong Cựu Ước để mô tả mối quan hệ của Đức Gia-vê và dân Ngài. Đối với các tín hữu, bây giờ Đức Chúa Giê-xu, Đấng Mê-si-a, chiếm vị trí này. Là những người tuyên xưng lòng trung thành với Ngài, họ mang danh Ngài – hay nói

---

53. Nếu không bỏ qua điểm này thì cũng phải lưu ý rằng nhiều sử gia nghĩ rằng Cơ Đốc giáo ban đầu có một phần đông người giàu và có ảnh hưởng (Xem Judge, 'Social Identity', tr. 201–217). Ví dụ, Ba-na-ba có khả năng bán tài sản để giúp đỡ hội thánh (Công 4:36–37); Phê-bê (Rô 16:2) được gọi là một 'ân nhân' của hội thánh đầu tiên.

cách khác họ là "Cơ Đốc nhân". Thật không thích hợp biết bao khi những người xúc phạm "danh cao quý" đó lại được ưu ái hơn trong hội thánh!

8. Các câu 8-13 đưa ra một lý lẽ mạnh mẽ, mạch lạc chống lại mọi hình thức thiên vị. Về cơ bản, lý lẽ này cho rằng Cơ Đốc nhân sẽ bị xét đoán bởi luật pháp mà một trong những đòi hỏi căn bản nhất của luật đó là yêu thương mọi người. Mối liên hệ chính xác giữa câu 8 và những câu trước đó không rõ ràng. Nếu từ Hy Lạp *mentoi* giới thiệu câu này được dịch là *thật sự* như trong bản NIV (cũng xem NRSV; ESV), thì Gia-cơ có thể đang ngụ ý rằng chỉ khi nào không có sự thiên vị thì *luật pháp của Vua* mới được làm trọn.[54] Nhưng vào bảy lần xuất hiện khác trong Tân Ước, chữ *mentoi* có nghĩa là "tuy nhiên" và cũng nên chấp nhận cách dịch này ở đây (NASB; NAB). Hiểu theo cách này thì câu 8 giới thiệu sự tương phản với ngữ cảnh trước, có lẽ cụ thể với câu 6a "Anh em làm ác khi khinh dể người nghèo...tuy nhiên, nếu anh em thật sự giữ trọn luật pháp của Vua...thì anh em cư xử đúng."

Luật pháp của Vua là gì? Vì luật pháp trong các câu 10-11 bao gồm các điều răn trong Mười Điều Răn, nên chắc chắn cụm từ này bao gồm luật pháp Cựu Ước. Khi ấy, luật pháp có thể được gọi là *của Vua* bởi vì nó được ban cho bởi Vua thiên đàng.[55] Tuy nhiên, như chúng ta thấy, Gia-cơ dường như dùng chữ 'luật pháp' theo nghĩa rộng hơn, kết hợp ví dụ và sự dạy dỗ của Đức Chúa Giê-xu cũng như Cựu Ước (xem chú giải ở 1:25). Đối với Gia-cơ, người nhận biết chính Chúa Giê-xu là *Chúa vinh hiển* (2:1), thì "luật pháp" ám chỉ luật pháp Cựu Ước được ứng nghiệm trong, và được bày tỏ qua Đức Chúa Giê-xu. Trong trường hợp này, có thể từ "của Vua" (*basilikos*) nhắc lại lời ám chỉ đến vương quốc (*basileia*) trong 2:5. Nói cách khác, việc Gia-cơ cho là "của Vua" bao hàm một sự hiểu biết mới về nội dung và trọng tâm của luật pháp dưới ánh sáng của sự hình thành vương quốc của Đức Chúa Giê-xu. Thật ra, có thể *luật pháp của Vua* cụ thể là mệnh lệnh yêu thương mà sau đó Gia-cơ trích dẫn trong câu 8 – tất nhiên, mạng lệnh mà chính Chúa nhấn mạnh phải là điểm chính yếu của luật pháp cho những người theo Ngài (Mat 22:34–40). Tuy nhiên, việc một điều răn được gọi là là *nomos* (*luật pháp*) là điều không bình

---

54. Như trong McKnight, tr. 205.

55. Vlachos, tr. 77. Philo, ngụ ngôn hóa 'đại lộ của Vua' Dân 20:17, thường gọi con đường đến với Đức Chúa Trời và lời của Ngài là 'con đường của Vua' (so sánh *Dòng dõi của Ca-in*, 102; *Sự bất biến của Đức Chúa Trời*, 144–145).

thường trong Tân Ước. Cho nên, có lẽ *luật pháp của Vua* mô tả toàn bộ các điều răn và những lời khuyên bảo nhằm hướng dẫn những người thuộc về vương quốc của Đức Chúa Trời.

Gia-cơ dùng giới từ *kata* ('theo') để giới thiệu câu trích dẫn của ông từ Lê-vi Ký 19:18 (bản NIV diễn giải *được tìm thấy trong Kinh Thánh*). Điều này có thể ngụ ý rằng Gia-cơ xem việc vâng phục mạng lệnh yêu thương là cách vâng giữ luật pháp ("giữ trọn luật pháp bằng cách yêu thương người khác"). Nhưng rất có thể giới từ nầy ngụ ý rằng mạng lệnh yêu thương chỉ rõ bản chất của luật pháp. Đó là luật pháp mà trọng tâm là đòi hỏi Cơ Đốc nhân phải *yêu thương người lân cận* của họ. Trong Cựu Ước, *người lân cận* (*re'a*) có nghĩa cụ thể là đồng bạn Y-sơ-ra-ên. Nhưng Đức Chúa Giê-xu mở rộng cho mọi người mà người đó có thể tiếp xúc, bao gồm người ngoại quốc (Lu 10:25–37) và kẻ thù (Mat 5:44). Gia-cơ cũng đi theo sự giảng dạy đó khi ông biện luận rằng tình yêu thương dành cho *người lân cận*, trọng tâm của *luật của Vua*, nghiêm cấm hội chúng phân biệt đối xử với bất cứ người nào bước vào hội thánh.

9. Trích dẫn cụ thể mạng lệnh yêu thương cho phép Gia-cơ buộc tội những người phạm "thiên vị". Phân biệt đối xử với con người, cho dù dựa trên cách ăn mặc, quốc tịch, giai cấp xã hội hoặc chủng tộc, là sự vi phạm rõ ràng tình yêu vô biên mà Đức Chúa Giê-xu kêu gọi chúng ta đến. Vì mạng lệnh yêu thương là trọng tâm trong "luật của Vua", nên khi chúng ta tỏ ra thiên vị là chúng ta *bị luật pháp kết án như một người phạm pháp*. Các câu 8-9 cho thấy mối quan hệ phản đề cách rõ ràng. Chúng ta *làm đúng* khi chúng ta vâng giữ luật pháp với lời kêu gọi yêu thương, còn chúng ta *vi phạm* luật pháp đó khi chúng ta tỏ ra thiên vị.

10. Các câu 10-11 giải thích (*vì*, dịch từ chữ *gar*) mệnh đề cuối cùng của câu 9, bằng cách cho thấy rằng việc vi phạm cho dù một điều răn cũng bị kể là vi phạm toàn bộ luật pháp. Vì vậy các câu này cung cấp một chuỗi lý luận dẫn đến lời kết án tương tự ở cuối câu 11 mà Gia-cơ đã nhắm vào trong câu 9, đó là người tỏ ra thiên vị là *người vi phạm luật pháp*. Người như vậy thật sự là đang vi phạm "chỉ" một điều răn. Nhưng Gia-cơ trả lời *luật pháp*, tức ý muốn của Đức Chúa Trời cho dân Ngài, là một tổng thể không thể phân chia, và vi phạm một phần luật pháp thì bị kể là vi phạm tất cả. Sự hiệp nhất của luật pháp, với kết quả tất yếu là phải vâng giữ toàn bộ luật pháp, là một khái niệm phải được nhiều người biết đến. Trong 4 Ma-ca-bê, khi Ê-lê-a-sa tin kính được yêu cầu ăn thịt không đúng theo luật pháp, ông từ chối và trả lời: "Đừng giả định rằng đó là một tội nhỏ mọn nếu chúng ta phải ăn thức ăn ô uế; vi phạm luật pháp trong những vấn đề nhỏ hoặc lớn là nghiêm trọng như nhau, vì trong cả hai trường hợp đều xem thường luật pháp" (5:19–21). Đức Chúa Giê-xu cũng có ý tương tự khi Ngài cảnh báo "ai bãi bỏ một điều nhỏ nhất trong các điều răn nầy và dạy người ta làm như vậy, thì sẽ bị coi là nhỏ nhất trong vương quốc thiên đàng" (Mat 5:19; so sánh Ga 3:10; 5:13). Những lời cảnh báo như vậy là cần thiết vì khuynh hướng nghĩ rằng việc vâng giữ các điều răn "quan trọng hơn" thì có giá trị hơn việc không vâng giữ những yêu cầu "không quan trọng" của luật pháp. Nhưng Gia-cơ đồng ý với quan điểm chuẩn: không làm theo *chỉ một điều* cũng khiến cho một người phạm tội. Chắc chắn, *một điều* mà độc giả của Gia-cơ đang thiếu hụt – tức đòi hỏi phải yêu thương người khác – hầu như không thể được cho là yêu cầu "nhẹ". Nhưng ý Gia-cơ đang muốn nói càng có giá trị hơn vì lý do đó. Tại sao lại như vậy? Gia-cơ giải thích thêm trong câu 11.

11. Câu này giải thích tại sao luật pháp phải được xem là một sự hợp nhất. Chừng nào luật pháp chỉ được xem là một chuỗi những điều răn riêng lẻ, thì người ta có thể nghĩ rằng không vâng giữ một điều răn cụ thể chỉ bị xem là vi phạm điều răn đó mà thôi. Nhưng thật ra, từng điều răn là thành phần cấu thành một tổng thể không thể bị phân chia, bởi vì chúng phản ánh ý muốn của Đấng ban luật pháp. Johnson đã viết: "Lập luận quan trọng là điều răn không chỉ là một bản văn, mà là 'lời ai đó đang nói'"[56] Vi phạm một điều răn là không vâng lời chính Đức Chúa Trời và làm cho người đó mắc tội trước mặt Ngài.

Tính lô-gic của những câu này hoàn toàn mang tính Do Thái. Nhưng Gia-cơ muốn nói đặc điểm "Do Thái" như thế nào ở đây? Nếu lập luận của ông nhắm vào kết luận hợp lý, thì Gia-cơ dường như đang yêu cầu phải vâng giữ mọi điều răn riêng lẻ của luật pháp, kể cả những yêu cầu liên quan đến sự vâng giữ nghi lễ. Đây có phải điều Gia-cơ muốn nói không? Trong thư của ông không hề ngụ ý ông giữ một quan điểm nghiêm khắc như vậy. Ông cho chúng ta một gợi ý trong câu 10-11 cho thấy rằng đúng như vậy. Thông thường, khi các nhà thần học Do Thái nêu lên ý mà Gia-cơ nói trong câu 11, họ trích

56. Johnson, tr.232.

dẫn một điều răn 'không quan trọng' bên cạnh một điều răn 'quan trọng'. Vì vậy, trong bản văn 4 Ma-ca-bê được trích dẫn ở trên, Ê-lê-a-sa khẳng định rằng ăn đồ ăn ô uế (một vấn đề 'nhỏ') cũng nghiêm trọng ngang với việc không vâng giữ một điều răn 'lớn'. Nhưng Gia-cơ trích dẫn hai điều răn trong Mười Điều Răn, được cho là có 'trọng lượng' bằng nhau. Điều này cho thấy ông chỉ đang nghĩ đến một phần nào đó của luật pháp Cựu Ước trong các câu 10-11.[57] Thật là thú vị khi lưu ý rằng về điểm này, mạng lệnh yêu thương liên quan chặt chẽ với các điều răn "giữa con người với nhau" trong bảng thứ hai của Mười Điều Răn trong Cơ Đốc giáo ban đầu (xem Mat 19:18–19; Rô 13:8–10).

Vì vậy, mặc dù sử dụng tính lô-gic lấy từ Cựu Ước và chính thống giáo Do Thái, nhưng Gia-cơ áp dụng vào một tình huống mới. Ông không thúc giục vâng giữ trọn vẹn chỉ luật pháp Cựu Ước, nhưng là "luật pháp của Vua" (2:8), "luật pháp đem đến sự tự do" (2:12) – tức luật pháp hàm chứa luật pháp Cựu Ước, nhưng được nhận biết qua sự làm trọn luật pháp của Đức Chúa Giê-xu. Việc "làm trọn" này cũng làm nền tảng cho những lời của Đức Chúa Giê-xu trong Ma-thi-ơ 5:19. Ngài đòi hỏi thậm chí "điều nhỏ nhất" trong các điều răn của luật pháp cũng phải được vâng giữ, và điều này thừa nhận Ngài làm trọn luật pháp vừa nói đến trong câu 17.

Phải chăng Gia-cơ có lý do cụ thể khi trích dẫn điều răn *'Chớ giết người'* trong câu 11 không? Đức Chúa Giê-xu đã dạy rằng lệnh cấm giết người này có thể được mở rộng bao gồm cả sự tức giận (Mat 5:21–26) và Giăng nói thẳng thừng rằng "Ai ghét anh em mình là kẻ giết người" (1 Giăng 3:15). Dưới ánh sáng của sự dạy dỗ này, có thể Gia-cơ đang nói rằng thái độ thiên vị cũng có thể nằm trong phạm vi của điều răn này. Các độc giả của Gia-cơ không nên nghĩ rằng họ có thể cho rằng mình vô tội vì không vi phạm một số điều răn chẳng hạn như lệnh cấm tà dâm; họ đang phạm lệnh cấm giết người khi tỏ ra thiên vị. Mặc dù cách giải thích này có vẻ hợp lý và có tính gợi ý, nhưng chúng ta nên cẩn thận khi nhấn mạnh quá nhiều. Gia-cơ có thể trích dẫn hai điều răn này chỉ vì chúng thường được dùng để minh họa cho những đòi hỏi của Đức Chúa Trời trong luật pháp của Ngài (so với Mat 19:18–19; Rô 13:8–10).

12. Câu 10–11 là phần thêm vào trong lập luận của Gia-cơ. Bây giờ

---

57. Xem Allison, tr. 413.

là lúc ông đưa ra kết luận từ điểm chính được thiết lập trong các câu 8-9. Ông lập luận rằng sự thiên vị là tội chống lại điều răn yêu thương và điều răn này là tiêu chuẩn của "luật pháp của Vua", là luật hướng dẫn những người xưng nhận đức tin trong Đức Chúa Giê-xu Christ. Vì vậy, luật pháp là tiêu chuẩn mà bởi đó lời nói và hành động của các tín hữu sẽ được phán xét. Gia-cơ đặc biệt nhấn mạnh trên từng động từ *nói* và *làm* bằng cách dùng trạng từ chỉ sự tương quan *houtos* (*vậy*) trước mỗi một động từ; liên tục lập lại để làm nổi bật ý chính: 'nói theo cách này và làm theo cách này'. Các động từ ở thì hiện tại, nhấn mạnh rằng cách 'nói' và cách 'làm' này phải là cách sống. Mặc dù câu này áp dụng chung cho mọi hành vi, nhưng chắc chắn Gia-cơ đặc biệt nghĩ đến nhu cầu bày tỏ tình yêu qua thái độ không thiên vị đối với mọi người.

Việc nhấn mạnh sự phán xét theo luật pháp trong câu này gây khó khăn cho một số người. Ví dụ, Hort nói: "...ý nghĩa dường như không phải là luật pháp của sự tự do ['luật pháp đem lại sự tự do'] là tiêu chuẩn hoặc công cụ bởi đó họ phải chịu phán xét, mà là họ phải chịu phán xét như những người sống trong bầu không khí của luật pháp của sự tự do, có thể nói như vậy."[58] Nhưng gợi ý cho rằng giới từ *dia* (được dịch là *bởi* trong bản NIV) chỉ ám chỉ "bầu không khí" của luật pháp của sự tự do thì không thể chấp nhận. Chữ *dia* thường có nghĩa là phương tiện và nghĩa này hoàn toàn thích hợp trong câu này: chính tiêu chuẩn được đặt ra trong luật pháp của sự tự do là phương tiện đánh giá hành vi cư xử của tín hữu (so với câu Kinh Thánh rất giống là Rô 2:12). Việc Cơ Đốc nhân sẽ bị *phán xét* dựa trên việc làm theo ý muốn của Đức Chúa Trời như được bày tỏ trong Phúc Âm, được khẳng định xuyên suốt Tân Ước. Đức Chúa Giê-xu cảnh báo rằng Ngài sẽ phán xét "muôn dân" khi Ngài trở lại và chỉ ban thưởng cho những ai bày tỏ lòng thương xót đối với người khác (Mat 25:31–46). Phao-lô khẳng định rằng "Vì tất cả chúng ta đều phải trình diện trước tòa án Đấng Christ để mỗi người nhận lãnh tùy theo điều thiện hoặc ác mình đã làm lúc còn trong thân xác" (2 Cô 5:10). Và Giăng nói: "Ai vâng giữ các điều răn Ngài thì ở trong Ngài, và Ngài ở trong người ấy" (1 Giăng 3:24). Việc Đức Chúa Trời nhân từ chấp nhận chúng ta không có nghĩa là chúng ta không cần vâng lời Ngài nữa, nhưng đặt chúng ta trên một nền tảng mới. Luật pháp của Đức Chúa Trời không còn là gánh nặng đe dọa, giam hãm. Vì bây giờ

58. Hort, tr. 56.

ý muốn của Đức Chúa Trời trước mặt chúng ta như *luật pháp đem lại sự tự do* (cũng xem 1:25). Đó là một bổn phận được hoàn thành trong sự hiểu biết vui mừng rằng Đức Chúa Trời vừa "giải thoát" chúng ta khỏi hình phạt của tội lỗi vừa ban cho chúng ta năng lực, trong Thánh Linh Ngài, để vâng theo ý muốn của Ngài. Theo lời mô tả của chính Gia-cơ, luật pháp này "được trồng" trong chúng ta, và có quyền năng để cứu chúng ta (Gia 1:21).

13. Một lời cảnh cáo củng cố những mạng lệnh của câu 12: người *không bày tỏ lòng thương xót* không thể mong đợi nhận được sự thương xót vào lúc phán xét. Gia-cơ ngụ ý rằng "bày tỏ lòng thương xót" là một khía cạnh cụ thể của luật pháp đem lại sự tự do, là điều quan trọng mà độc giả của ông cần nhận biết. Thật ra, "bày tỏ lòng thương xót" chính là điều mạng lệnh yêu thương đòi hỏi (2:8) và là điều các độc giả của Gia-cơ không làm được khi họ "khinh rẻ người nghèo". Mối quan hệ giữa lòng thương xót và sự quan tâm đến người nghèo được bày tỏ rõ ràng trong Xa-cha-ri 7:9–10: "Đức Giê-hô-va vạn quân phán: 'Hãy xét xử thật công minh; ai nấy hãy lấy sự nhân từ và thương xót đối xử với anh em mình. Đừng áp bức kẻ mồ côi, người góa bụa, khách tạm trú, hay là kẻ nghèo khó. Đừng mưu tính điều ác trong lòng để hại anh em mình.'" Nếu các độc giả của Gia-cơ tiếp tục phân biệt đối xử, thì họ tự đặt mình vào nguy cơ đối diện với sự phán xét nghiêm khắc. Mối quan hệ hỗ tương giữa lòng thương xót của con người và lòng thương xót của Đức Chúa Trời được Đức Chúa Giê-xu nhắc lại nhiều lần, nổi bật nhất là trong ẩn dụ về người đầy tớ không có lòng thương xót (Mat 18:21–35; cũng so với Mat 6:14–15).

Nếu không bày tỏ lòng thương xót sẽ nhận lấy hình phạt nặng nề, thì điều ngược lại cũng đúng: *sự thương xót chiến thắng sự phán xét*. Điều này có thể được hiểu như lời tuyên bố về ảnh hưởng tương quan giữa hai thuộc tính của Đức Chúa Trời, mà ý chính là Đức Chúa Trời vui mừng khi lòng thương xót của Ngài có thể thắng hơn sự phán xét của Ngài. Nhưng tốt hơn là hiểu *lòng thương xót* trên phương diện con người: việc chúng ta bày tỏ lòng thương xót *chiến thắng* sự phán xét của Đức Chúa Trời ở chỗ nó bênh vực chúng ta trước ngai phán xét của Ngài. Như Hort mô tả hình ảnh "κρίσις [sự phán xét] đến như người buộc tội trước tòa án của Đức Chúa Trời, và ἔλεος [lòng thương xót] dũng cảm đứng lên, có thể nói như vậy, để chống lại lời cáo buộc."[59] Các tín hữu, tự thân họ, luôn xứng đáng chịu sự phán xét của Đức Chúa Trời: chúng ta không bao giờ tuân theo 'luật pháp của Vua' cách trọn vẹn như đáng phải có (2:10–11). Nhưng thái độ và hành động thương xót của chúng ta sẽ được kể là bằng chứng về sự hiện diện của Đấng Christ trong chúng ta. Và chính nền tảng của sự hiệp nhất với Đấng làm trọn luật pháp cho chúng ta, mà chúng ta có thể tin tưởng Ngài sẽ biện hộ cho chúng ta lúc phán xét.

Thần học

Với phong cách thực tế tiêu biểu, trong đoạn văn này Gia-cơ bày tỏ một giá trị Cơ Đốc quan trọng: giá trị bình đẳng của mọi người trước mặt Đức Chúa Trời. Đặc điểm của nền văn hóa của thế gian là sự phân biệt: giữa nhóm sắc tộc này và nhóm sắc tộc khác, giữa đàn ông và đàn bà, giàu và nghèo, v.v...Trong hội thánh cũng có những sự phân biệt này, nhưng giữa họ vẫn có sự bình đẳng hơn nhờ sự mặc khải về ân điển trọn vẹn của Đức Chúa Trời cho mọi người trong Đấng Christ. "Tại đây không còn phân biệt người Do Thái hay người Hy Lạp, người nô lệ hoặc người tự do, nam giới hay nữ giới, vì tất cả anh em đều là một trong Đấng Christ Giê-xu" (Ga 3:28). Điều đặc biệt nổi bật là Gia-cơ mở rộng nguyên tắc này cho tất cả mọi người (bất cứ ai bước vào hội chúng Cơ Đốc).

Phần thứ hai của đoạn văn chạm đến một vấn đề thần học khác: thực tế của sự phán xét. Mặc dù ông không nói nhiều về điều này, nhưng ân điển của Đức Chúa Trời trong việc chu cấp sự cứu rỗi cho những người nhận biết Đấng Christ là điều gì đó Gia-cơ rõ ràng muốn nói đến. Nhưng các câu 8-13 nhắc nhở chúng ta rằng sự dạy dỗ về ân điển và về sự chấp nhận miễn phí trước mặt Đức Chúa Trời trong Đấng Christ không xóa bỏ thực tế về một sự phán xét sẽ đến. Việc "đã" được Đức Chúa Trời chấp nhận cách vui mừng, cùng với lời bảo đảm kèm theo, không che khuất ngày phán xét "chưa đến", là khi các Cơ Đốc nhân sẽ phải trả lời về những điều họ đã làm.

D. Đức tin cứu rỗi (2:14–26)

Ngữ cảnh

Phân đoạn này là đỉnh điểm thần học của lời nài xin của Gia-cơ

---

59. Ibid., tr. 57.

về "sự tin đạo thuần khiết" tự bày tỏ qua hành động (1:19–2:26).[60] Nhưng nó cũng liên hệ chặt chẽ với ngữ cảnh ngay trước đó. Trong câu 12, Gia-cơ khuyên các độc giả "hãy nói và làm như những người sẽ chịu phán xét theo luật pháp của sự tự do". Gia-cơ biết rõ rằng một số độc giả của ông có thể phản đối lời cảnh báo này bằng cách đáp rằng đức tin của họ đã xác định địa vị của họ trong sự phán xét. Họ phản đối rằng Gia-cơ quá nhấn mạnh về "việc làm" trong khi đức tin mới là điều quan trọng.

Gia-cơ không hề nghi ngờ tầm quan trọng mang tính quyết định và sống động của đức tin. Chúng ta sẽ không hiểu ý của Gia-cơ trong phân đoạn này nếu chúng ta không hiểu điều này. Gia-cơ không bàn cãi về quyền năng của đức tin để xưng công chính hoặc để cứu rỗi. Điều ông quan tâm là định nghĩa bản chất thật của đức tin. Như ông thực hiện trong suốt bức thư của mình, Gia-cơ tấn công các Cơ Đốc nhân nông cạn và không nhất quán, những người tự nhận là có đức tin nhưng không hành động theo đức tin của họ. Gia-cơ nói 'đức tin' như vậy thực chất chỉ là một lời xưng nhận – chẳng hạn như lời xưng nhận rằng 'có một Đức Chúa Trời' (2:19). 'Đức tin' không có 'việc làm' hoặc 'hành động' (2:20, 26), là đức tin chết (2:17 và 2:26) và 'vô ích' (2:20). Đức tin đó không có quyền năng để cứu (2:14) hoặc xưng công chính (2:24). Đức tin chân thật theo Kinh Thánh thể hiện trong "hành động" (2:14, 17); đức tin đi cùng với sự vâng lời thật sự và trở nên "trọn vẹn" nhờ hành động (2:22). Đó là loại đức tin được bày tỏ bởi người "cha" đáng kính của đức tin là Áp-ra-ham (2:21–23), và bởi Ra-háp, người xấu xa bị xã hội ruồng bỏ (2:25). Điều tuyệt đối quan trọng cần phải hiểu là điểm chính của lập luận này, được nói đến ba lần (trong 2:17, 20 và 26), là hành động không phải là yếu tố thứ hai, không liên quan, thêm vào đức tin, nhưng là đức tin thật sẽ tự nhiên sinh ra hành động. Đó chính là bản chất của đức tin.

Gia-cơ viết phần này trong bức thư của mình theo phong cách tranh luận, đôi khi được gọi là "bài công kích kịch liệt". Ông giới thiệu một người phản đối tưởng tượng, là người nói ra quan điểm của mình để làm nền cho lập luận của Gia-cơ (2:18). Ông tấn công người giữ theo lời dạy mà ông chống lại như thể người đó đang có mặt ("người khờ khạo kia ơi", 2:20); và ông trực tiếp kêu gọi độc giả đánh giá sức thuyết phục của điều ông đang nói ("Bạn thấy đó", 2:22,

---

60. Varner lưu ý nhiều ám chỉ trong 2:14–26 đến những phần trước đây của bức thư.

24). Loại phong cách này cho thấy cách mạnh mẽ rằng Gia-cơ đang chống lại những người đang nêu ra một quan điểm không đúng về đức tin. Những người này có thể đã nghe lời khẳng định của Phao-lô về "sự xưng công chính chỉ bởi đức tin". Nhưng cũng rõ ràng là hiểu biết của họ về quan điểm của Phao-lô còn rất nhiều thiếu sót; còn quan điểm mà Gia-cơ tranh luận trong phần đoạn này chắc chắn không phải là quan điểm của Phao-lô. Hiểu cách đúng đắn là Phao-lô và Gia-cơ thống nhất trong sự hiểu biết về đức tin và hành động và mối liên hệ của chúng với sự xưng công chính. Có *hình dáng* của một mâu thuẫn vì họ dùng một số thuật ngữ chính theo những cách hơi khác nhau và đặc biệt là vì họ đang tìm cách sửa sai các vấn đề rất khác nhau (xem phần 'Đức tin, việc làm và sự xưng công chính' trong phần Giới Thiệu, tr.59, và phần giải nghĩa câu 24 ở dưới).

Giải Nghĩa

14. Việc Gia-cơ nhấn mạnh "bày tỏ lòng thương xót" và kết quả của nó vào ngày phán xét (2:12–13) tự nhiên dẫn đến những câu hỏi như là "Những việc làm của lòng thương xót ích lợi như thế nào trong sự phán xét?", và "Chẳng phải chỉ có đức tin là quan trọng thôi sao?" Gia-cơ trả lời những câu hỏi này bằng cách chỉ đến sự hiệp nhất không thể tách rời của đức tin và hành động. Ông bắt đầu với hai câu hỏi tu từ, về cơ bản hướng tới độc giả của ông, nhưng trước mắt được nói với *ai đó* đang ủng hộ quan điểm "chỉ cần đức tin". Những câu hỏi rõ ràng phải được trả lời là không (thật ra, cấu trúc Hy Lạp trong câu hỏi thứ hai đòi hỏi câu trả lời phủ định): đức tin không có hành động thì không *có ích*; loại đức tin đó không thể *cứu*. Ý quan trọng là sự nhấn mạnh trong câu cuối cùng về bản chất cụ thể của đức tin được nói đến. Trong bản dịch NRSV, mệnh đề được dịch là "Đức tin đó có cứu anh em được không?" Điều đó cho thấy rằng Gia-cơ đang phủ nhận đức tin có thể cứu. Nhưng từ ngữ Hy Lạp chỉ về *đức tin* (*pistis*) trong mệnh đề này có mạo từ, cho thấy rằng nó đang ám chỉ loại đức tin vừa được đề cập: tức đức tin người ấy quả quyết mình có. Gia-cơ không nói đức tin đó không thể cứu: ông đang nói rằng đức tin người ấy nhận mình có không thể đem đến sự cứu rỗi vì là một đức tin *không có hành động* (xem NET: loại đức tin nầy có thể cứu người chăng?). Vì vậy, mặc dù quan điểm của Gia-cơ về đức tin không khác với quan điểm của Phao-lô và phần còn lại của Tân Ước (so với 1:16; 2:1, 5; 5:15), nhưng "đức tin" trong 2:14–26 thường ám chỉ đến đức tin "giả" mà Phao-lô cũng như Gia-cơ đều không xem là đức tin Cơ Đốc chân thật.

Gia-cơ nói đức tin không có thật thì không có *việc làm*, hoặc "hành động" (*erga*). Cũng với từ ngữ này mà một số người nhận thấy sự khác nhau giữa Phao-lô và Gia-cơ. Một mặt, Gia-cơ dùng từ *việc làm* với nghĩa tích cực, để nói đến những hành động yêu thương và thương xót mà Cơ Đốc nhân thực hiện để làm trọn luật yêu thương (so với 2:8–13). Mặt khác, nhất là khi Phao-lô thảo luận về sự xưng công chính, ông thường nói đến "việc làm của luật pháp". Nhiều nhà giải kinh hiện đại nghĩ rằng việc làm của luật pháp mà Phao-lô nói chỉ đến việc tuân giữ kinh Torah (Ngũ kinh) của người Do Thái, đặc biệt khi việc vâng giữ nói lên vị trí đặc biệt của người Do Thái so với người ngoại bang. Nhưng điều không chắc là có phải Phao-lô dùng cụm từ này có ý nghĩa giới hạn như vậy không (xem Giới Thiệu, tr. 59). Thế thì, có lẽ Phao-lô và Gia-cơ đại khái có cùng một ý khi nói đến "việc làm": đó là những hành động được thực hiện vì vâng lời Đức Chúa Trời. Cả hai sứ đồ kiên quyết cho rằng cả đức tin lẫn hành động đều cần thiết để một người cuối cùng được cứu. Nhưng trong khi Gia-cơ chỉ muốn nhấn mạnh sự cần thiết của cả hai, thì Phao-lô đi vào chi tiết hơn về mối quan hệ của chúng, khẳng định rằng đức tin đóng một vai trò trung gian trong sự cứu rỗi của chúng ta mà "việc làm" hoặc "hành động" thì không (xem lại Giới Thiệu, tr. 59).

Đức tin thiếu những hành động này thì không thể *cứu*. Chữ *cứu* (*sōzō*) đôi khi có thể nói đến sự giải cứu khỏi nguy hiểm thuộc thể (như trong 5:15), và một vài nhà giải kinh nghĩ rằng động từ đó có thể có nghĩa này ở đây. Nhưng với ngữ cảnh tập trung vào sự phán xét cuối cùng (2:12–13) và sự xưng công chính (2:22–25), rõ ràng cho thấy ở đây từ này mang ý nghĩa thuộc linh bình thường trong Tân Ước. Đôi khi chữ *cứu* mô tả bước đầu tiên để một người bước vào vương quốc Đức Chúa Trời ("sự trở lại đạo"), nhưng từ này thường ám chỉ sự giải cứu sau cùng khỏi tội lỗi, sự chết và sự phán xét trong ngày cuối cùng. Đây dường như là ý nghĩa của từ này trong thơ Gia-cơ (so với 1:21; 4:12; 5:20), và đây là ý nghĩa rất hợp lý ở đây, vì câu 13 nói về sự phán xét cuối cùng. Thế thì, khi Gia-cơ nói rằng đức tin mà một số người nhận mình có không thể cứu họ, thì có thể ông muốn nói rằng đức tin đó sẽ không có ích lợi vào thời điểm phán xét công bình của Đức Chúa Trời.

15–16. Gia-cơ dùng một minh họa để củng cố điểm thần học tổng quát mà ông đã trình bày trong câu 14. Ông mô tả một người ít ra cũng có mối liên hệ ngoài hội thánh, vì đó là *anh em hoặc chị em* của người ấy đang có nhu cầu. Nhu cầu của họ là sự chu cấp căn bản để duy trì sự sống, như là quần áo đầy đủ (từ ngữ Hy Lạp *gymnos*, 'trần truồng', 'không có áo che thân', thường chỉ sự thiếu thốn quần áo bên ngoài, *chitōn*) và *thức ăn hàng ngày*. "Tín hữu" này trả lời như thế nào? Người tín hữu cho người đang thiếu thốn ra về với những lời tin kính: *"Hãy đi bình an, hãy sưởi cho ấm và ăn cho no"*. 'Hãy đi bình an' là câu nói quen thuộc của người Do Thái khi tiễn ai đó; bản NLT diễn đạt đúng ý nghĩa: "Tạm biệt và chúc một ngày tốt lành." Những động từ *thermainesthe* (*hãy sưởi cho ấm*) và *chortazesthe* (*ăn cho no*) có thể ở dạng trung dung hoặc bị động. Nếu là dạng trung dung, thì "tín hữu" đang khích lệ những bạn Cơ Đốc thiếu thốn của mình tự cung cấp cho chính họ, tức là "tự xoay sở": "Hãy sưởi cho ấm! Hãy có một bữa ăn ngon!" (CEB). Nếu các động từ ở thể bị động, thì việc tiễn ra về mang hình thức của một lời cầu nguyện: "Nguyền xin được sưởi ấm và được ăn no" (ESV). Dù là trường hợp nào, ý chính cũng giống nhau: khi đối diện với người đang thiếu thốn ở giữa anh chị em mình, người "tín hữu" này không làm gì cả, mà chỉ nói những lời chúc tốt đẹp. Gia-cơ hỏi: Vậy *có ích gì không*? Trong minh họa, điều *tốt* hay 'có ích' (*ophelos*) chủ yếu nói đến hoàn cảnh thiếu thốn mà không được chu cấp: lời nói, dù với ý định tốt ra sao, cũng không có ích gì cho người nghèo túng. Nhưng người đọc để tâm thì không thể bỏ qua cách những lời này mô phỏng lại cụm từ mà Gia-cơ đã dùng để giới thiệu câu 14 (*Ti to ephelos*). Lời nói trống rỗng của "tín hữu" này không những không có ích cho những người khác mà chúng cũng không đem lại 'ích lợi' thuộc linh cho chính người ấy nữa.

Giống như minh họa ở 2:2–3, minh họa này rõ ràng chỉ là giả thuyết; Gia-cơ không nói đến một sự kiện cụ thể. Mặt khác, minh họa rõ ràng phản ánh sự quan tâm thiết thực và có thể cảm nhận được cách sâu sắc của Gia-cơ. Chu cấp cho người nghèo là một trong những hành động của lòng thương xót sẽ 'chiến thắng' sự phán xét của Đức Chúa Trời (2:13). Ở đây, Gia-cơ theo truyền thống Kinh Thánh lâu đời và phổ biến. Ê-sai kêu gọi dân trong thời của ông nên thực hiện các nghi thức tôn giáo với ý nghĩa thật sự: 'chia sẻ thức ăn cho người đói'; 'cung cấp chỗ ở cho người lang thang nghèo khổ'; 'mặc cho người trần truồng' thì Đức Chúa Trời sẽ đáp lời khi họ kêu cầu (Ê-sai 58:7–9). Đức Chúa Jesus hứa ban vương quốc cho những người cho 'một người thấp kém nhất trong những anh em nầy của Ta' được ăn và mặc (Mat 25:31–46). Và Giăng nói rằng người nào không cung cấp cho một anh em hoặc chị em túng thiếu thì không thể có tình yêu thật; vì chúng ta phải yêu thương 'không phải bằng lời nói và miệng lưỡi, mà phải yêu bằng việc làm và sự chân thật' (1 Giăng 3:17–18). Lời cảnh cáo nầy là điều hội thánh cần thường xuyên nghe. Chúng ta thường thỏa lòng chỉ với lời nói, trong khi Đức Chúa Trời có thể kêu gọi chúng ta hành động. Cơ Đốc giáo chân thật không thể thiếu lời nói – như bài giảng, lời cầu nguyện, lời xưng nhận đức tin, lời khuyên khôn ngoan, lời khích lệ. Nhưng Gia-cơ nhắc nhở chúng ta rằng lời được nói ra phải có ý nghĩa thiết thực, để người khác có thể thấy hành động tương xứng với lời nói.

17. Bây giờ Gia-cơ rút ra kết luận từ minh họa nầy: *nếu đức tin không có hành động thì tự nó chết*. Như Mayor có nói cụm từ *tự nó* (*kath' heautēn*) gợi ý rằng đức tin "...không những không hoạt động bên ngoài mà còn chết bên trong".[61] Loại đức tin này "thực chất" là vô ích, không có năng lực, trì trệ (nghĩa của chữ *nekros* trong ngữ cảnh giống như thế này, so với Rô 7:8; Hê 6:1; 9:14). Thế thì, sự tương phản không phải là giữa đức tin và hành động, nhưng giữa đức tin "có hành động" và đức tin *không* có hành động. Giống như một thân thể không có linh hồn (so với 2:26), đức tin không có hành động thì không có sự sống, và không ích lợi gì vào ngày phán xét.

18. Gia-cơ đi tiếp đến một giai đoạn mới trong lập luận của ông bằng cách thêm vào ý kiến của một người khác: *Nhưng có người sẽ nói*. Không dễ dàng xác định nhân dạng của người này và nội dung ý kiến của người đó. Lý do chính của sự khó khăn này là các bản sao chép cổ thiếu dấu chấm câu, do đó chúng ta phải tự quyết định lời bình luận của người này kéo dài đến đâu. Có ba khả năng chính.

a. Người này là "đồng minh" của Gia-cơ, người tiếp tục lập luận của Gia-cơ bằng cách gieo thêm nghi ngờ về tính xác thực của đức tin của người đã được đề cập trong 2:14–17: "Bạn [tín hữu 'giả' trong minh họa] nói bạn có đức tin, còn tôi có hành động. Nhưng bạn không thể chỉ cho tôi đức tin của bạn vì bạn không có hành động; mặt khác, tôi

---

61. Mayor, tr. 99. Josephus dùng cùng cụm từ để nói về 'sự xứng đáng cố hữu' của luật pháp, qua đó điều nay thu hút nhiều sự nghiên cứu và xem xét về nó *Chống Apion* 2.284. Sự tương đồng này gần với cách sử dụng của Gia-cơ hơn những nơi trong đó cụm từ dường như có nghĩa 'bởi một mình nó' (so sánh Công 28:16).

có thể chỉ cho bạn đức tin của tôi bởi hành động của tôi."[62] Thuận lợi lớn của cách giải thích này là các đại từ được hiểu cách nhất quán xuyên suốt. "Bạn" luôn luôn là người khẳng định có đức tin nhưng không có hành động. "Tôi" luôn luôn là Gia-cơ hoặc đồng minh của ông, là người nhận đức tin mình có hành động. Nhưng quan điểm này gặp phải sự phản đối còn mạnh hơn, đó là phải xem cụm từ mở đầu của câu: *Nhưng có người sẽ nói* là phần giới thiệu một quan điểm tương tự với quan điểm của Gia-cơ. Từ ngữ *alla* (nhưng) chắc chắn mang ý nghĩa nhấn mạnh ('vâng', 'thật sự'), nhưng cụm từ nói chung được dùng nhất quán trong văn chương Hy Lạp để giới thiệu một sự phản đối hoặc không đồng ý với quan điểm đang được trình bày (xem 1 Cô 15:35 và nhiều ví dụ từ phong cách 'công kích kịch liệt'). Hơn nữa, cách giới thiệu này đòi hỏi phải đọc lời mở đầu là "bạn *khẳng định* mình có đức tin", một sắc thái Gia-cơ không bày tỏ rõ ràng.

b. Người này là người phản đối, đang nghi ngờ về tính xác thực của đức tin của Gia-cơ. Theo quan điểm này, lời của người phản đối có thể được gom lại trong ba từ đầu tiên sau phần giới thiệu và trình bày ở hình thức câu hỏi: "Bạn [Gia-cơ] có thật sự có đức tin không?" Sau đó Gia-cơ trả lời: "Tôi có hành động; trong khi bạn không thể cho tôi thấy đức tin của bạn gì cả, vì bạn thiếu hành động; thì tôi có thể cho bạn thấy đức tin *bằng* hành động của tôi."[63] Những người cho rằng người phản đối đang nghi ngờ đức tin của Gia-cơ, đi đến thái cực đối lập và hiểu toàn bộ các câu 18-19 là lời của người phản đối: "Bạn [Gia-cơ] bảo mình có đức tin, còn tôi có thể nói mình có hành động. Nhưng bạn không thể cho tôi thấy đức tin của bạn nếu không có hành động; trong khi đó, nếu tôi muốn, tôi có thể cho bạn thấy đức tin từ hành động của tôi. Đức tin của bạn [Gia-cơ] cũng không tốt hơn đức tin của ma quỷ!" Sau đó câu trả lời của Gia-cơ bắt đầu trong câu 20.[64] Quan điểm này giữ lại sức thuyết phục tự nhiên của cụm từ mở đầu, nhưng phải chịu cách giải thích gượng ép của cụm từ "còn tôi có hành động". Hort xem đây là lời đáp của Gia-cơ cho câu hỏi của người phản đối, nhưng chữ *kagō* ("còn tôi") không phải là cách thường dùng để giới thiệu câu trả lời cho một câu hỏi và toàn

---

62. Mayor, tr. 99–100; Adamson, tr. 124–125, 135–137; Mußner, tr. 136–138.
63. Hort, tr. 60–61.
64. Xem Donker, 'Der Verfasser', r. 227–240; và Hodges, 'Light on James Two', tr. 341–350, tranh luận về một cách đọc khác được hỗ trợ để bênh vực sự giải thích của ông.

bộ cụm từ dường như là dư thừa. Một cách giải thích khác cho rằng tất cả các câu 18-19 đều là lời phản đối, thậm chí còn gượng ép hơn ở phần cuối câu 18.

c. Phần lớn vì hai quan điểm đầu gặp nhiều khó khăn, nên cách giải thích thứ ba phải được ưa thích hơn. Theo cách này, "bạn" và "tôi" trong phần thứ nhất của câu 18 không ám chỉ các bên cụ thể trong cuộc tranh luận, nhưng chỉ được dùng để phân biệt hai cá nhân khác nhau. Bản NLT chấp nhận cách giải thích này trong bản dịch của mình: "Bây giờ ai đó có thể tranh luận: 'một số người có đức tin; những người khác có việc lành.'" 'Ai đó' này đang phản đối lập luận của Gia-cơ bằng cách nói rằng những người khác nhau có thể có 'các ân tứ' khác nhau: người này có thể có đức tin, và người kia có thể có hành động. Chẳng phải Phao-lô nói rằng Đức Thánh Linh có toàn quyền phân phối các ân tứ như thế sao (1 Cô 12)? Và chẳng phải ông đã nói rằng đức tin tự nó là một ân tứ hay sao (1 Cô 2:9; so với Rô 12:3)? Vậy làm thế nào Gia-cơ đòi hỏi tất cả Cơ Đốc nhân phải có cả đức tin *lẫn* hành động? Gia-cơ đáp lại lập luận này rằng đức tin và hành động không phải là những ân tứ đặc biệt mà một Cơ Đốc nhân có thể hoặc không thể có; cũng không phải là một "lựa chọn" cho bất cứ Cơ Đốc nhân nào. Chỉ ở đâu có hành động, thì nơi đó mới có sự hiện diện của đức tin cứu rỗi chân thật. Khó khăn của quan điểm này là "bạn" và "tôi" ở đầu câu không thể áp dụng cho cá nhân cụ thể, vì dường như chúng thuộc phần còn lại của câu. Để trả lời, Ropes chỉ ra một sự thay đổi tương tự về ý nghĩa của các đại từ trong một lập luận của triết gia theo thuyết khuyển nho là Teles. Theo phân tích cuối cùng, cách giải thích này gặp ít khó khăn hơn những cách giải thích khác và có lẽ nên được chấp nhận.[65]

Thế thì Gia-cơ dùng công cụ là người phản đối tưởng tượng để lập luận thêm về sự bất khả phân ly giữa đức tin và hành động. Bất cứ sự phân chia nào giữa đức tin và hành động đều không thể tưởng tượng được, thật ra là không thể có. Đức tin chân thật không thể tồn tại nếu không có hành động. Khi Gia-cơ nói với người phản đối, *Hãy chỉ cho tôi đức tin không có hành động của bạn đi*, ông không chỉ thách thức người này đưa ra bằng chứng cho đức tin của người đó; mà ông còn muốn nói rằng đức tin mà người phản đối quả quyết là có, thật ra không phải là đức tin gì cả.

---

65. Nhiều học giả bây giờ chấp nhận quan điểm này, mặc dù thường với sự lưỡng lự nào đó. Đặc biệt xem Ropes, tr. 208–214; McKnight, tr. 237–239.

19. Loại "đức tin" này, tức "đức tin không có hành động", rốt cuộc là gì? Gia-cơ mô tả sự nghèo nàn cơ bản của đức tin này bằng cách so sánh nó với "đức tin" của các quỷ. Chúng tin rằng *có một Đức Chúa Trời* cũng như bất cứ người nào tự nhận là Do Thái hay Cơ Đốc nhân tin. Việc xưng nhận tính độc nhất của Đức Chúa Trời, được lấy từ Phục Truyền 6:4, là một phần của *Shema*, là lời tuyên xưng giáo lý căn bản mà người Do Thái đọc mỗi ngày hai lần.[66] Cơ Đốc nhân cũng khẳng định sự hiện hữu của một Đức Chúa Trời trước các tín ngưỡng tôn giáo đa thần của nhiều dân ngoại bang (so với 1 Cô 8:4–6; Ga 3:20; Êph 4:6; 1 Ti 2:5). Không có gì là bất thường khi Gia-cơ tán thành giáo lý này: *Tốt!* Nhưng việc Gia-cơ ngay lập tức gán niềm tin tương tự cho *ma quỷ* nói lên rằng lời khen ngợi chỉ là sự mỉa mai. Gia-cơ cũng có ý châm biếm bằng cách đề cập phản ứng của các quỷ với niềm tin của chúng. Từ ngữ *run sợ* (*phrissō*) được dùng trong một số bản văn ma thuật cổ đại "nói về hiệu quả mà thầy phù thủy muốn mang lại nhờ ma thuật của ông ta" (MM). Hort nói, điều đó "vừa xa vời hơn vừa phủ phục hơn thờ phượng". Nhưng ít nhất đó là sự đáp ứng – nói trắng ra là hơn những gì có thể mô tả về những Cơ Đốc nhân hữu danh vô thực!

Câu này rõ ràng cho thấy đức tin mà Gia-cơ đề cập trong những câu này rất khác so với đức tin Cơ Đốc trọn vẹn mà ông và Phao-lô công bố. Cho dù giáo lý đúng là điều quan trọng, nhưng không ai trong hội thánh ban đầu xem giáo lý là đủ để được cứu rỗi. Đức tin chân thật phải vượt ra ngoài lý trí để đụng đến ý chí; đức tin thật phải ảnh hưởng đến thái độ và hành động cũng như 'niềm tin' của chúng ta. Mitton đã nói: "Có một nền thần học đúng là điều tốt, nhưng điều đó cũng không đem lại sự thỏa lòng trừ khi nền thần học đúng đó cũng chiếm hữu chúng ta."

20. Câu này giới thiệu một phần mới trong câu trả lời của Gia-cơ đối với ý cho rằng đức tin có thể tồn tại mà không cần hành động. Trong câu 19 ông cho thấy rằng loại đức tin "trần trụi" này không gì khác hơn là tri thức *về* Đức Chúa Trời, loại tri thức ma quỷ cũng có nhưng không dẫn tới điều gì khác hơn là sự run sợ khúm núm trước mặt Đức Chúa Trời. Bây giờ ông sẽ chứng minh từ Cựu Ước rằng đức tin *thật* luôn luôn có hành động và chính 'đức tin hành động' này là điều

66. Các học giả Cựu Ước vẫn tranh luận về lời tuyên bố chính xác trong Phục Truyền 6:4. Ý nghĩa chính xác của bản văn này là không quan trọng cho sự giải nghĩa Gia-cơ.

khiến Đức Chúa Trời chấp nhận. Gia-cơ nói người ủng hộ sự phân rẽ giữa đức tin và hành động là *người khờ khạo*. Chữ *khờ khạo* (kenos, nghĩa đen là 'trống rỗng'), hiếm khi được dùng cho con người, nhưng có lẽ gợi ý sự thiếu hiểu biết và sự hư hỏng về đạo đức. Chúng ta không cần giả định rằng Gia-cơ nghĩ về một người cụ thể (một số học giả lo lắng khi thấy sự bất đồng giữa Gia-cơ và Phao-lô mặc dù họ nghĩ rằng Gia-cơ nghĩ đến Phao-lô ở đây!). Quở trách một đối thủ tưởng tượng là đặc điểm thường thấy trong phong cách lập luận cổ được gọi là lời công kích kịch liệt (so với Rô 2:1; 9:20). Gia-cơ hỏi đối thủ tưởng tượng có muốn thấy *bằng cớ* (ý nghĩa của chữ *ginōskō*, 'biết') của đức tin không có hành động là vô ích hay không. Từ ngữ được dịch *vô ích* là *agros*, mà theo từ nguyên nghĩa của từ nầy thì có nghĩa là 'không hành động' hoặc 'ngồi không làm gì' – Đức Chúa Giê-xu dùng từ này để mô tả những công nhân không được thuê mướn trong ngày (Mat 20:3, 6). Lựa chọn từ ngữ của Gia-cơ ở đây tạo ra một lối chơi chữ sắc bén "đức tin không có hành động thì không hành động"! Câu nầy nói lại ý chính của cả phần: đức tin không có hành động, hoặc việc làm, thì không *cứu được* (2:14); đức tin đó không có *ích* gì (2:16), đó là đức tin *chết* (2:17, 26) và *vô ích*.

21. Hơn nữa, đức tin không có hành động không đem đến "sự công chính"; đức tin không "xưng công chính". Đây là luận đề của các câu 21-25, được tuyên bố về mặt thần học cho các độc giả của Gia-cơ trong câu 24 và được chứng minh từ đời sống của Áp-ra-ham và Ra-háp trong các câu 21-23 và 25. Có thể Gia-cơ viện dẫn Áp-ra-ham làm ví dụ bởi vì các đối thủ của ông đã dùng Sáng Thế Ký 15:6 làm bản văn bằng chứng cho tầm quan trọng của đức tin. Áp-ra-ham, một trong những nhân vật được tôn trọng nhất trong lịch sử của Y-sơ-ra-ên, được người Do Thái thường xuyên nhắc đến để hậu thuẫn cho mọi loại quan điểm. Giống như mong đợi, sự vâng phục lạ lùng của Áp-ra-ham đối với mạng lệnh của Chúa đem dâng con trai mình Y-sác là một nguồn tài liệu giải nghĩa thần học và bồi linh đặc biệt phổ biến. Philo gọi "việc dâng Y-sác" là hành động lớn nhất trong "các hành động" của Áp-ra-ham (*Về Áp-ra-ham*, 167); và 1 Ma-ca-bê 2:52 liên kết lòng trung thành của Áp-ra-ham "trong thử nghiệm" với lời công bố ở Sáng Thế Ký 15:6 "nên Ngài kể ông là người công chính". Gia-cơ lập luận rằng việc Áp-ra-ham vâng theo mạng lệnh của Chúa sẵn sàng giết con trai mình là bằng cớ của "hành động" mà nhờ đó Áp-ra-ham *được kể là công chính*.

Như chúng ta thấy, lời quả quyết của Gia-cơ về Áp-ra-ham trong câu này hoàn toàn phù hợp với truyền thống của người Do Thái trong thời Gia-cơ. Nhưng làm thế nào lời này ăn khớp với sự dạy dỗ của Phao-lô? Gia-cơ có vẻ khác với Phao-lô ở hai điểm chính. Thứ nhất, Phao-lô viện dẫn Sáng Thế Ký 15:6 để chứng minh rằng *đức tin* của Áp-ra-ham, không phải hành động của ông, khiến ông được 'kể' là công chính (Ga 3:6; Rô 4:1–5). Thứ hai, Phao-lô quả quyết rằng Áp-ra-ham, và con người nói chung, được xưng công chính bởi đức tin, không phải bởi hành động (vd: Rô 3:28). Giải quyết căng thẳng giữa hai tác giả không phải là việc dễ dàng. Nhưng chúng tôi nghĩ họ chứng tỏ là đang đưa ra những ý bổ sung cho nhau hơn là mâu thuẫn nhau, khi xem xét tất cả yếu tố có liên quan. Chúng tôi đặt nền tảng cho cách giải quyết này trong các chi tiết giải kinh nguyên ngữ, khi chúng tôi đi từng câu một suốt phần này. Trong phần Giới Thiệu, chúng tôi đặt giải pháp mà chúng tôi lập luận ở đây trong một ngữ cảnh rộng hơn (xem phần "Đức tin, hành động và sự xưng công chính", tr. 59).

Một xem xét quan trọng để đánh giá lập luận của Gia-cơ là cách ông dùng động từ chính *dikaioō* (*kể là công chính*, 'xưng công chính') trong câu này và sau đó một lần nữa trong các câu 24 và 25. Động từ này xuất hiện 44 lần trong bản LXX. Trong số đó, 28 lần dùng từ ngữ gốc Hê-bơ-rơ, 22 lần bao gồm hình thức của động từ *ṣādaq*. Từ ngữ trên hết gắn liền với "tòa án" và mô tả lời tuyên án vô tội của quan tòa (thậm chí khi động từ được dùng mà không có sự ám chỉ trực tiếp đến bối cảnh pháp lý, ngụ ý về pháp lý thì vẫn có; so với Sáng 38:26; 44:16; Giê 3:11; Êxê 16:51–52). Đôi khi Đức Chúa Trời là quan tòa để một người trình bày trường hợp của mình trước mặt Ngài (1 Sa 12:7; Ê-sai 43:26; Mi-chê 7:9), và là Đấng phán xét đời sống của mọi người nam và người nữ. Điều đặc biệt quan trọng là lời tuyên án của thiên thượng thường được công bố liên quan đến hành vi thực sự. Trong 1 Các Vua 8:31–32 Sa-lô-môn cầu nguyện: "Nếu có ai phạm tội với người lân cận mình và bị buộc phải thề, nên người ấy đến thề trước bàn thờ của Chúa trong đền thờ nầy, thì xin Chúa trên trời lắng nghe, hành động và phân xử cho các đầy tớ Ngài. Xin kết án kẻ có tội, khiến nó phải chịu lấy hậu quả của tội lỗi mình, và xưng công chính [*dikaiōsai*] cho người công chính [*dikaion*] bằng cách ban thưởng theo sự công chính [*dikaiosynēn*] của người ấy". Trong những trường hợp như vậy, sự công chính không nói đến hành vi vô tội, nhưng là việc tuân theo một tiêu chuẩn đặc biệt: thông thường, nhưng không phải luôn luôn, tiêu chuẩn đó có trong những quy định của giao ước. Tuy nhiên, mặc dù con người có thể có một mức độ 'công chính' tương đối, nhưng sự công chính tối hậu, hoàn toàn tuân theo ý muốn của Đức Chúa Trời thì con người không có được. Xin đừng phán xét đầy tớ Chúa, vì trước mặt Chúa chẳng người sống nào được xưng là công chính (Thi 143:2). Ở đây có một tiền lệ rõ ràng cho việc Phao-lô nhấn mạnh nhu cầu cần Đức Chúa Trời cung cấp sự công chính, trong một hành động của ân điển, mà loài người không thể đạt được (Rô 3:20; Ga 2:16). Tuy nhiên, ý chính tổng quát của Cựu Ước là "con người được công bố là ngay thẳng *dựa trên sự kiện*, tức là bởi vì nói chung hoặc trong một vấn đề cụ thể, họ ngay thẳng, và vô tội".[67] Lời tuyên bố này đôi khi được gắn liền với sự phán xét cuối cùng (Ê-sai 43:9; 45:25; 50:8; 53:11?).

Do Thái giáo cũng giữ quan điểm căn bản tương tự: "sự công chính" liên quan đến cách cư xử đúng đắn, như được định nghĩa bởi luật pháp của Đức Chúa Trời, và lời tuyên án công chính được công bố trên những người trung tín vâng giữ những quy định của giao ước.[68] Tin Lành của Ma-thi-ơ phản ánh điều này của Do Thái giáo. Mặc dù đường vào vương quốc tùy thuộc vào cam kết với Đức Chúa Giê-xu ("đi theo Đức Chúa Giê-xu"), nhưng sự công chính chủ yếu là, nếu không phải là chỉ có, hành vi mà các môn đồ phải có (Mat 5:20). Chữ *dikaioō* được dùng để nói về sự phán xét sau cùng, là lúc mà 'hành động', tức là những gì chúng ta nói và làm, sẽ được khai trình (Mat 12:37).

Niên đại sớm của thư Gia-cơ, và không khí Do Thái giáo của sách cùng mối quan hệ gần gũi với sự dạy dỗ của Đức Chúa Giê-xu khiến người ta nghĩ có thể Gia-cơ đang dùng *dikaioō* theo ý nghĩa: "công bố là công chính trước mặt Đức Chúa Trời". Tuy nhiên, nhiều học giả nghĩ rằng Gia-cơ đang dùng từ ngữ này theo một nghĩa khác. Họ lưu ý rằng đôi khi chữ *dikaioō* có nghĩa là "chứng tỏ là vô tội hoặc công chính" (so với Sáng 44:16; Lu 7:29, 35; và tham khảo trong G. Schrenk, *TDNT* II, tr. 213–214). Đây là nghĩa có thể rất phù hợp với trọng tâm của các câu 18-19 nói về việc bày tỏ cho người khác "thấy"

67. Ziesler, *Meaning of Righteousness*, tr. 18. Phần thảo luận của Ziesler về Cựu Ước và khái niệm Do Thái giáo về sự công chính đặc biệt có giá trị (xem tr. 17–127).
68. Przybylski, *Righteousness in Matthew*, tr. 37–76.

thực chất đức tin. Vậy nên, theo quan điểm này, Gia-cơ không khẳng định rằng hành động có liên quan đến việc Áp-ra-ham được *công bố* là công chính, nhưng hành động nầy là cần thiết để chứng tỏ rằng ông thật sự công chính.[69] Tuy nhiên, ngoài bằng chứng từ ý nghĩa thông thường của chữ *dikaioō* mà chúng tôi đã lưu ý, thì ý nghĩa này không hoàn toàn phù hợp với ngữ cảnh. Câu 14 cho thấy rõ điều Gia-cơ quan tâm không phải là "làm thế nào một tín hữu chứng tỏ mình công chính trước mặt Đức Chúa Trời?" mà là "loại đức tin nào là cần thiết để bảo đảm được Đức Chúa Trời bênh vực trong ngày phán xét?"

Thế thì, Gia-cơ có thể đang khẳng định rằng hành động có liên quan trong việc Áp-ra-ham được kể là công chính. Vậy lời khẳng định của Phao-lô rằng Áp-ra-ham được kể là công chính bởi đức tin thì thế nào? Một cách trả lời đó là Phao-lô tập trung vào sự xưng công chính ban đầu, còn Gia-cơ tập trung vào sự xưng công chính cuối cùng: Áp-ra-ham bước vào mối quan hệ với Đức Chúa Trời bởi đức tin, nhưng về cơ bản ông được kể là công chính hoàn toàn nhờ đức tin và hành động.[70] Tuy nhiên, sự phân biệt giữa hiện tại và tương lai về cơ bản không giải quyết được vấn đề. Việc Phao-lô viện dẫn Áp-ra-ham trong Rô-ma 4 và Ga-la-ti 3 là để chống lại lời cáo buộc cho rằng lời tuyên bố công chính của Đức Chúa Trời, hễ khi nào được công bố, đều bởi hành động của ông. Thế thì, mặc dù có vẻ thu hút, nhưng không có giải pháp tài tình nào dường như thuyết phục cho vấn đề giữa Phao-lô với Gia-cơ dựa trên nền tảng hoặc về ý nghĩa khác nhau của chữ *dikaioō*, hoặc về "thời điểm" khác nhau của sự xưng công chính. Phải tìm kiếm sự thỏa hiệp giữa các quan điểm trên một mức độ khác.[71]

Lập luận của chúng tôi là Gia-cơ đang nêu lên một điểm chung: phán quyết cuối cùng của Đức Chúa Trời trên Áp-ra-ham bắt nguồn từ đức tin của ông, nhưng có kể đến hành động của ông. Mặt khác, chính xác hơn, Phao-lô quả quyết rằng dù "có liên quan" trong sự xưng công chính cuối cùng của Áp-ra-ham, nhưng hành động không

69. Ziesler, *Meaning of Righteousness*, tr. 128–129. Mc.Cartney (tr. 161–168) cho rằng động từ trong Gia-cơ có hàm ý về cả 'sự tuyên bố' lẫn 'sự bày tỏ'.

70. Chúng tôi bênh vực quan điểm này theo nguyên bản của sách giải kinh này, tr. 114–116. Cũng xem Blomberg và Kamell, tr. 136. John Wesley đã trích dẫn sự khác nhau giữa sự xưng công chính 'ban đầu' và 'cuối cùng' để giải thích sự xung đột rõ ràng (xem bài giảng của ông 'On the Wedding Garment' [1790]).

71. Bauckham, *James*, tr. 125–135.

phải là nền tảng và cũng không phải là phương tiện để đạt được sự xưng công chính.[72] (Xem phần trình bày bao quát hơn trong phần Giới Thiệu, tr. 59).

22. Vẫn còn đang nói với "người phản đối" trong câu 18 (động từ trong tiếng Hy Lạp của cụm từ *Bạn thấy đó* ở số ít), bây giờ Gia-cơ khẳng định rằng *đức tin và hành động* của Áp-ra-ham *cùng làm việc*. Nếu câu 21 tạo ấn tượng rằng Gia-cơ chỉ quan tâm đến hành động của Áp-ra-ham, thì câu này cho thấy Gia-cơ đã giả định *đức tin* của Áp-ra-ham có ngay từ đầu. Chúng ta nên nhớ rằng chính bản chất đức tin của Áp-ra-ham, một đức tin không *vô ích* (2:20), là điều Gia-cơ muốn minh họa. Hơn nữa, với sự nhấn mạnh đức tin của Áp-ra-ham, Gia-cơ có thể đã nghĩ đến Sáng Thế Ký 15:6 ngay từ đầu. Ông bắt đầu với hành động của Áp-ra-ham, bởi vì đây chính là chi tiết trong đời sống của tổ phụ mà ông cần nhấn mạnh. Có lẽ một số độc giả của ông đã nắm lấy Sáng Thế Ký 15:6 để nhấn mạnh đức tin của Áp-ra-ham và giải thích đức tin này theo một số truyền thống Do Thái giáo, như việc ông xây khỏi sự thờ lạy hình tượng để "thờ phượng độc thần"[73] Nhưng loại đức tin này, tất nhiên, cũng không tốt hơn đức tin của ma quỷ (2:19) và Gia-cơ muốn chỉ ra rằng đức tin của Áp-ra-ham có giá trị hơn nhiều.

Gia-cơ dùng một lối chơi chữ khác để nhấn mạnh mối quan hệ mật thiết giữa đức tin và hành động của Áp-ra-ham: *đức tin của ông* và *hành động của ông* (*ergois*) cùng đi đôi với nhau (*synergei*). Đức tin của Áp-ra-ham là một đức tin "hành động", một đức tin thật sự, một đức tin không phải là nguồn lực mà là công sự thường xuyên của hành động của ông. Sự hợp tác thường xuyên của đức tin và hành động này được nhấn mạnh với việc dùng thì quá khứ chưa hoàn thành của động từ, một thì biểu thị hành động liên tục hoặc được lặp đi lặp lại.

"Đức tin" không phải là điều Áp-ra-ham sử dụng trong một cơ hội; đức tin được thúc đẩy, hướng dẫn, và kết hợp với hành động của ông. Nhưng không những đức tin của ông làm điều gì đó cho, hoặc

---

72. Cả Gia-cơ và Phao-lô dùng giới từ *ek* sau *dikaioō* khi họ nói đến sự xưng công chính trong mối quan hệ với hành động (xem Ga 2:16; Rô 3:20, 28; 4:2). Nhưng giới từ này, như từ vựng bày tỏ, là rất linh động trong ý nghĩa của nó. Sự khác nhau giữa 'không dựa trên hành động' (Phao-lô) và 'bao gồm hành động' (Gia-cơ) là ở trong phạm vi ngữ nghĩa của giới từ.

73. Xem thêm Philo, *Các phẩm hạnh*, 216; Josephus, *TPCX* I.154–157; *Giô-ben* 11–12; và Davids, tr. 128–129.

với, hành động của ông; mà hành động của ông cũng làm điều gì đó cho đức tin của ông: chúng *bổ sung* cho nhau. Động từ được dùng ở đây *teleiō* có nghĩa là "làm cho hoàn hảo" hoặc "đem đến sự trưởng thành". Cơ Đốc nhân "hoàn hảo" được sinh ra từ sự trung tín chịu đựng thử thách (1:3–4) thể nào, thì đức tin "trọn vẹn" cũng được sinh ra từ những hành động vâng phục liên tục thể ấy. Đức tin của Áp-ra-ham được làm cho vững mạnh, trưởng thành và sâu sắc bởi những thử thách liên tục mà ông được kêu gọi trải qua.

Nói như vậy, Gia-cơ không có ý rằng đức tin không thể tồn tại nếu không có hành động (vì một người đang hấp hối có thể thật sự tin mà không hề thực hiện một "hành động" nào). Cũng không phải đức tin chỉ tỏ ra "trọn vẹn" qua hành động, nhưng hành động là cần thiết, là sản phẩm tất yếu của đức tin cứu rỗi chân thật và do đó đem đức tin đến "sự trưởng thành".[74]

Nếu tôi vung cái búa tạ theo hình cung di chuyển xuyên qua cái bàn thủy tinh, thì kết quả tất yếu là cái bàn thủy tinh bị vỡ nát. Bản thân sự vỡ nát không phải là do vung cái búa tạ, nhưng đó là kết quả tất yếu. Tương tự, đức tin là một "hành động" quyết định dẫn đến sự xưng công chính. Nhưng hành động đó để lại bằng chứng về sự xuất hiện của đức tin – "việc làm". Không được nhầm lẫn đức tin với hành động, và cũng không thể tách rời đức tin khỏi hành động.

23. Kết quả sự hợp tác thật sự giữa đức tin và hành động trong đời sống của Áp-ra-ham, được bày tỏ cách đặc biệt trong sự vâng phục Đức Chúa Trời khi Ngài đòi hỏi ông dâng con mình, là ông nhận được sự phê chuẩn của Đức Chúa Trời: ông được kể là *người công chính* và được gọi là *bạn của Đức Chúa Trời*. Sáng Thế Ký 15:6, câu Kinh Thánh nằm sau phần trình bày của Gia-cơ về Áp-ra-ham ngay từ đầu, bây giờ được trích dẫn. Nhưng Gia-cơ có ý gì khi ông khẳng định rằng *câu Kinh Thánh* này được *ứng nghiệm* như là kết quả sự vâng lời của Áp-ra-ham? Chắc chắn Sáng Thế Ký 15:6 không phải là một lời tiên tri. Nó khẳng định cách thẳng thắn rằng Đức Chúa Trời 'kể' hoặc 'xem' đức tin của Áp-ra-ham – trong ngữ cảnh này, cụ thể là niềm tin của ông nơi lời Đức Chúa Trời hứa ban cho ông một con trai và nhiều con cháu – là *công chính*. *Sự công chính* nên được hiểu theo ngôn ngữ tòa án hoặc pháp lý, nghĩa là Đức Chúa Trời kể ông là "công chính" trước

---

74. Một sự tương đồng với ngôn ngữ của Gia-cơ được tìm thấy trong Philo, *Về nông nghiệp*, 42, trong đó ông nói rằng Gia-cốp là 'một người toàn hảo là kết quả của kỷ luật' *teleiōthenti ex askeseōs*; *Về sự lộn xộn tiếng nói*, 181, là tương đồng).

mặt Ngài, và đây là phép ngoại suy hợp lý từ dự định ban đầu.[75] Thế thì, làm thế nào sự công bố này được *ứng nghiệm*?

Một chìa khóa quan trọng là nhận biết động từ *plēroō* không nhất thiết phải được hiểu theo ý nghĩa chính xác là "ứng nghiệm". Về cơ bản, từ ngữ này có nghĩa là "đổ đầy" hoặc "lấp đầy" và có thể được dùng để nói về lưới đánh cá (Mat 13:48) và nhà (Giăng 12:3). Cách dùng tiêu biểu hơn trong Tân Ước là để chỉ "sự lấp đầy" hoặc "đỉnh điểm" của Tân Ước qua sự hiện đến của Đức Chúa Giê-xu. Điều này có thể mang hình thức "sự ứng nghiệm" một lời tiên tri, việc làm nổi bật ý nghĩa tối hậu của một sự kiện lịch sử (Mat 2:15) hoặc lời giải thích theo phép tiệm tiến và áp dụng luật pháp Cựu Ước (Mat 5:17). Thế thì không cần nghĩ rằng Gia-cơ xem Sáng Thế Ký 15:6 là lời tiên tri được "ứng nghiệm" sau này trong sự nghiệp của Áp-ra-ham. Đúng hơn, điều ông đang ngụ ý là câu này cho thấy tầm quan trọng và ý nghĩa tối hậu của nó trong đời sống vâng phục của Áp-ra-ham. Khi Áp-ra-ham "đặt đức tin nơi" Chúa, thì ngay lúc ấy, Đức Chúa Trời ban cho ông địa vị của mối quan hệ đúng đắn với Ngài, *trước khi* ông có hành động, *trước khi* ông chịu phép cắt bì.

Phao-lô làm nổi bật điều này một cách sinh động (Rô 4:1–17). Nhưng đức tin của Áp-ra-ham và lời phán quyết tha tội của Đức Chúa Trời được "lấp đầy", dựa vào ý nghĩa tối hậu của chúng, khi Áp-ra-ham "làm trọn" đức tin của mình bằng hành động và thiên sứ của Chúa tái khẳng định lời phán quyết của Đức Chúa Trời: "Bây giờ, ta biết rằng con hết lòng kính sợ Đức Chúa Trời" (Sáng 22:12). Gia-cơ không phủ nhận việc Áp-ra-ham đã được ban cho một chỗ đứng công chính trước mặt Đức Chúa Trời bởi đức tin của ông, rất lâu trước khi ông dâng Y-sác vì vâng lời Đức Chúa Trời. Nhưng ông muốn nhấn mạnh rằng đức tin của Áp-ra-ham là đức tin tích cực, sống động và lời phán quyết của Đức Chúa Trời đã được tái khẳng định dựa trên hành động đó. Lời tuyên bố công chính ban đầu dựa trên đức tin được hiểu theo ý nghĩa và giá trị tối hậu của lời tuyên bố cuối cùng về sự công chính dựa trên "đức tin hành động". Vì vậy, Phao-lô tập trung vào sự sắp xếp theo thứ tự thời gian của Sáng Thế Ký 15:6, và trích dẫn câu này làm bằng chứng cho lời tuyên bố ban đầu về sự công chính mà Áp-ra-ham đạt được từ Đức Chúa Trời chỉ bởi đức tin. Gia-cơ cũng trích dẫn câu này như một "khẩu hiệu" dẫn dắt cuộc đời

---

75. Xem phần thảo luận trong Moo, 'Genesis 15:6 in the New Testament', tr. 148–151; cùng tác giả, *Galatians*, tr. 189–191.

của Áp-ra-ham, và áp dụng nó cho lời tuyên bố cuối cùng của Đức Chúa Trời về sự công chính của Áp-ra-ham.

Gia-cơ giới thiệu kết quả thứ hai của đức tin tích cực của Áp-ra-ham: *ông được gọi là bạn của Đức Chúa Trời*. Bản NIV cũng như phần lớn các bản dịch khác, tách tuyên bố này ra khỏi câu trích dẫn từ Sáng Thế Ký 15:6, ngụ ý rằng đây không phải là bản văn Kinh Thánh phụ. Điều này là thích hợp, vì cụm từ nầy không được tìm thấy ở chỗ nào trong Cựu Ước. Tuy nhiên, hai câu Cựu Ước đều gọi Áp-ra-ham là 'bạn' (*'hb*) của Đức Chúa Trời (2 Sử 20:7; Ê-sai 41:8; so với Ê-sai 51:2; Đa 3:35 LXX), và đây là danh hiệu nổi tiếng dành cho Áp-ra-ham trong văn chương giữa hai giao ước.[76] Gia-cơ trích dẫn như một dấu chỉ về địa vị đặc ân được ban cho Áp-ra-ham vì cớ đức tin sâu sắc và sự vâng lời thực tiễn của ông.

24. Bây giờ Gia-cơ nói trực tiếp với các độc giả của ông (*Anh em thấy* [*hōrate*] ở số nhiều) và phát biểu một nguyên tắc thần học từ đời sống của Áp-ra-ham: *một người được kể là công chính bởi những gì họ làm* ['hành động', *ergōn1*] *và không chỉ bởi đức tin mà thôi*. Với câu này chúng ta đạt tới đỉnh điểm của tình trạng căng thẳng giữa Phao-lô và Gia-cơ. Vì chẳng phải Phao-lô hầu như nói đúng ngay điều ngược lại sao? "Vì chúng ta xác nhận rằng một người được xưng công chính bởi đức tin chứ không phải bởi việc làm theo luật pháp" (Rô 3:28). Trong phần giải nghĩa của chúng tôi về các câu 14 và 21, chúng tôi đã bàn những điểm quan trọng, nhưng cũng hữu ích khi nhắc lại ở đây. Thứ nhất, chúng ta phải công nhận rằng "đức tin" của Phao-lô và "chỉ có đức tin" của Gia-cơ là những khái niệm hoàn toàn khác nhau. Phao-lô có khái niệm năng động mạnh mẽ về đức tin, mà bởi đó tín hữu được hiệp nhất cách thân mật với Đấng Christ, là Chúa của người ấy, và đức tin đó bao gồm cam kết vâng phục Chúa. Vì vậy, Phao-lô có thể nói đến "sự vâng phục đến từ đức tin" (Rô 1:5) và nói rằng chính "đức tin thể hiện qua tình yêu thương" là điều có giá trị trong Đấng Christ (Ga 5:6). Nói cách khác, đối với Phao-lô đức tin bao gồm cam kết vâng phục; xưng nhận Giê-xu là Chúa. Đây là nội dung thật của đức tin và đem lại sự cứu rỗi và sự xưng công chính (Rô 10:9–10).[77] Mặc dù khái niệm của chính Gia-cơ về đức tin có thể không hoàn toàn khác với điều này, nhưng ông đã nói suốt các câu 14-26 về một "đức tin" mà một số người khẳng định họ có

76. Đối chiếu Philo, *Về sự tiết độ*, 56; *Về Áp-ra-ham*, 273; Giô-ben 19:9; 30:20.
77. Đặc biệt xem Eichholz, *Glaube und Werk*, tr. 24–37.

(2:14). "Đức tin" này chỉ là lời nói mà không có hành động (2:15–16), sự xưng nhận bằng lời mà không có sự tin cậy và cam kết (2:18–19). Chính đức tin chết và vô ích này là điều Gia-cơ gọi là "chỉ bởi đức tin" trong câu 24. Chính Phao-lô là người không thua kém ai trong việc kết án người nào cho rằng đức tin này có thể xưng công chính.

Mặt khác, thật không thể tưởng tượng Phao-lô nói rằng "một người được kể là công chính hoặc được xưng công chính nhờ hành động". Rô-ma 4:2–8 (và so với Rô-ma 9:10–12) cho thấy, Phao-lô loại trừ 'việc làm' (và không chỉ "việc làm của luật pháp") như là phương cách mà bởi đó một người được xưng công chính trước mặt Đức Chúa Trời. Như chúng tôi đã lập luận ở trên (2:21), giải pháp cho sự căng thẳng giữa Gia-cơ và Phao-lô về điểm này là khi chúng ta công nhận rằng Phao-lô đang nói cụ thể hơn Gia-cơ về phương cách để được xưng công chính trước mặt Đức Chúa Trời. Nói cách khác, chữ *ex ergōn* của Gia-cơ và chữ *ex ergōn* [*nomou*] của Phao-lô được dùng theo cách khác nhau ở mức độ thần học. Chữ của Gia-cơ được dùng để khẳng định rằng không ai được xưng công chính nếu không có hành động; chữ của Phao-lô khẳng định rằng 'hành động' không bao giờ là phương tiện mà bởi đó một người được xưng công chính. Calvin diễn tả: "...vì Phao-lô cho rằng chúng ta được xưng công chính mà không cần sự giúp đỡ của hành động thể nào, thì Gia-cơ cũng không cho phép những người thiếu việc lành được kể là công chính thể ấy"[78] Từ ngữ không quan trọng *chỉ bởi* mà Gia-cơ thêm vào chữ *đức tin* tạo sự khác biệt hoàn toàn. Chữ đó cho thấy rằng Gia-cơ không có ý định loại trừ đức tin ra khỏi tiến trình của sự xưng công chính. Tuy nhiên, Gia-cơ hết sức lo lắng cho đức tin không đem lại kết quả cho đời sống – là điều chúng ta có thể gọi là 'đức tin rẻ rúng'. Đứng trước khuynh hướng này, Gia-cơ phải nhấn mạnh nhiều đến bản chất tích cực của đức tin và khẳng định rằng hành động là điều quan trọng về lâu về dài. Phao-lô đối diện với một nan đề rất khác. Những đối thủ Do Thái và Do Thái hoá xem hành động được thực hiện trong sự vâng lời Đức Chúa Trời là phương tiện cần thiết để duy trì vị trí của họ trong giao ước của Đức Chúa Trời. Ngược lại, Phao-lô khẳng định giao ước mà họ tin thật ra đã bị phá vỡ và đức tin trong Đấng Christ là con đường duy nhất để một người bây giờ được trở nên công chính trước mặt Đức Chúa Trời.

---

78. Calvin, *Institutes*, III, 17.12.

Hễ khi nào người ta còn cậy vào những hoạt động tôn giáo để được cứu, thì lời kêu gọi mạnh mẽ của Phao-lô phải hoàn toàn cam kết phó dâng toàn thể con người cho Đấng Christ phải được công bố cách mạnh mẽ. Nhưng khi "đức tin" hoá ra chỉ là cam kết bằng lời đối với các giáo lý nào đó, thì phải tái khẳng định thật mạnh mẽ hiểu biết của Gia-cơ về đức tin như một sự vâng lời sống động và tích cực.[79]

25. Vì sợ độc giả không hiểu được ý chính, nên Gia-cơ thêm vào một minh họa cuối cùng. Nếu người ta phản đối rằng hành động của Áp-ra-ham chỉ là điều mà một người đã kinh nghiệm ân điển của Đức Chúa Trời cách rất phong phú phải làm, thì đối với *Ra-háp* điều này chắc chắn không đúng. Với nền tảng ít ỏi cho niềm tin của mình, bà đã được thuyết phục rằng "Giê-hô-va Đức Chúa Trời của các ông là Đức Chúa Trời ở trên trời cao kia và ở dưới đất thấp nầy" (Giô-suê 2:11). Và trên nền tảng của 'đức tin' này, *bà cung cấp chỗ ở cho hai người đi do thám và để cho họ đi theo một hướng khác*. Chắc chắn, Gia-cơ không đề cập cụ thể đức tin của bà, nhưng rõ ràng từ toàn bộ lập luận của mình, ông thừa nhận đức tin đó. Đặc biệt là Hê-bơ-rơ 11:31 chọn lựa bà trở thành một gương mẫu của đức tin. Thế thì ý của Gia-cơ ở đây giống như điều ông đã nói bằng từ ngữ tương tự trong câu 21. Đó là sự công chính thật mà một người bày tỏ qua hành động sẽ được xem xét trong kỳ phán xét cuối cùng của Đức Chúa Trời. Những quá khứ phân từ bất định như *hypodexamenē* (*cung cấp chỗ ở*, hoặc 'nhận') và *ekbalousa* (*để cho đi*) có thể nói rõ thời điểm Ra-háp được kể là công chính (*ekikaiōthē*) nhưng có khả năng là để nói thêm chi tiết về "hành động" (*ergon*, Bản NIV dịch là *những gì cô ấy làm*) Gia-cơ nghĩ đến. Tại sao Gia-cơ chọn Ra-háp làm ví dụ về sự xưng công chính bởi hành động? Có lẽ ông chịu ảnh hưởng bởi sự kết hợp truyền thống của Áp-ra-ham và Ra-háp, được xác nhận trong sách của Cơ Đốc giáo ban đầu, *1 Clement* (ch.10 và 12). Trong bản văn này cả Áp-ra-ham lẫn Ra-háp đều được khen ngợi vì "đức tin và lòng hiếu khách" của họ. Nhắc đến Áp-ra-ham là nhắc đến việc ông tiếp đón ba người "nam" trong Sáng Thế Ký 18, một sự kiện thường xuyên được đề cập trong truyền thống của người Do Thái. Một số người nghĩ rằng chủ đề hiếu khách này giải thích tại sao Gia-

---

79. Chính Luther có thể nhấn mạnh sứ điệp của Gia-cơ nhiều hơn nếu ông sống trong thời đại khác. Đối diện với sự thành kiến quá mức với hành động, ông tìm cách cân bằng bằng sự kiên quyết bảo vệ sứ điệp về đức tin của Phao-lô. Về điều này, xem Via, 'The Right Strawy Epistle', tr. 253–267; Dibelius, tr. 179–180.

cơ đề cập cả Áp-ra-ham và Ra-háp. Những "hành động" họ đã làm chính là những hành động mà những người có đức tin giả không làm (2:15–16).[80] Tuy nhiên, một vấn đề nghiêm trọng với giả thuyết này là Gia-cơ không đề cập sự kiện Sáng Thế Ký 18. Một khả năng khác là Áp-ra-ham và Ra-háp đều được đề cập vì cả hai người được xem là những người cải đạo (những người trở lại đạo) đã hành động dựa trên đức tin đặt vào "một Đức Chúa Trời". Nhưng điều Gia-cơ dường như nhấn mạnh rõ ràng hơn, bằng cách gọi thẳng thừng Ra-háp là *kỹ nữ*, là sự khác biệt giữa Áp-ra-ham và Ra-háp. Áp-ra-ham, người hùng được nhiều người biết đến và là "cha" của Y-sơ-ra-ên, được đặt kế bên người đàn bà ngoại bang nổi tiếng phóng đãng.[81] Nhưng cả vị tộc trưởng lẫn kỹ nữ đều được tuyên bố là công chính dựa trên hành động, là kết quả từ đức tin của họ.

26. Gia-cơ kết luận phân đoạn nầy bằng cách lặp lại chủ đề trọng tâm: *đức tin không có hành động thì chết*. Thân thể mà không có tinh thần hăng hái, hoặc "hơi thở" của sự sống (so với Sáng 2:7) chẳng khác một xác chết thể nào, thì đức tin không có hành động hay việc làm đem lại sức sống cũng chết thể ấy. Một lần nữa chúng ta thấy rằng không phải Gia-cơ quan tâm đến hành động được "thêm vào" đức tin, mà là phải sở hữu một đức tin đúng, tức "đức tin hành động". Nếu không có loại đức tin đó thì Cơ Đốc giáo trở thành một chính thống giáo cằn cỗi và đánh mất quyền để được gọi là đức tin.

Thần học

Mâu thuẫn rõ ràng giữa Phao-lô và Gia-cơ trong phân đoạn này thu hút nhiều sự chú ý đúng như phải có, liên quan đến các vấn đề đang tranh cãi. Nhưng sẽ vô cùng đáng tiếc nếu chúng ta dành quá nhiều thì giờ cho vấn đề này đến nỗi không nhận ra điều Gia-cơ đang nói với chúng ta trong phân đoạn này. "Sự xưng công chính chỉ bởi đức tin" là giáo lý trọng tâm đối với các hội thánh ra đời từ thời Cải Chánh. Giáo lý này là chân thật và quan trọng. Nhưng việc đổi giáo lý thành lời bào chữa cho việc không sống vâng phục Đấng Christ và lời Ngài là một cám dỗ thường xuyên. Dường như Gia-cơ đang cảnh báo về loại sai lầm này; và chúng ta cần nghe lời cảnh báo của ông. Chúng ta không được xưng công chính bởi hoặc dựa trên hành động của chúng ta; nhưng chúng ta cũng không được xưng công chính nếu

---

80. Đặc biệt xem Ward, 'Works of Abraham', tr. 283–290.
81. Blomberg and Kamell, tr. 146.

không có hành động. Đức tin thật sẽ luôn luôn tự bày tỏ trong hành động vâng phục. Nếu không có hành động thì đức tin không phải là đức tin thật – và chắc chắn không phải đức tin cứu rỗi. Điều hơi trớ trêu là không ai nắm bắt sứ điệp cơ bản của Gia-cơ trong 2:14–26 một cách sinh động hơn Luther (từ lời mở đầu của ông cho thơ Rô-ma):

Ô, đức tin này là một đức tin mạnh mẽ tích cực, sống động, bận rộn. Đức tin này không thể không liên tục làm việc lành. Đức tin không hỏi có phải làm việc lành hay không, nhưng trước khi đặt câu hỏi, đức tin đã làm việc lành rồi, và thường xuyên làm việc lành. Tuy nhiên, ai không làm những việc như vậy là người không tin. Người ấy quờ quạng và nhìn quanh tìm kiếm đức tin và việc lành, nhưng không biết đức tin là gì và cũng không biết việc lành là gì. Nhưng người ấy cứ nói và nói nhiều về đức tin và việc lành.

4. Sự Bất Đồng trong Cộng Đồng (3:1–4:12)

Như chúng ta đã thấy, một chuỗi các phân đoạn tiếp theo 1:19–2:26 tương đối xoay quanh chủ đề làm theo lời, nhưng thoạt nhìn dường như không có nhiều điểm chung. Tuy nhiên, nghiên cứu kỹ càng hơn cho thấy mức độ liên kết nào đó ở 3:1–4:12. Phần này mở đầu và kết thúc với những lời cảnh cáo về tội lỗi của lời nói không trong sạch (3:1–12; 4:11–12). Giữa các phân đoạn này, Gia-cơ tập trung vào vấn đề bất đồng và tranh cãi trong cộng đồng. Hai vấn đề này vốn dĩ liên quan với nhau, vì lời nói không trong sạch, đặc biệt là lời chỉ trích, hầu như luôn luôn đồng hành với sự bất đồng và tranh luận. Một yếu tố hợp nhất khác trong phần nói đến sự bất đồng trong cộng đồng (3:13–4:10) là chủ đề về sự ghen ghét, hay ích kỷ, thái độ tội lỗi mà Gia-cơ cho là nguyên nhân của hành vi gây gổ, kiêu ngạo của các độc giả.[82] Phương thuốc chữa sự ghen ghét ích kỷ này là sự ăn năn hoàn toàn, hạ mình trước mặt Đức Chúa Trời (4:4–10), tiếp nhận "sự khôn ngoan đến từ thiên thượng" với kết quả là sự nhường nhịn và hòa bình (3:13–18). Chỉ bởi sự biến đổi như vậy trong thái độ của từng Cơ Đốc nhân mới có thể tránh được lời nói tội lỗi và đem sự chữa lành đến cho cộng đồng bị phân rẽ.

---

82. Chủ đề xuyên suốt của phần này đã được Johnson trình bày rõ ràng, 'James 3:13–4:10', tr. 327–347.

A. Những tác hại của cái lưỡi không được kiểm soát (3:1–12)

Ngữ cảnh

Gia-cơ đã nói đến mối quan tâm của ông về việc phạm tội trong lời nói. Trong 1:19 ông khích lệ các độc giả "chậm nói", trong khi kiểm soát cái lưỡi là một trong những yếu tố chính của "nếp sống đạo thuần khiết" trong 1:26. Bây giờ ông đi vào vấn đề một cách chi tiết. Có lẽ vấn đề chung về "hành động" trong 2:14–26 làm khơi dậy phần này: "lời nói cũng là hành động" (Tasker). Những câu này cho thấy bối cảnh rộng của sách Gia-cơ hơn các câu khác trong sách. Vấn đề lời nói không được kiểm soát là chủ đề thường thấy trong Châm Ngôn, các sách Cựu Ước khác, cũng như trong văn chương nói về sự khôn ngoan của Do Thái. Nhưng Gia-cơ đi xa hơn những nguồn tài liệu này, dùng những minh họa phổ biến giữa vòng những nhà đạo đức người Hy Lạp và người Do Thái nói tiếng Hy Lạp. Đây là những minh họa nổi tiếng giữa những người thậm chí biết rất ít văn hóa của người Do Thái nói tiếng Hy Lạp. Bức tranh của Gia-cơ hiện lên mô tả một người Do Thái được giáo dục khá tốt, người thông hiểu Cựu Ước và rất quen thuộc với văn hóa, ngôn ngữ và văn chương của người Do Thái nói tiếng Hy Lạp.

Phân đoạn được chia thành bốn phần chính: 1) Trong câu 1-2 Gia-cơ giới thiệu vấn đề bằng cách cảnh cáo những người muốn làm thầy về sự khó khăn đặc biệt của việc kiểm soát cái lưỡi. 2) Sức mạnh lạ thường của cái lưỡi là chủ đề của các câu 3-6, được tóm tắt trong câu 5a: "cái lưỡi là một bộ phận nhỏ nhưng khoe khoang những việc lớn". 3) Dù có sức mạnh, nhưng cái lưỡi rất khó kiểm soát (3:7-8). 4) Các câu 9-12 kết thúc phân đoạn nói về vấn đề đặc thù đối với Gia-cơ xuyên suốt bức thư: cái lưỡi bày tỏ bản chất xấu xa của nó qua việc thể hiện tính 'hai mặt', là đặc trưng của tội lỗi.[83]

Giải nghĩa

1. Gia-cơ trình bày đề tài cái lưỡi bằng lời cảnh cáo về chức vụ dạy dỗ. *Thầy giáo* (didaskaloi) đóng vai trò nổi bật trong đời sống của hội thánh đầu tiên. Phao-lô chỉ ra giáo sư là một trong ba chức vụ nổi bật nhất trong hội thánh, cùng với sứ đồ và tiên tri (1 Cô 12:28; cũng xem Công 13:1; Rô 12:7; Êph 4:11). So sánh với các ra-bi Do Thái ở mức độ nào đó, giáo sư trong hội thánh đầu tiên được giao phó trọng

---

83. Xem Frankemölle, tr. 478–481.

trách quan trọng là truyền đạt giáo lý để gắn kết cộng đồng lại với nhau (xem 2 Ti 2:2). Vì vậy, một chút thẩm quyền và uy tín tự nhiên được gắn vào chức vụ dạy dỗ. Giáo sư trong thời của Gia-cơ được đặc biệt chú ý, vì có ít người có thể đọc chữ và những cơ hội thăng tiến về địa vị xã hội không nhiều. Do đó không có gì ngạc nhiên khi Cơ Đốc nhân bị thu hút đến với chức vụ dạy dỗ. Sợ rằng các tín hữu ham muốn chức vụ này vì các lý do sai trật có thể là mối bận tâm của Gia-cơ nằm sau lời cảnh báo: *trong anh em không nên có nhiều người tự lập làm thầy.*

Để củng cố lời cảnh báo này, Gia-cơ chỉ ra một khía cạnh khác của việc giảng dạy, ít hấp dẫn hơn: *anh em biết rằng hễ là thầy, chúng ta sẽ phải chịu phán xét nghiêm khắc hơn.* Một cách dịch khác sát nghĩa hơn từ tiếng Hy Lạp sẽ là: "chúng ta sẽ chịu phán xét nhiều hơn", từ ngữ 'phán xét' (*krima*) gợi lên ý niệm về sự phán xét hoặc sự định tội. Rõ ràng Gia-cơ - không có ý nói rằng thầy giáo Cơ Đốc sẽ chịu hình phạt nghiêm khắc hơn các Cơ Đốc nhân khác – thật vậy, nếu thế thì có ít người sẽ trở thành thầy giáo!

Có lẽ chúng ta nên hiểu ông đang nói rằng tầm quan trọng của chức vụ giảng dạy làm cho nó có khả năng bị xem xét kỹ lưỡng hơn, và việc không hoàn thành chức vụ cách trung tín sẽ dẫn đến hình phạt nghiêm khắc tương xứng hơn. Đức Chúa Giê-xu cảnh cáo rằng "ai đã được ban cho nhiều thì sẽ bị đòi lại nhiều; ai đã được giao cho nhiều hơn thì sẽ bị đòi hỏi nhiều hơn" (Lu-ca 12:48). Những người được ban cho "ân tứ" dạy dỗ mang lấy trách nhiệm hết sức khó khăn là phải sử dụng ân tứ đó để nuôi dưỡng dân sự trong đức tin. Phao-lô ý thức rất rõ trách nhiệm này. Khi nói lời tạm biệt với các trưởng lão của hội thánh Ê-phê-sô, ông nhấn mạnh rằng ông đã trung tín với nhiệm vụ làm sứ giả của Tin Lành: "Hôm nay tôi xác quyết trước mặt anh em rằng tôi vô tội về máu của tất cả anh em. Vì tôi đã công bố toàn bộ mục đích của Đức Chúa Trời cho anh em, không giữ lại điều gì" (Công 20:26–27). Một ví dụ về việc không hoàn thành chức vụ mà chúng ta có thể nêu ra là các thầy thông giáo Do Thái tham lam, không thành thật, là những người mà Đức Chúa Giê-xu nói: "họ sẽ bị phán xét nặng hơn" (Mác 12:40). Những người dẫn dắt người khác trong đức tin phải cẩn thận sao cho đời sống của họ phản chiếu những gì họ giảng dạy. Hiểu biết càng nhiều thì trách nhiệm phải sống theo hiểu biết đó càng lớn. Ý của Gia-cơ không phải là ngăn cản những người dạy dỗ, là người có sự kêu gọi và ân tứ dạy dỗ như bản thân ông. Nhưng ông muốn các độc giả ghi khắc tính nghiêm túc của chức vụ và cảnh cáo họ không được bước vào chức vụ một cách nông nổi hoặc vì lý do ích kỷ.

2. Các thầy giáo tự đặt họ trước nguy cơ bị phán xét nặng hơn vì công cụ chính trong chức vụ của họ cũng là phần cơ thể khó kiểm soát nhất: cái lưỡi. Như Doriani nói: "Các thầy giáo đặc biệt rất dễ thất bại trong lời nói, bởi vì vai trò của họ đòi hỏi họ nói quá nhiều. Nhiều lời có nghĩa là nhiều lỗi lầm. Khi chúng ta trở nên quen thuộc với việc nói trước công chúng, chúng ta có thể trở nên bất cẩn. Khi được yêu cầu đưa ý kiến, chúng ta đồng ý, thậm chí cả khi chúng ta không có đủ trình độ chuyên môn và nền tảng dựa trên thực tế ít ỏi."[84]

Để làm nổi bật sự nguy hiểm đặc biệt của cái lưỡi, Gia-cơ trước hết nhận biết sự lan tràn của tội lỗi: *Tất cả chúng ta đều vấp phạm nhiều cách.* Động từ "vấp phạm" (*ptaiō*) được áp dụng theo nghĩa bóng, chỉ sự thất bại thuộc linh cả trong Do Thái giáo lẫn trong Tân Ước (so với 2:10; Rô 11:11; 2 Phi 1:10). Nó có thể ám chỉ những tội lỗi tương đối nhỏ, thậm chí không cố ý. Điều được nhấn mạnh có lẽ không phải ở số lượng tội lỗi (như được ngụ ý trong bản NLT "tất cả chúng ta phạm nhiều sai lầm") nhưng là sự đa dạng của tội lỗi (xem Bản NIV và ESV). Gia-cơ cho biết ngược với điều này là cách mà tất cả chúng ta đều phạm tội với cái lưỡi. Gia-cơ không phải là người đầu tiên chỉ ra lời nói không tinh sạch là một tội lỗi đặc biệt lan rộng. Ví dụ, Châm Ngôn nói nhiều về tầm quan trọng và sức mạnh của lời nói (so với 10:8, 11; 16:27–28; 18:7–8). Giống như Gia-cơ, Huấn Ca nhấn mạnh tội lỗi của lời nói chung với tội lỗi vô ý: "Có kẻ ngã mà đâu cố ý, và ai lại không lầm lỗi trong lời nói của mình" (Huấn Ca 19:16). Gia-cơ diễn tả cách tích cực: *Ai không vấp phạm trong lời nói, đó là người trọn vẹn, có thể kiềm chế được cả thân thể mình.* Thật khó kiểm soát cái miệng, thật dễ thốt ra lời giả dối, đay nghiến, vu khống, thường có khuynh hướng mở ra trong khi ngậm lại thì tốt hơn, đến nỗi người nào có thể kiểm soát cái lưỡi thì có khả năng chinh phục các phần chi thể khác, ít ương bướng hơn.

Vì Gia-cơ tiếp tục bao gồm chính mình trong lời phê bình nghiêm khắc ("Tất cả *chúng ta* đều phạm nhiều sai lầm"), nên có thể ông cũng đang tiếp tục nghĩ cụ thể đến người thầy trong câu này. Nhưng phần còn lại của phân đoạn không đề cập đến người thầy, và lời cảnh

---

84. Doriani, tr. 105–106.

báo của Gia-cơ về cái lưỡi chắc chắn có sự áp dụng chung. Thế thì Gia-cơ có lẽ muốn bao gồm *tất cả* độc giả của ông trong ngôi thứ nhất số nhiều ở câu 2. Lời cảnh báo của ông đối với những giáo sư tương lai đã khiến ông nghĩ đến vấn đề của cái lưỡi; và đây là nan đề của mọi người trong hội thánh.

3. Câu này bắt đầu một loạt những minh họa được Gia-cơ dùng với hiệu quả tuyệt vời trong việc mô tả sức mạnh và sự nguy hiểm của cái lưỡi (3:3–6a). Không có minh họa nào trong những minh họa này là do Gia-cơ nghĩ ra, mà ông rút ra từ những hình ảnh quen thuộc và được sử dụng rộng rãi để trình bày ý của mình.

Trong hình ảnh đầu tiên, Gia-cơ nhắc chúng ta về cách chúng ta có thể điều khiển con ngựa bằng cách đặt một cái hàm thiếc nhỏ trong miệng của nó. Hình ảnh này có thể được gợi ý trong câu 2, là câu Gia-cơ dùng động từ *chalinagogeo* 'kiềm chế' (được dịch là *kìm hãm* trong Bản NIV). Nhưng việc dùng con ngựa để minh họa ý tưởng về vật nhỏ kiểm soát vật lớn không phải là điều mới mẻ. Vào thế kỷ thứ năm TC nhà biên kịch Sophocles đã cho một trong những diễn viên của ông nói rằng "Tôi biết rằng những con ngựa mạnh mẽ bị ngã quỵ bởi một hàm thiếc nhỏ" (*Antigone*, 477). Chắc chắn, Gia-cơ không đề cập cụ thể kích cỡ nhỏ của hàm thiếc. Nhưng có lẽ ông có ý suy ra điều này vì ông nhấn mạnh hàm thiếc, một khi được tra vào miệng ngựa thì chúng ta có thể điều khiển được *toàn thân con vật*.

4. Sự tương phản giữa một công cụ nhỏ và một vật thể lớn mà nó có thể kiểm soát được nói rõ trong minh họa thứ hai. *Hãy nhìn những chiếc tàu*: Dù chúng thật lớn và bị trôi giạt bởi gió mạnh, nhưng chỉ một công cụ rất nhỏ, là bánh lái, cũng có thể đổi hướng chúng theo ý người cầm lái. Một lần nữa, Gia-cơ đã dùng một hình ảnh rất phổ biến. Aristotle cho thấy sự tương phản một cách cụ thể kích cỡ nhỏ của bánh lái, do con người lèo lái, với "sự khổng lồ" của con tàu mà nó điều khiển (*Quaest. Mechan.* 5), và cả con người lẫn Đức Chúa Trời thường được ví với người lái tàu thủy. Điều thú vị là chúng ta cũng thấy có nhiều tài liệu trong đó hình ảnh của ngựa và người cưỡi ngựa, của chiếc tàu và bánh lái được dùng chung với nhau để minh họa những ý khác nhau.[85] Đôi khi thậm chí lửa (so với 3:5) cũng được

---

85. Hình ảnh kết hợp thường được dùng để minh họa sự kiểm soát vũ trụ của Đức Chúa Trời (Mạo danh A-rít-tốt, *Về vạn vật.* 6; thường trong Philo) và đôi khi của thẩm quyền của con người thực thi trên tạo vật (Philo, *Về sự sáng tạo*, 88). Tâm trí, hoặc bản chất cao hơn, cũng được so sánh với người đánh xe ngựa và

nói đến chung với ngựa và chiếc tàu.[86] Việc kết hợp những hình ảnh trong các câu 3-5, được chứng thực trong các tài liệu khác, có thể ngụ ý rằng Gia-cơ dựa vào những nguồn tư liệu này. Nhưng một giả thuyết như vậy có lẽ không cần thiết. Rốt lại, những minh họa này khá rõ ràng, vì sự xuất hiện thường xuyên của chúng nói lên điều đó. Chúng có thể là chuyện "viễn vông", có thể nói như vậy, nên việc Gia-cơ sử dụng chúng chỉ để chứng minh rằng ông quen thuộc với nền văn hóa rộng lớn hơn xung quanh.

Cả hai minh họa trong các câu 2-4 tập trung vào *sự kiểm soát* mà con người vận dụng qua một đồ vật nhỏ (hàm thiếc, bánh lái) trên một vật thể lớn (con ngựa, chiếc tàu). Áp dụng chính xác hình ảnh này nói lên rằng tín hữu cũng dùng cái lưỡi để kiểm soát "cả thân mình" (3:2), nhưng thật khó hiểu làm sao cái lưỡi có thể trực tiếp điều khiển thân thể. Có lẽ chúng ta nên áp dụng hơi khác một chút. Hàm thiếc quyết định hướng đi của con ngựa và bánh lái quyết định phương hướng của chiếc tàu như thế nào, thì cái lưỡi cũng có thể quyết định số phận của từng cá nhân con người thế ấy. Khi tín hữu kiểm soát cái lưỡi một cách cẩn thận, thì có thể cho là họ có khả năng điều khiển cả cuộc đời mình đi đúng hướng thiên thượng đã định: họ là người "trọn vẹn" (3:2). Còn khi cái lưỡi không được kiềm chế, dù là nhỏ, thì phần còn lại của thân thể cũng không thể kiểm soát được và trở nên vô kỷ luật.

5. Phần đầu của câu này rút ra áp dụng từ những hình ảnh trong các câu 3-4 (cũng vậy, *houtōs*). Tầm quan trọng của hàm thiếc và bánh lái, dù chúng có thể nhỏ, có thể so sánh với tầm quan trọng của cái lưỡi, *một bộ phận nhỏ của thân thể*, nhưng là bộ phận có thể *khoe khoang những việc lớn*. Trong Tân Ước, "khoe khoang" thường là hành động tội lỗi và thể hiện tính tự phụ kiêu ngạo trước mặt Đức Chúa Trời. Nhưng ở đây, "khoe khoang" không được dùng với ý tiêu cực – cái lưỡi *thật* có tầm quan trọng đáng kể và nó có thể khoe khoang một cách hợp pháp về sức mạnh của nó trong việc quyết định số phận của một người. Phillips diễn giải: "Lưỡi người có hình

___

người lái tàu, vì điều đó phải kiểm soát cả con người (Philo, *Về cuộc di cư của Áp-ra-ham*, 67; Stobaeus, *Eclogae*, 3.17.17; Plutarch, *How a Young Man Should Study Poetry*, 33F). Dibelius đưa ra một mẫu lớn hơn về các bản văn có liên quan (tr. 185–190).

86. Cũng đặc biệt xem Philo, *Chú giải ngụ ngôn*, 3.223–224, trong đó tâm trí được gọi là 'người đánh xe ngựa và người lái tàu của linh hồn' và sự bất hợp lý, nếu nó có được sự kiểm soát, thì làm cho tâm trí bùng cháy.

thể nhỏ, nhưng có thể nói những lời gây ảnh hưởng lớn!"

Nửa câu này là câu chuyển tiếp. Những hình ảnh trong các câu 3-5a tập trung vào sức mạnh không cân xứng của cái lưỡi, còn câu 6 làm nổi bật tiềm năng hủy diệt của cái lưỡi. Cả hai ý này đều có trong câu 5b: *Một tia lửa nhỏ có thể làm bùng cháy cả một cánh rừng rộng lớn biết bao!* Điều khác thường trong cách dịch này là cùng một từ ngữ Hy Lạp (*hēlikos*) nhưng được giải thích cách khác nhau, thậm chí trái ngược nhau trong hai lần từ đó xuất hiện: nó được dịch là *lớn* lẫn *nhỏ*. Lý do là từ này "diễn tả tầm quan trọng theo cả hai hướng" (Hort) – rộng lớn và nhỏ bé. Sự đối xứng nào đó theo kiểu phản đề được thể hiện khi từ này dùng trong cùng một câu theo cách như vậy.[87] Hình ảnh về sự lan rộng gây hủy diệt nhanh chóng của lửa thường được dùng để truyền đạt lời cảnh báo về hậu quả của những ham muốn không được kiểm soát. Cựu Ước so sánh lời nói của kẻ dại với "ngọn lửa hừng" (Châm 16:27) còn Huấn Ca nói rằng cái lưỡi "sẽ không làm chủ trên người tin kính, nó cũng không thiêu đốt được họ trong lửa của nó" (Huấn Ca 28:22). Từ ngữ được dịch là *rừng* (*hylē*) có thể ám chỉ bụi cây bao phủ nhiều đồi núi Pa-lét-tin, và trong khí hậu khô khan của vùng Địa Trung Hải, nó có thể dễ dàng bốc cháy gây hậu quả tai hại.[88]

6. Bây giờ Gia-cơ nói rõ việc đồng nhất *cái lưỡi* với *lửa*, như được ngụ ý trong câu 5, và nhấn mạnh tiềm năng hủy diệt của cái lưỡi. Những ý này được nói rõ ở đầu và cuối câu 6, nhưng phần giữa của câu giới thiệu cho độc giả bản văn Hy Lạp với một khó khăn đáng kể. Nằm trong phần thứ nhất của câu, Gia-cơ dùng năm thành ngữ ở dạng sở hữu cách với chỉ một động từ biểu thị. Người dịch phải quyết định đâu là cách tốt nhất để kết hợp những từ ngữ này sao cho câu có ý nghĩa, và việc kết hợp này gặp một số khó khăn. Vì vậy, nhiều người đề nghị bản văn phải được sửa đổi, tức là, chúng ta phải thay đổi từ ngữ để làm cho rõ nghĩa. Nhưng sự sửa đổi có tính phỏng đoán của bản văn Tân Ước, cùng với sự phong phú về bằng chứng của bản sao cổ, phải luôn luôn là phương sách cuối cùng khi không còn hy vọng nào khác. Vì vậy, chúng tôi sẽ cố gắng giải nghĩa bản văn nguyên gốc.

Vấn đề ban đầu là ý nghĩa của cụm từ *ho kosmos tēs adikias* (thế

87. Cũng đc. Philostratus, *Cuộc đời của Apollonius ở Tyana* 2.11.2 – 'vì đối với tôi dường như một siêu nhân tài giỏi cho một phần nhỏ *tēlikoud*] như vậy để quản lý một con vật rất lớn *tēlikouto*]'.
88. ElliottBins, 'Meaning of *YLH*', tr. 48–50; cũng đối chiếu McKnight, tr. 280.

giới của tội ác) ngay lập tức theo sau câu *cái lưỡi cũng là ngọn lửa*. Xem từ *kosmos* có nghĩa là "sự trang điểm" (so với 1 Phi 3:3), một số người nghĩ rằng Gia-cơ đang muốn nói rằng cái lưỡi "trang điểm" cho sự không công chính, bằng cách dùng ngôn ngữ hoa mỹ để làm cho tội lỗi trở nên hấp dẫn. Nhưng ý nghĩa này của từ *komos* không được chứng thực rộng rãi trong Tân Ước và khác xa ý nghĩa hiển nhiên trong cụm từ của Gia-cơ. Một chọn lựa thứ hai là từ *kosmos* có nghĩa là 'toàn bộ' hoặc 'toàn thể' (xem BDAG; Châm 17:6a [chỉ ở bản LXX]. Theo cách hiểu này, Gia-cơ nhấn mạnh thảm họa to lớn vốn có của cái lưỡi, một "khối" hoặc vật thể lớn của sự không công chính. Quan điểm này gặp phải vấn đề là chữ *komos* (thế giới) với ý nghĩa 'toàn bộ' không được chứng thực rộng rãi, mạo từ đứng trước *kosmos* không được giải thích đầy đủ và nghĩa của động từ *kathistatai* ('chỉ định', 'gây ra') bị bỏ qua. Cách dịch tự nhiên nhất của cụm từ này là 'thế giới không công chính' (như đa số các bản dịch Anh ngữ; ví dụ: bản NIV 'thế giới của điều ác'; bản ESV là 'thế giới của sự bất chính'). Đây cũng là ý nghĩa của từ *komos* trong ba lần xuất hiện khác trong Gia-cơ (1:27; 4:4 [hai lần]). Thế thì cụm từ này tương đương với Lu-ca 16:9, *mamona tes adikias* (đồng tiền không công chính) và chữ 'thế giới' được dùng theo ý nghĩa được xác nhận nhiều trong Tân Ước, đó là hệ thống thế gian sa ngã, nổi loạn và tội lỗi.

Nếu chúng ta chấp nhận cách dịch này cho cụm từ *ho kosmos tes adikias*, thì có hai cách chấm câu khác nhau: 1) "Cái lưỡi cũng là ngọn lửa. Trong các chi thể của chúng ta, lưỡi là thế giới của tội lỗi, làm ô uế toàn thân ..." (NRSV) 2) "Cái lưỡi cũng là ngọn lửa, là thế giới của điều không công chính. Cái lưỡi được đặt giữa các chi thể của chúng ta, làm ô uế toàn thân ..." (ESV). Trong trường hợp thứ nhất, *ho kosmos tēs adikias* là vị ngữ của động từ *kathistatai;* trong cách đọc thứ hai, cụm từ này là từ bổ nghĩa cho 'cái lưỡi'. Cả hai trường hợp không khác nhau nhiều, nhưng trường hợp đầu có lẽ là cách đọc tự nhiên hơn. Cả hai cách đều đặt động từ *kathistatai* ở thể bị động (về hình thức, có thể là trung dung hoặc bị động). Nhưng cũng có thể ở thể trung dung, theo nghĩa 'tự cho nó là' hoặc chỉ 'đại diện cho' (NET).[89]

---

89. Dù động từ này ở thể trung dung thường có ý nghĩa 'chỉ định cho chính mình' (McCartney, tr. 187–188), nhưng có nghĩa 'chỉ định chính mình' trong Gia-cơ 4:4 (cũng xem Blomberg và Kamell, tr. 158; Allison, tr. 537).

Vậy thì khi nói "cái lưỡi tự làm cho nó trở thành thế giới của sự không công chính trong các chi thể của chúng ta" có nghĩa là gì? Có lẽ Gia-cơ muốn nói rằng cái lưỡi chứa đựng trong nó tội lỗi của thế giới sa ngã. Như Calvin diễn tả: "Một phần nhỏ của xác thịt chứa cả thế gian tội lỗi." Người ta nhớ Đức Chúa Giê-xu có nói rằng "những gì từ miệng ra" làm ô uế con người và giải thích thêm rằng cái miệng bày tỏ tấm lòng, trong đó có những ý tưởng xấu như "giết người, ngoại tình, tà dâm, trộm cướp, làm chứng dối và vu khống" (Mat 15:11; 18–19). Có lẽ không có "chi thể" nào khác trong thân thể khiến cho đời sống tin kính bị tàn phá nhiều như vậy.

Câu 6 kết thúc bằng một chuỗi ba động tính từ mô tả thêm về cái lưỡi. Nó *làm ô uế* (spilousa) *toàn thân*, hoàn toàn trái ngược với "sự tin đạo thuần khiết", trong đó bao gồm việc giữ mình không bị thế gian làm ô uế (aspilon) (1:27). Tội phạm do lưỡi khiến sự ô nhiễm thuộc linh lây lan cho toàn thân. Với hai động tính từ thứ hai, Gia-cơ trở lại với hình ảnh của lửa để lần lượt mô tả phạm vi và nguồn của sự tàn phá do cái lưỡi gây ra. Khi nói rằng cái lưỡi đốt cháy *cả cuộc đời*, Gia-cơ rõ ràng muốn nhắc lại tính chất nghiêm trọng của tiềm năng hủy diệt của cái lưỡi. Nhưng ý nghĩa chính xác điều ông muốn nói thì không rõ ràng. Cụm từ có thể được dịch theo nghĩa đen là "chu kỳ của sự hiện hữu" (ton trochontēs geneseōs). Ngôn ngữ tương tự như vậy được dùng trong tôn giáo huyền bí (Orphic) để mô tả chu kỳ vô tận của sự đầu thai (tái nhập thể) là nguồn của sự giải thoát mà con người tìm kiếm. Nhưng có đủ bằng chứng cho thấy rằng điều ban đầu là biểu hiện tôn giáo hoặc triết học theo đúng nghĩa, đã trở nên nổi tiếng và được dùng trong thời của Gia-cơ như là cách mô tả diễn biến của đời sống con người, có lẽ với sự nhấn mạnh về những "thăng trầm" trong cuộc đời.[90] Thế thì, điểm chính là sức mạnh hủy diệt như lửa của cái lưỡi ảnh hưởng đến toàn bộ sự hiện hữu của con người, từ đầu đến cuối, và trên mọi hoàn cảnh của đời sống nhân sinh. Sức mạnh hủy diệt lớn này đến từ đâu? Gia-cơ nói từ *địa ngục*. Ông dùng thuật ngữ *gehenna* ở đây, cho thấy ông quen thuộc với sự dạy dỗ của Đức Chúa Giê-xu, vì Ngài thường dùng từ này để mô tả nơi định tội cuối cùng (từ ngữ chỉ xuất hiện ở đây và trong lời dạy dỗ của Đức Chúa Giê-xu trong Tân Ước). Từ này là chuyển ngữ từ tiếng Hê-bơ-rơ 'Trũng Hinnom', là nơi mang tiếng xấu trong Cựu Ước, và trong giai đoạn giữa hai giao ước, từ được dùng để chỉ nơi phán xét

---

90. Xem sự tham khảo và phần thảo luận trong Dibelius, tr. 196–198.

cuối cùng. Quyền lực của chính Sa-tan, cư dân chính của địa ngục, cho cái lưỡi tiềm năng hủy diệt lớn.

Gia-cơ không giải thích chi tiết những cách cái lưỡi tự thể hiện sức mạnh huỷ diệt của nó, nhưng chắc chắn ông đã nghĩ đến những tội lỗi về lời nói được liệt kê trong Châm Ngôn: nói chuyện phiếm thiếu suy nghĩ (10:8; so với 12:18; 29:20); nói dối (so với 12:19); khoe khoang kiêu ngạo (18:12); nói tầm phào (10:18). Hãy nghĩ xem những tin đồn không có căn cứ, thường là giả dối, có thể gây tổn hại to lớn mà đôi khi không thể sửa đổi được ra sao. Tin đồn như thế còn khó dập tắt hơn cả đám cháy rừng (so với 3:5). Chúng ta học từ kinh nghiệm cay đắng rằng lời trêu chọc thời thơ ấu "Gậy và đá có thể làm gãy xương tôi, nhưng lời nói sẽ không bao giờ làm tổn thương tôi" hoàn toàn ngược với sự thật. Những tổn thương do gậy và đá gây ra có thể lành; nhưng tổn thương do lời nói gây ra đôi khi không bao giờ lành.

7. Câu 7 bắt đầu với từ *gar* ('vì'), mà từ này không được dịch trong bản NIV. Gia-cơ có thể dùng từ ngữ này để cho thấy các câu 7-8 là cơ sở cho điều được nói trong câu 6. Theo quan điểm này, có lẽ bản chất khó bị chế ngự của cái lưỡi là bằng chứng cho lời khẳng định rằng cái lưỡi nhận quyền lực từ địa ngục. Tuy nhiên, từ này trong Tân Ước thường báo hiệu một sự liên tục về ý tưởng; vì vậy mà bản NIV (cùng với bản NLT; HCSB; CEB) không dịch. Theo quan điểm này, câu 7 chỉ thêm một lập luận khác vào lời cảnh báo của Gia-cơ về cái lưỡi. Lời khẳng định con người đã thành công trong việc chế ngự mọi loài thú hoang dã ám chỉ câu chuyện sáng tạo trong Sáng Thế Ký. Việc phân chia vương quốc động vật thành bốn loại nhắc lại sự phân loại tương tự trong Sáng Thế Ký 1:26.[91] Việc lặp lại động từ 'chế ngự' một cách khác thường có thể phản chiếu bản văn tương tự. Lần xuất hiện đầu tiên của động từ (*damazetai*) ở thì hiện tại, hàm ý khoảng thời gian lâu dài để thuần hóa thú. Nhưng việc lặp lại động từ ở thì hoàn thành (*dedamastai*) có thể ngụ ý con người được ban cho khả năng thuần hóa thú vật vào một thời điểm trong quá khứ. Gia-cơ nhấn mạnh đây là ám chỉ đến sự sáng tạo ban đầu bằng cách đối chiếu *bản chất* của vương quốc thú vật với *bản chất* của vương quốc loài người. Trong ngữ cảnh này, từ này có lẽ có nghĩa là 'các loài' (NRSV; NAB). Đó là một sự trùng hợp thú vị, và có lẽ chỉ có thế, đến nỗi Philo cũng so

---

91. Xin so sánh Philo, *Về các luật lệ đặc biệt*, 4.110–116.

sánh con người với người lái xe ngựa (so sánh Gia 3:3) và người lái tàu (3:4) khi nhấn mạnh quyền quản trị của họ trên tạo vật.[92]

8. Câu này trong tiếng Hy Lạp cho thấy trước tiên *cái lưỡi* làm nổi bật ý tương phản: con người có thể chế ngự thú vật, nhưng không ai có thể chế ngự *cái lưỡi*. Không rõ chúng ta phải hiểu thế nào về việc Gia-cơ thêm chữ *anthrōpōn* ('của con người') vào chữ *oudeis* ('không ai'). Từ nầy có thể chỉ nhấn mạnh bản chất con người của những người mà Gia-cơ nói đến. Nhiều bản dịch tiếng Anh, chẳng hạn như bản NIV, diễn đạt ý này bằng cách dịch là *không người nào*. Nhưng Augustin đề nghị một cách giải thích tinh tế hơn: "...ông không nói rằng không ai có thể chế ngự cái lưỡi, mà là *không con người nào*; hầu cho khi cái lưỡi được chế ngự chúng ta thừa nhận rằng điều này có được là bởi sự thương xót, giúp đỡ và ân điển của Đức Chúa Trời."[93]

Hai ý mô tả cái lưỡi để hoàn chỉnh câu nầy có thể là ngữ đồng vị của *cái lưỡi* (NRSV – *một vật xấu xa không sao kiểm soát được, đầy dẫy những chất độc chết người*) nhưng có lẽ cách hay hơn là bắt đầu một câu mới ở đây: *Đó là một vật xấu xa không sao kiểm soát được, đầy dẫy những chất độc chết người* (như phần lớn các bản dịch Anh ngữ). *Không sao kiểm soát được* là cách dịch từ cùng một từ (*akatastatos*) mà Gia-cơ đã dùng trong 1:8 để mô tả người 'phân tâm', không ổn định trong việc họ làm.[94] Là từ ngữ bổ nghĩa cho chữ *vật xấu xa*, cụm từ này có thể ngụ ý 'vật xấu xa' thì khó kiểm soát, tức "luôn luôn có khả năng bùng phát" (Phillips), hoặc vật xấu xa bao gồm việc "không ổn định và thiếu tập trung vào một mục đích" (Davids). Theo cách giải thích đầu tiên, đây là bổ ngữ tự nhiên của câu 8a, cách thứ hai sẽ dọn đường cho phần mô tả cách sử dụng đối lập, "hai mặt" của cái lưỡi trong các câu 9-12. Có lẽ nên chấp nhận cách giải thích đầu, bởi vì nó đem lại ý nghĩa tự nhiên hơn khi kết hợp với "xấu xa". Lời mô tả cuối cùng của cái lưỡi trong câu này, *đầy dẫy chất độc chết người*, phản chiếu sự dạy dỗ của Cựu Ước: kẻ ác "mài nhọn lưỡi mình như lưỡi rắn, môi chúng có nọc độc của rắn hổ mang" (Thi 140:3). Chất độc do cái lưỡi tạo ra "làm hại người lân cận"

---

92. *Về sự sáng tạo*, 8.

93. *Về bản tính và ân điển*, ch. 15; đối chiếu Knowling, tr. 78.

94. Xem *Hermas*, 'Mệnh lệnh', 2.3: 'Vu khống là ác; nó là một con quỉ không yên nghỉ, không bao giờ bình an' (đc. Jas 4:1). Từ cũng được nối với tội lỗi về lời nói trong Châm 26:28, LXX.

(Châm 11:9) và cũng đem người phạm tội đến chỗ diệt vong (10:8).

9. Là lời buộc tội đỉnh điểm cuối cùng về cái lưỡi, Gia-cơ gán cho nó tội 'hai mặt', là trọng tâm cuộc luận chiến của ông chống lại Cơ Đốc giáo bề ngoài. Sự do dự không ổn định, không kiên định của người hay phân tâm (1:7–8), được thể hiện trong thái độ thiên vị (2:4), và không sinh ra hành động công chính (2:14–26), cũng thể hiện qua cái lưỡi. Giống 'người ba hoa' trong *Thiên lộ lịch trình* của John Bunyan, là một "thánh đồ ở ngoài nhưng là một ác quỷ ở nhà", qua bản chất mâu thuẫn trong lời nói, những người phân tâm phô bày một đức tin thiếu tập trung và không ổn định.

Thật đáng trách vì cùng một công cụ được dùng *để chúc tụng Chúa, Cha chúng ta, và cũng dùng nó để nguyền rủa loài người, là loài được tạo dựng theo hình ảnh Đức Chúa Trời.* Chúc tụng hoặc 'ca tụng' (*eulogeō*) Đức Chúa Trời là phần nổi bật trong lời cầu nguyện của người Do Thái. 'Đấng Thánh, Đấng đáng được chúc tụng' là một trong những lời mô tả thường xuyên nhất về Đức Chúa Trời trong văn chương của ra-bi. Và 'mười tám lời chúc phước', một hình thức nghi lễ được dùng hàng ngày, kết thúc từng phần với lời chúc tụng Đức Chúa Trời. Tất nhiên Cơ Đốc nhân cũng chúc tụng Đức Chúa Trời trong khi cầu nguyện (so với Êph 1:3; 1 Phi 1:3). Người ta hiếm khi gọi Đức Chúa Trời là *Chúa* và *Cha* (xem 1 Sử 19:10; Ê-sai 63:16), nhưng không chắc Gia-cơ có ý định gì đặc biệt khi dùng những danh hiệu này hay không. Hành động chúc phước mà trong đó chúng ta ngợi khen và tôn kính Đức Chúa Trời, được Gia-cơ trích dẫn, là hình thức cao nhất, tinh sạch nhất và cao quý nhất của lời nói. Mặt khác, hình thức thấp nhất, ô uế nhất, thiếu hiểu biết nhất của lời nói là sự rủa sả. Lời rủa sả ngược lại với lời chúc phước (so với Phục 30:19), được xem là có quyền lực nhất trong thế giới cổ đại. Rủa sả người nào đó không chỉ là nguyền rủa người đó, mà còn là mong ước rằng người đó bị phân cách khỏi Đức Chúa Trời và chịu hình phạt đời đời. Đức Chúa Giê-xu cấm các môn đồ của Ngài rủa sả người khác; thật ra, họ phải "chúc phước cho kẻ rủa sả mình" (Lu 6:28; so với Rô 12:14). Điều khiến cho lời rủa sả trở nên cực kỳ tàn ác là vì người mà chúng ta nguyền rủa *được tạo dựng theo hình ảnh của Đức Chúa Trời* (rõ ràng Gia-cơ ám chỉ thêm Sáng 1:26 [so với 3:7]). Các ra-bi được cảnh cáo không được rủa sả vì lý do tương tự: không nên nói "'nguyền xin người lân cận của tôi bị xấu hổ' – vì ngươi đặt sự xấu hổ trên người mang hình ảnh của Đức Chúa Trời" (*Bereshith Rabba*

24, ở Sáng 5:1).

10. Tính dối trá hai mặt của cái lưỡi được mô tả cách rõ ràng: từ cái lưỡi ra phước lành lẫn rủa sả. Sự thay đổi thú vị của Gia-cơ sang cái miệng, cùng với việc ông dùng động từ *exerchomai* ("tuôn ra"), cho thấy rõ rằng ông dựa vào lời Đức Chúa Giê-xu dạy về sức mạnh gây ô uế của lời nói (so sánh với Mat 15:11; 18–19). Giống như Đức Chúa Giê-xu, Gia-cơ cho rằng lời nói của một người là "phong vũ biểu" cho biết tình trạng thuộc linh của người đó, bày tỏ điều có ở trong lòng. Lời cảnh cáo của Đức Chúa Jesus phải được nghiêm túc tiếp nhận : "Nhưng Ta bảo các ngươi, trong ngày phán xét, người ta sẽ khai trình mọi lời vô ích mình đã nói. Vì bởi lời nói, ngươi sẽ được xưng công chính; cũng bởi lời nói, ngươi sẽ bị định tội" (Mat 12:36–37). Người phân tâm và thiếu nhất quán về những điều thuộc về Đức Chúa Trời có trong lòng mình (*dipsychos*; xem 1:8; 4:8) cũng sẽ phân tâm và không nhất quán trong lời nói. Người ta tìm thấy chủ đề này trong nhiều tác phẩm của Do Thái giáo. Theo *Giao ước của Bên-gia-min* 6:5, 'Người khôn ngoan không nói ra lời dối trá: ngợi khen và rủa sả, lạm dụng và tôn trọng, thanh thản và bất hòa, đạo đức giả và chân lý, nghèo và giàu, đối với mọi người.' *Không nên có* loại lời nói như vậy. Cơ Đốc nhân đã được biến đổi bởi Thánh Linh của Đức Chúa Trời nên bày tỏ sự trọn vẹn và tinh sạch của tấm lòng qua sự nhất quán và tinh sạch trong lời nói.

11. Gia-cơ dùng ba minh họa để khẳng định sự không tương hợp giữa một tấm lòng tinh sạch với lời nói không tinh sạch. Mỗi minh họa được trình bày dưới hình thức một câu hỏi tu từ đòi hỏi câu trả lời "không". Đây là công cụ văn chương được ưa thích trong thơ Gia-cơ. Không bao giờ là nói quá khi nhấn mạnh tầm quan trọng của dòng suối (*pēgē*) trong xứ Palesine khô khan. Rất nhiều ngôi làng sống nhờ vào nguồn nước này. Có thể tưởng tượng việc dòng suối nước ngọt tiếp tục chảy ra nước *ngọt* (*glykos*, 'ngọt') là điều quan trọng như thế nào. Chắc chắn, một số dòng suối chảy ra cả nước ngọt và nước mặn không thể dùng được. Điều Gia-cơ muốn nói là cùng một nguồn không thể lúc thì chảy ra nước ngọt, rồi một phút sau đó chảy ra nước đắng. Nước suối có thể là ngọt, đắng hoặc trung tính, nhưng phải nhất quán cho ra cùng một loại nước. Bi kịch của cái lưỡi chính là sự không nhất quán này: thường hay chúc tụng Đức Chúa Trời nhưng ngay sau đó thì nguyền rủa con người. Từ ngữ Gia-cơ dùng để mô tả nguồn nước vô dụng là *pikros* ('mặn' trong Bản NIV, ESV;

'đắng' trong bản NLT và HCSB). Đây không phải là từ ngữ thường được dùng để nói về nước: có thể là ông so sánh mô tả về nước với ngôn ngữ gắn liền với cái lưỡi, được cho là thường hay nói những lời *pikros* (Thi 64:3; Châm 5:4; Huấn Ca 29:25; và so với 3:14).

12. Hình ảnh cây cối sinh trái tùy theo loại là hình ảnh phổ biến trong văn chương cổ đại. Ví dụ Epictetus hỏi: "Làm thế nào có thể khiến cây nho phát triển như cây ô-liu chứ không như cây nho, hoặc khiến một cây ô-liu phát triển như cây nho chứ không như cây ô-liu? Điều đó không thể có được, không thể tưởng tượng được."[95] Vì hình ảnh được Gia-cơ lấy từ lời dạy của Chúa Giê-xu, nên tự nhiên chúng ta nghĩ đến lời dạy của Đức Chúa Giê-xu về cây tốt thì sinh ra trái tốt và ngược lại: "Các con nhận biết họ nhờ bông trái của họ. Nào có ai hái trái nho nơi bụi gai, hoặc trái vả nơi bụi tật lê bao giờ?" (Mat 7:16). Tuy nhiên, ngôn ngữ và lời dạy của Gia-cơ không hoàn toàn tương tự với lời dạy của Đức Chúa Giê-xu, vậy chúng ta có lý do để giả định rằng Gia-cơ chọn hình ảnh từ nét văn hóa chung. Điều ông trình bày ở đây giống như trong câu 11: cũng như cây vả không thể ra trái ô-liu, hoặc cây nho không thể ra trái vả, thì lòng tinh sạch không thể sinh ra lời nói có hại, cay đắng, giả dối.

Câu cuối cùng trở lại với hình ảnh của muối và nước ngọt từ câu 11, nhưng bây giờ được dùng để nêu lên một ý tiêu cực: *Dòng nước mặn cũng không thể chảy ra nước ngọt được.* Hình ảnh được giới thiệu một cách bất ngờ (*oute*, cũng không), và một số bản sao cổ cố gắng làm giảm sự đột ngột bằng cách thêm vào phía trước chữ *houtos*, nghĩa là 'tương tự'. Mặc dù có chút khó khăn, nhưng câu nầy có thể hoàn toàn hiểu được. Bản NIV diễn tả ý nghĩa này rất rõ. Một khó khăn khác trong câu này, mà không thấy trong bản NIV, là cách dùng từ đơn *halykon*, nghĩa là 'muối', để mô tả cái sinh ra *nước ngọt.* Một số bản sao cổ thêm từ Hy Lạp vào chữ 'dòng suối' để làm dịu vấn đề, nhưng từ này có lẽ do người sao chép thêm vào vì họ thấy vấn đề. Có lẽ Gia-cơ đang viết theo dạng tĩnh lược, dùng chữ đơn *halykon* để chỉ 'suối nước mặn' (xem BDAG và phần lớn những bản tiếng Anh). Dù là trường hợp nào, lời cảnh báo của Gia-cơ cũng rõ ràng: điều có bản chất tốt phải sinh ra điều tốt; điều có bản chất xấu chắc chắn sinh ra điều xấu. Vậy, tấm lòng không ngay thẳng với Đức Chúa Trời chỉ sinh ra lời nói không tin kính. Cần phải nói rằng không

---

nên diễn giải nhiều hơn điều Gia-cơ muốn nói trong hình ảnh này (cũng như hình ảnh của Đức Chúa Giê-xu trong Mat 7). "Rốt cuộc, con người không phải là cây cối".[96] Và không thể so sánh một cách chính xác tiến trình tự nhiên vô thức của đời sống cây cối với tiến trình tự nguyện và có tính quyết định của đời sống con người. Nhưng dù giới hạn là gì đi nữa, thì hình ảnh này cũng truyền đạt lời cảnh báo quan trọng: chỉ có tấm lòng được thay đổi mới có thể sinh ra lời nói tinh sạch; và lời nói tinh sạch nhất quán (dù không hoàn hảo) phải là sản phẩm của tấm lòng được đổi mới.

Thần Học

Không có phân đoạn nào trong Gia-cơ cho thấy bức thư vay mượn Cựu Ước và truyền thống văn chương khôn ngoan của Do Thái giáo nhiều như phân đoạn này. Văn chương khôn ngoan, như được minh họa đặc biệt trong Châm Ngôn, tập trung vào những thực tế cụ thể của đời sống, hướng dẫn dân Đức Chúa Trời khi họ đối diện với thế giới khó khăn và đôi khi thù địch mà họ đang sống. Sự khôn ngoan cũng có đặc điểm khiến chúng ta nghĩ đến trật tự sáng tạo. Lời cảnh báo thực tế của Gia-cơ về cái lưỡi, dù không có cùng hình thức như những câu châm ngôn, cũng là những đặc điểm của sự khôn ngoan. Nhưng, như chúng ta đã thấy, Gia-cơ 3:1–12 không chỉ bày tỏ một số hình thức tương tự có trong văn chương khôn ngoan; mà những lời cảnh báo về lời nói cũng lấy từ nhiều chủ đề chính trong văn chương đó. Vì vậy, mặc dù Gia-cơ cung cấp ít chi tiết cụ thể về loại lời nói mà ông không tán thành, nhưng cũng đúng khi chúng ta quay về với các sách Cựu Ước, chẳng hạn như Châm Ngôn, để biết những mối quan tâm cụ thể mà Gia-cơ chắc chắn nghĩ đến (xem Châm 10:8, 11, 18–19, 21; 11:9, 13; 12:18–19, 25; 13:3; 15:1, 23; 16:27–28; 17:14, 27–28; 18:2, 7–8; 25:11; 27:2, 5–6; 29:5, 11, 20).

B. Khắc phục những bất đồng nhờ sự khôn ngoan thật (3:13–4:3)

Ngữ cảnh

Hầu hết các sách giải kinh và những bản dịch Anh ngữ đều đi theo cách phân chia chương và ngắt giữa đoạn cuối của chương 3 (3:13–18) với đoạn đầu của chương 4 (4:1–3 hoặc 4:1–10). Có những

---

96. Berkhof, *Christian Faith*, tr. 452.

lý do hợp lý cho cách phân chia này, vì ý chính dường như chuyển từ sự khôn ngoan sang sự tranh cãi. Tuy nhiên, nếu không bỏ qua những điểm khác nhau, thì chúng tôi nghĩ có những lý do hợp lý để xem những phân đoạn này như hai mặt của một đồng tiền. Trong cả hai phân đoạn, Gia-cơ tấn công vào "sự sốt sắng" hay "ghen ghét" không công chính và sai lạc (tiếng Hy Lạp là *zelos*): đó là đặc điểm cơ bản của sự khôn ngoan "thuộc về thế gian" (3:14, 16). Chính sự "ghen ghét" hay "tham lam" này (*zeloo*) dẫn đến những tranh cãi cay đắng mà Gia-cơ lên án trong 4:1–3 (xem câu 2). Việc Gia-cơ đi theo khuôn mẫu chung về cách giảng dạy nổi bật trong thế giới của ông làm cho từ này thêm phần quan trọng. Khuôn mẫu, hoặc "đề tài", tập trung vào thói xấu "ghen ghét" hoặc "ghen tị" (trong tiếng Hy Lạp thường là *phthonos*).[97] Những ý tương tự nhất với các ý trong thư Gia-cơ đến từ *Giao ước của Mười hai tộc trưởng*, một ngụy thư của người Do Thái, phần lớn được viết khoảng năm 100 TC. Trong sách này, vu khống (*katalalia*, *Giao ước của Gát* 3:3), bạo lực (*polemos*) và giết người (*Giao ước của Si-mê-ôn* 4:5), tất cả đều được truy nguyên bắt nguồn từ lòng ghen ghét. Tất nhiên, đây cũng chính là các vấn đề mà Gia-cơ công kích trong 4:1–12. Hơn nữa, *Các giao ước* thường nhấn mạnh 'sự phân tâm' là nan đề thuộc linh căn bản, đánh vào một vấn đề quen thuộc khác đối với độc giả của Gia-cơ (so sánh 1:8 và 4:8). Không chắc Gia-cơ có phụ thuộc hoàn toàn vào *Các giao ước* hay không. Nhưng chúng ta có thể phỏng đoán Gia-cơ biết loại truyền thống được tìm thấy trong *Các giao ước* bởi vì nó rất phổ biến trong thế giới cổ đại. Ông đưa vào sử dụng ở đây để khiển trách độc giả vì thái độ ghen ghét và ích kỷ cho thấy họ đang có sự chia rẽ và tranh cãi cay đắng.

Nếu "ghen ghét" là thói xấu chính được nói đến xuyên suốt 3:13–4:3, thì hòa bình là đức hạnh chính. Sau câu hỏi tu từ mở đầu nêu lên vấn đề về sự khôn ngoan (3:13a), Gia-cơ kêu gọi độc giả bày tỏ thực tế của sự khôn ngoan bằng sự khiêm nhu và việc lành (3:13b). Điều này dẫn đến sự tương phản giữa hai loại khôn ngoan chi phối phân đoạn này. Loại khôn ngoan sai trật có đặc điểm là ghen ghét, ích kỷ và lộn xộn (3:14–16) – trái ngược với hòa bình. Còn sự khôn ngoan đúng đắn, trên hết là "hiếu hòa" (bông trái cụ thể đầu tiên của sự khôn ngoan được liệt kê trong 3:17). Và Gia-cơ nhấn mạnh đức hạnh này bằng phước lành dành cho "những người giải hòa" (3:18).

97. Đặc biệt xem Johnson, *Brothers of Jesus*, tr. 182–201.

Mặt khác, không có hòa bình rõ ràng là vấn đề chính trong 4:1–3. Đặc điểm của cộng đồng là những cuộc cãi lộn và tranh luận, một số người thậm chí còn dùng bạo lực. Gia-cơ truy nguyên những sự tranh cãi này bắt nguồn từ đặc điểm của sự khôn ngoan giả mà ông chỉ ra trong 3:14, đó là ghen ghét (4:2) và ích kỷ (4:3).

Giải nghĩa

13. Câu hỏi giới thiệu phần này: *Ai là khôn ngoan và hiểu biết giữa vòng anh em?*, thật ra là một lời thách thức: Nếu anh em cho là mình khôn ngoan, thì hãy bày tỏ sự khôn ngoan của anh em qua những việc làm mà sự khôn ngoan thật sinh ra. Nhiều nhà giải kinh nghĩ rằng câu hỏi của Gia-cơ đặc biệt nhắm vào các thầy giáo được đề cập trong câu 1.[98] Nhưng chữ *sophos* (*khôn ngoan*, 'người khôn ngoan') lẫn chữ *epistēmōn* ('có thể hiểu biết', 'đầy sự hiểu biết') đều không thường xuyên được dùng như một danh hiệu chỉ thầy giáo. Các từ ngữ này xuất hiện chung vài lần trong Bản Bảy Mươi, một lần khi đề cập đến những phẩm chất lãnh đạo nên có (Phục 1:13, 15), nhưng cũng áp dụng cho mọi người Y-sơ-ra-ên (Phục 4:6; Đa 5:12 áp dụng hai từ này cho tiên tri). Rõ ràng Gia-cơ xem "khôn ngoan" là một ưu điểm dành cho mọi người (1:5) và thậm chí 3:1 thật sự không trực tiếp nhắm vào các thầy giáo, nhưng là những người sẽ *trở thành* thầy giáo. Vì thế, tốt hơn là nên xem lời khuyên bảo của Gia-cơ hướng đến mọi tín hữu nói chung, nhưng đặc biệt là những người tự hào về sự hiểu biết cao hơn của họ.

Dibelius chỉ ra rằng lời khuyên bảo của Gia-cơ cho "người khôn ngoan" đọc nghe vụng về, bởi vì ông kết hợp hai ý tưởng trong đó: khôn ngoan phải sinh ra hành động, và đặc điểm của khôn ngoan là sự khiêm nhu. Ý đầu tiên nhắc nhở chúng ta một cách rõ ràng về yêu cầu trước đây của Gia-cơ, đó là đức tin phải tự bày tỏ bằng hành động. Cũng như đức tin thật, khôn ngoan thật là một phẩm chất sống động, thực tiễn, có liên quan nhiều đến cách chúng ta sống cũng như (hoặc hơn là) điều chúng ta suy nghĩ hoặc nói ra. Trong ý này Gia-cơ trung thành với khái niệm về sự khôn ngoan trong Cựu Ước, cho rằng đó là một cách sống, thái độ và hành vi điển hình của một người tin kính. Nhưng Gia-cơ thậm chí quan tâm nhiều hơn đến ý thứ hai được đề cập ở trên, tức những phẩm chất mà sự khôn ngoan phải thể hiện ra. Những *việc làm*, hoặc 'hành động' (*erga*), bày tỏ sự khôn

---

98. Xem McKnight, tr. 299–300.

4. Sự Bất Đồng trong Cộng Đồng (3:1–4:12) | 167

ngoan phải *xuất phát từ sự khiêm nhu của lòng khôn ngoan* (xem *sophias* như là một nguồn sở hữu). Sự khiêm nhu (*praütēs*) không phải lúc nào cũng được đánh giá cao như một đức hạnh giữa vòng những người Hy Lạp; đối với nhiều người nó ngụ ý sự giảm giá trị cách hèn hạ.[99] Nhưng Đức Chúa Giê-xu, là Đấng "nhu mì và khiêm nhường" (*praüs kai tapeinos*, Mat 11:29), đã chúc phước cho những người nhu mì (Mat 5:5). Tính nhu mì Cơ Đốc bao gồm sự hiểu biết lành mạnh về tình trạng không xứng đáng của chính mình trước mặt Đức Chúa Trời cùng với sự khiêm nhu tương xứng và không kiêu ngạo trong cách cư xử với người khác.

14. Ngược với sự khiêm nhu là *ghen ghét một cách đắng cay và tranh cạnh trong lòng*. Tất nhiên *ghen tỵ* (*zēlos*) luôn luôn là điều xấu. Từ Hy Lạp này cũng có thể được dịch là "ghen tương"; ghen tuông vì điều đúng thường được tán thành. Do đó Phi-nê-a được ban thưởng vì "lòng sốt sắng" của ông đối với chương trình của Chúa (Dân 25:11–13) và chính Đức Chúa Giê-xu cũng bị thiêu đốt bởi lòng sốt sắng tương tự (Giăng 2:17). Nhưng lòng sốt sắng thật, không ích kỷ vì Chúa lại rất gần với sự cuồng tín gay gắt, bạo lực được thúc đẩy bởi lòng ích kỷ. 'Sự ghen tỵ' và 'lòng sốt sắng' theo ý nghĩa này là điều Phao-lô thường lên án (Rô 13:13; 2 Cô 12:20; Ga 5:20) và là điều Gia-cơ nói đến ở đây. Nó liên quan đến cái chúng ta gọi là 'ghen tỵ' ở chỗ lòng sốt sắng như vậy thường được thúc đẩy bởi sự ích kỷ và bao gồm sự ghen tỵ và chỉ trích người khác. *Tranh cạnh trong lòng* là cách dịch từ chữ Hy Lạp *eritheia*, một từ tương đối hiếm. Thật là một cám dỗ khi xác định từ này liên quan đến chữ *eris* ('xung đột') tương tự mà Phao-lô dùng ba lần chung với *zēlos* (trong các bản văn được trích dẫn ở trên). Nhưng nguồn gốc này không chắc chắn. Trong những lần xuất hiện duy nhất trước thời kỳ Tân Ước (trong Aristote), từ này chỉ sự sốt sắng có tính đảng phái hẹp hòi của các chính trị gia tham lam, theo bè phái. Ý nghĩa này vô cùng thích hợp tại đây trong thư Gia-cơ. Một số người tự hào về sự khôn ngoan và hiểu biết của họ, đang bày tỏ tinh thần bè đảng đố kỵ, cay đắng, tương phản với sự khiêm nhu đến từ sự khôn ngoan thật.

Những người như vậy chắc chắn không nên *khoe khoang*. Nhiều nhà giải kinh hiểu *chân lý* là bổ ngữ của cả sự 'khoe khoang' lẫn 'nói dối' (hoặc phủ nhận). Nhưng đơn giản hơn là hiểu từ 'khoe khoang'

---

99. Thái độ của Hy Lạp đối với 'khiêm nhường' là không phổ quát, như ví dụ được trích dẫn bởi Allison (tr. 310) bày tỏ.

theo đúng nghĩa của nó và suy ra bổ ngữ là 'khôn ngoan'. Phủ nhận chân lý sẽ định rõ hậu quả của sự khoe khoang phi lý này. Bản dịch NLT diễn tả ý trên: "đừng dùng sự khoe khoang và lời nói dối để che đậy chân lý". Khoe khoang về sự khôn ngoan khi một người đang bày tỏ lòng ghen ghét và tham vọng ích kỷ trên thực tế là đang chứng minh chân lý cho rằng khôn ngoan phải gắn liền với sự khiêm nhu là sai. Cần lưu ý rằng, mặc dù câu này được diễn đạt ở hình thức của câu điều kiện, nhưng nó không phải là một mối quan hệ có điều kiện thật sự: mệnh lệnh này vẫn có hiệu lực cho dù điều kiện có được thực hiện hay không.[100] Gia-cơ không có ý nói rằng *chỉ* khi nào có sự ghen ghét cay đắng và tranh cạnh trong lòng thì chúng ta mới không nên khoe khoang và không chống lại chân lý. Điều đó luôn luôn sai trật.

15. Bằng cách nói có phần mỉa mai, Gia-cơ đối chiếu 'sự khôn ngoan' của những người hay ghen ghét và sinh sự với sự khôn ngoan *đến từ thiên thượng*. *Thiên thượng* là cách dịch của bản NIV từ chữ *anothen*, 'từ trên cao' (vd: xem bản ESV); có lẽ bản NIV chọn cách dịch này để làm nổi bật sự tương phản được ngụ ý với từ *ma quỷ* ở cuối câu.[101] Dù là trường hợp nào, 'từ trên cao' ngụ ý nguồn gốc thiên thượng (xem 1:17). Sự khôn ngoan thật, như Kinh Thánh bày tỏ rõ ràng, chỉ đến từ Đức Chúa Trời: "Đức Giê-hô-va ban cho sự khôn ngoan" (Châm 2:6). Đó là lý do tại sao chỉ cầu xin Đức Chúa Trời mới có được sự khôn ngoan (Gia 1:5). 'Sự khôn ngoan' bộc lộ trong sự ích kỷ và ghen ghét có bản chất và nguồn gốc hoàn toàn khác. Gia-cơ dùng ba tính từ để mô tả nó, mỗi tính từ mang nghĩa trái ngược được ngụ ý. Thứ nhất, sự khôn ngoan này thuộc về *đất* thay vì trời. Thuộc về *đất* (*epigeios*) có thể có nghĩa trung tính (so với Giăng 3:12), nhưng nó dễ dàng mang ý nghĩa tiêu cực, mô tả điều tạm thời, yếu ớt và không hoàn hảo (xem sự tương phản giữa thân thể thuộc về 'đất' và thuộc về 'trời' trong 1 Cô 15:40; so với 2 Cô 5:1). Phi-líp 3:18–19 cho thấy rõ ý nghĩa có tính xem thường của từ này. Trong câu này Phao-lô nói rằng 'kẻ thù của thập tự giá Đấng Christ' là người có tâm trí 'tập trung vào những điều thuộc về đất'. Thứ hai, sự khôn ngoan này thuộc về xác thịt thay vì thuộc linh. Từ ngữ Gia-cơ dùng, *psychikos*, là tính từ bắt nguồn từ chữ *psyche*, tức 'hồn', và luôn luôn mang sắc thái tiêu cực trong Tân Ước. Nó liên quan đến phần hồn của con người, "nơi cảm

100. Xin xem Moule, *Idiom Book*, tr. 152, về điều này.
101. BDAG cũng đề nghị 'từ trên trời' mà một sự diễn tả về *anōthen*.

xúc và lý luận của con người thống trị" (Knowling). Trong mỗi lần xuất hiện khác trong Tân Ước, từ ngữ này rõ ràng tương phản với 'thuộc linh' (1 Cô 2:14; 15:44, 46; Giu-đe 19). Thứ ba, loại khôn ngoan sai trật này *thuộc về ma quỷ* (*daimoniōdēs*, nghĩa đen, 'của các quỷ'). Từ ngữ này chỉ xuất hiện ở đây trong Kinh Thánh Hy Lạp và có thể có nghĩa là sự khôn ngoan thuộc ma quỷ hoặc về bản chất hoặc nhiều khả năng về nguồn gốc. Tóm lại, sự khôn ngoan không sản sinh lối sống tốt (3:13) có đặc điểm là từ 'thế gian, xác thịt, và ma quỷ'. Từng đặc điểm này là sự tương phản trực tiếp với 'sự khôn ngoan đến từ trên cao' – có bản chất thuộc về trời, mang tính chất thuộc linh, và có nguồn gốc từ thiên thượng.

16. Bây giờ Gia-cơ biện minh cho lời phán quyết gay gắt của ông về sự khôn ngoan giả bằng cách mô tả hậu quả của sự khôn ngoan đó. *Ghen ghét* (*zēlos*) và *tham vọng ích kỷ* (*eritheia*) được chỉ ra là đặc điểm của những người đưa ra lời khẳng định sai trật về sự khôn ngoan (3:14). Gia-cơ chỉ ra bằng cách nào mà thái độ ích kỷ, tập trung vào bản thân chắc chắn dẫn đến sự xáo trộn và đủ mọi việc ác. Chữ *Akatastasia* (sự xáo trộn) là hình thức danh từ của tính từ Gia-cơ đã dùng ở 1:8 và 3:8, để mô tả đặc điểm của người 'phân tâm' và cái lưỡi 'hai mặt'. Thuật ngữ này hàm ý một tình trạng bất ổn, hay thay đổi. Từ ngữ được dùng trong phúc âm Lu-ca để mô tả 'sự lộn xộn', những cuộc nổi dậy và cuộc cách mạng, tiêu biểu cho giai đoạn trước khi *parousia* (*quang lâm*) xảy đến (Lu 21:9). Và khi nài xin người Cô-rinh-tô đừng thể hiện trước hội chúng các ân tứ thuộc linh cá nhân một cách vô trật tự, thiếu kềm chế, Phao-lô nhắc nhở họ rằng "Đức Chúa Trời không phải là Đức Chúa Trời của sự hỗn loạn (*akatastasis*) nhưng của sự bình an" (1 Cô 14:33). 'Sự lộn xộn', 'sự xáo trộn', 'nổi loạn' chắc chắn sẽ xảy ra trong các hội thánh khi các Cơ Đốc nhân, đặc biệt người lãnh đạo, quan tâm nhiều đến việc theo đuổi tham vọng riêng hoặc gây ra bè phái hơn là gây dựng tập thể nói chung. Rốt cuộc, hậu quả là *đủ mọi việc* ác, hoặc 'mọi loại xấu xa' (HCSB – tiếng Hy Lạp *pan* ['mọi'] có thể có nghĩa này [BDAG]). Khi tấm lòng từng Cơ Đốc nhân sai trật, thì cũng sẽ có vô số tội lỗi khác nhau.

17. Gia-cơ đã mô tả điều gì không phải là *sự khôn ngoan từ thiên thượng* (3:15), bây giờ ông dùng một loạt bảy tính từ để cho chúng ta biết sự khôn ngoan từ thiên thượng là gì. Hay nói đúng hơn, ông cho chúng ta biết những kết quả mà sự khôn ngoan thiên thượng sẽ mang đến – hầu như tất cả các tính từ này mô tả điều sự khôn ngoan đem đến hơn là sự khôn ngoan là gì. Một lần nữa rõ ràng Gia-cơ không xem sự khôn ngoan là một chuỗi những câu phát biểu đúng đắn nhưng là một phẩm chất thúc đẩy loại hành vi đúng. Mô tả của Gia-cơ về *sự khôn ngoan từ thiên thượng* chắc chắn nhắc chúng ta nhớ đến mô tả của Phao-lô về 'trái Thánh Linh' trong Ga 5:22–23. Dù không giống nhau nhiều về từ ngữ, nhưng cả hai bản văn đều nhấn mạnh sự khiêm nhường, hoà bình, và hành vi ngay thẳng.

Những điều Phao-lô nói do Đức Thánh Linh sinh ra, thì cũng là điều Gia-cơ nói sự khôn ngoan sinh ra. Điểm tương đồng này, cùng với việc Gia-cơ không bao giờ (ngoại lệ có lẽ trong 4:5, xem bên dưới) đề cập Đức Thánh Linh, có thể cho thấy rằng trong suy nghĩ của Gia-cơ, sự khôn ngoan tương đương với Đức Thánh Linh. Chắc chắn, cả hai thường được liên tưởng đến trong văn chương Do Thái.[102] Tuy nhiên, chúng ta phải cẩn trọng khi nói về "sự tương đương". Mặc dù điều được sinh ra bởi sự khôn ngoan Gia-cơ nói đến và những gì được sinh ra bởi Đức Thánh Linh của Phao-lô là tương tự, nhưng không có nghĩa chúng ta có thể xem cả hai là những khái niệm tương đương.[103]

Thuộc tính đầu tiên và bao quát của sự khôn ngoan là *thanh sạch*. Từ *thanh sạch* (*hagnos*) mang ý nghĩa không chỗ trách được về đạo đức, chẳng hạn như sự trong trắng không tai tiếng của cô dâu đồng trinh (so với 2 Cô 11:2). Sự khôn ngoan không nhơ nhuốc hay dơ bẩn thì sẽ không thể sinh ra điều gì xấu (so với 4:16). Gia-cơ đã sắp xếp một chuỗi các tính từ sau đây theo cách chúng phát âm (một bức thư như thế này sẽ được đọc trong hội chúng Cơ Đốc). Các từ ngữ Hy Lạp chỉ về bốn đức hạnh đầu tiên (*hiếu hòa, dịu dàng, nhường nhịn, đầy lòng thương xót*) tất cả đều bắt đầu với âm 'e' – *eirēnikē, epieikēs, eupeithēs, eleous* – và kết hợp để tạo ra điệp âm. Hai từ cuối cũng là điệp âm với âm 'a'– và ngoài ra còn có điểm giống nhau về vần luật, nhịp điệu – *adiakritos, anypokritos* (không thành kiến, thành thật [so sánh *agathōn*, 'tốt lành', đứng ngay trước những từ này trong tiếng Hy Lạp]).

Gia-cơ bắt đầu với phẩm chất *hiếu hòa* bởi vì đức hạnh này đặc biệt nổi bật trong ngữ cảnh ở đây. Ông phê bình những người tự nhận cách giả dối là có sự khôn ngoan trong sự tranh cạnh và tranh

---

102. Về điều này, xin xem Kirk, 'Meaning of Wisdom in James', tr. 24–38, và phần về 'Sự khôn ngoan' trong phần giới thiệu, tr. 70.
103. Baker, 'Searching for the Holy Spirit', tr. 293–315.

chiến (3:14; 4:1–2). Cũng theo Cựu Ước, sự khôn ngoan sinh ra bình
an (Châm 3:17), và Phao-lô liệt kê 'bình an' là một trái của Đức Thánh
Linh. Tại sao khôn ngoan là hiếu hòa? Bởi vì sự khôn ngoan cũng *dịu
dàng* và *nhường nhịn*. 'Dịu dàng' hay 'hòa nhã' (*epieikēs*), là tử tế, sẵn
lòng đầu phục, không muốn 'đòi hỏi những yêu cầu khắt khe" (Hort).
Với một thái độ như vậy, tín hữu, được sự khôn ngoan thúc đẩy và
ban cho năng lực, sẽ đi theo dấu chân của Chúa mình, Đấng cũng
có đặc điểm 'nhu mì và nhân từ' (*praytētos kai epieikeias*, 2 Cô 10:1).
Người *nhường nhịn* (*eupeithēs*) là người 'dễ dàng bị thuyết phục' –
không có nghĩa là người cả tin nhẹ dạ, yếu đuối, mà sẵn sàng tôn
trọng người khác trong những việc không liên quan đến nguyên tắc
bất di bất dịch về thần học hoặc đạo đức. Sự khôn ngoan cũng *đầy
lòng thương xót và bông trái tốt lành*. Gia-cơ đưa ra định nghĩa của
chính ông về 'lòng thương xót': đó là tình yêu dành cho những người
hàng xóm được bày tỏ qua hành động (2:8–13). Vậy thì không có gì
ngạc nhiên khi Gia-cơ kết hợp chặt chẽ *lòng thương xót* với *trái tốt
lành* – những hành động của lòng thương xót là 'trái' mà sự khôn
ngoan thật, như đức tin thật, phải sản sinh.

Thuộc tính kế cuối, *adiakritos*, là khó định nghĩa nhất. Hầu hết đều
đồng ý với cách dịch của bản NIV là *không thiên vị* (bản NIV; ESV).[104]
Nhưng từ nầy cũng có thể ám chỉ phẩm chất nhất quán ("kiên định"
trong bản NASB).[105] Nghĩa cuối cùng này rất phù hợp ở đây dựa vào
việc Gia-cơ sử dụng động từ cùng gốc (*diakrinō*) trong 1:6 (và có thể
2:4 – xem lời giải nghĩa câu đó). Ngoài ra, chúng ta ta đã thấy tầm
quan trọng Gia-cơ đưa ra về nhu cầu 'không phân tâm', 'không có hai
tâm trí'.

Mặt khác, Gia-cơ cũng nhấn mạnh đến sự không tương hợp giữa
Cơ Đốc giáo và sự thiên vị (2:1–4) và ông đề cập đến lòng thương
xót trong bối cảnh đó, như ông làm ở đây. Có lẽ nên chấp nhận ý
nghĩa đầu, tức 'không thiên vị'.[106] Cuối cùng, *sự khôn ngoan từ thiên
thượng là thành thật*, tức chân thành, 'không phô trương hoặc giả vờ'
(*anypokritos*). Thế giới chúng ta đề cao trí thông minh và sự khôn
khéo; nhưng Gia-cơ dạy Cơ Đốc nhân nên tập trung nhiều hơn vào

---

104. Ví dụ McKnight, tr. 315; Blomberg và Kamell, tr. 176; Allison, tr. 583–584.
105. Xem McCartney, tr. 202.
106. *Adiakriōs* (một phó từ) cũng được dùng trong *Giao ước của Xê-bu-lôn* 7:2
ám chỉ việc bày tỏ lòng thương xót. Ngữ cảnh ủng hộ cách dịch 'không có sự phân
biệt' (xem Charlesworth, tr. 806).

sự khôn ngoan và bông trái của sự khôn ngoan.

18. Trong câu này Gia-cơ nhấn mạnh đặc biệt một thuộc tính của sự khôn ngoan, đó là hiếu hòa. Sự nhấn mạnh nầy chắc chắn là sản phẩm Gia-cơ mong ước để diệt trừ những cay đắng, tranh cãi và tranh chấp đang xé nát hội thánh (3:16; 4:1–2). Sự bình an mà khôn ngoan thật phải sinh ra đang đặc biệt thiếu. Vì vậy, mặc dù rõ ràng có sự liên kết với ngữ cảnh trước đó thông qua ý nhấn mạnh sự *bình an* (và cũng lưu ý việc nói đến 'bông trái' trong cả hai câu 17 và 18), nhưng cả câu nói chung có phần gượng gạo khi đặt ở đây. Dibelius có thể đúng khi cho rằng câu này ban đầu là một câu Châm Ngôn độc lập. Điều này này giải thích tại sao câu này có phần khó hiểu. Câu nầy trong tiếng Hy Lạp sử dụng động từ thụ động (*speiretai*, 'được gieo') theo sau là thể tặng cách (dative) (*tois poiousin eirēnēn*, 'cho' hoặc 'bởi' những người giải hòa). Câu hỏi đặt ra là liệu việc *gặt hái bông trái công chính* là *bởi* 'những người giải hoà' (một tặng cách về công cụ) hay *cho* họ (một tặng cách về lợi thế). Bản NIV – *những người giải hòa thì gặt hái bông trái công chính đã gieo trong hoà bình* – phản chiếu cách giải thích sau: những người tích cực giải hòa gặt hái (cho bản thân) phần thưởng là *bông trái công chính*. Nhưng hầu hết các bản dịch tiếng Anh khác phản ánh cách giải thích kia: người giải hòa gieo *bông trái công chính* (cho người khác) (ví dụ bản ESV; HCSB). Một số nhà giải nghĩa Kinh Thánh khẳng định nên chấp nhận cách giải thích đầu vì cấu trúc của thể tặng cách này phù hợp với văn phong Tân Ước hơn cách kia. Nhưng thể tặng cách về tác nhân không được biết đến trong Tân Ước và cách dịch này làm cho câu có ý nghĩa rõ hơn, đó là trong bầu không khí hòa bình mà họ tạo ra, những người giải hòa đem lại hòa bình giữa những người họ tiếp xúc.

'Bông Trái' công chính này là gì? Đây là cụm từ quen thuộc trong Bản Bảy Mươi, có nghĩa là 'bông trái đó *là* sự công chính' (sở hữu cách được thêm vào cho rõ nghĩa). Laws lập luận loại bông trái công chính này có thể chính là sự khôn ngoan,[107] nhưng trọng tâm ở đây không nói về sự khôn ngoan mà về những gì sự khôn ngoan sinh ra. Khi lưu ý sự liên kết thường xuyên giữa công chính và bình an trong Cựu Ước, những người khác giải thích rằng bông trái công chính là sự bình an. Nhưng không cần phải giới thiệu những ý cụ thể hơn

---

107. Bà nối kết Châm 11:30, nơi 'bông trái của sự công chính' với 'cây sự sống' và Châm 3:17, 'sự khôn ngoan' của nó liên quan đến 'cây sự sống' (tr. 166).

này. *Sự công chính* trong Gia-cơ 1:20 có nghĩa là hành vi làm đẹp lòng Đức Chúa Trời, và điều này cũng là 'bông trái' được nói đến ở đây. Nó bao gồm tất cả các đức tính được liệt kê trong câu 17, đồng thời trái ngược với *mọi việc ác* (3:16). Sự công chính này không thể được sinh ra trong cơn giận của con người (1:20); nhưng chỉ *có thể* mọc lên và phát triển trong bầu không khí hòa bình. Những người tạo ra một bầu không khí như vậy được chính Chúa đảm bảo rằng Ngài sẽ ban phần thưởng: "Phước cho những người hòa giải, Vì sẽ được gọi là con Đức Chúa Trời!" (Mat 5:9).

4:1. Như chúng tôi đã lưu ý trong phần giới thiệu của phần này, hầu hết các bản dịch và sách giải kinh đều ngắt đoạn rõ ràng giữa phần cuối chương 3 và phần đầu của chương 4. Tuy nhiên, mặc dù trọng tâm thay đổi, nhưng chủ đề vẫn giống nhau: khiển trách những thái độ tội lỗi dẫn đến sự bất đồng. Như ông đã làm ở 3:13, Gia-cơ sử dụng câu hỏi để giới thiệu chủ đề tiếp theo. Trong trường hợp này, chủ đề phát sinh tự nhiên từ phần trình bày trước đó. Gia-cơ đã đưa ra một sự liên kết giữa 'ghen ghét với tham vọng ích kỷ' và 'sự xáo trộn' (3:16).

Bây giờ Gia-cơ chỉ ra cách rõ ràng hơn ý ông muốn nói khi dùng từ 'sự xáo trộn' và mô tả thế nào sự ghen tỵ và những ham muốn khác sinh ra sự xáo trộn. Thay vì là 'sự xáo trộn', bây giờ chúng ta thấy từ tranh chiến (*polemoi*) và xung đột (*machai*). Giống các từ ngữ tương đương trong tiếng Anh của chúng ta, cả hai từ này thường được sử dụng nhất để mô tả xung đột bạo lực giữa các cá nhân hoặc các quốc gia. Tuy nhiên, theo nghĩa ẩn dụ, cả hai từ đều có thể mô tả cuộc tranh cãi bạo lực bằng lời. Ví dụ, Phao-lô khuyên Tít nên tránh "những tranh luận [*machai*] về luật pháp" (Tít 3:9); và trong sách *Thi Thiên Sa-lô-môn* 12:3, môi vu khống được cho là gây 'xung đột' (*polemos*). Cả hai từ ngữ đều giống những từ tương đương với chúng trong tiếng Anh. Chúng ta cũng dùng từ 'đấu tranh', 'chiến đấu', 'chiến tranh', v.v..., để chỉ sự tranh cãi bằng lời nói cũng như các cuộc xung đột vũ trang (ví dụ: "Liên Hiệp Quốc đã tranh cãi về ý nghĩa của các điều khoản hiệp ước"; "Churchill luôn luôn thích cuộc chiến trong nghị viện"). Những Cơ Đốc nhân mà Gia-cơ đang viết thư này rõ ràng là những người đã tham gia vào những cuộc tranh luận bằng lời nói như vậy. Và vì những cuộc tranh cãi loại này gần như luôn luôn đi kèm với những lời lẽ gay gắt, chỉ trích và vu khống, nên việc lạm dụng cái lưỡi mà Gia-cơ khiển trách (so sánh với 3:1–12;

4:11–12; 5:9) có lẽ bắt nguồn từ những cuộc tranh cãi nầy.

Thật đáng trách khi những tranh cãi cay đắng như vậy là đặc điểm của các hội thánh Cơ Đốc. Triết gia Do Thái Spinoza ở thế kỷ XVII đã quan sát: "Tôi thường tự hỏi rằng những người khoe khoang theo Cơ Đốc giáo – cụ thể là yêu thương, vui mừng, bình an, tiết độ và bác ái đối với mọi người – lại cãi nhau với thái độ thù địch đầy hiềm khích như vậy và mỗi ngày tỏ ra hận thù cay đắng với nhau, đến nỗi đây, chớ không phải những đức tính họ tuyên bố, mới là tiêu chuẩn sẵn có trong đức tin của họ".[108] Chắc chắn một số trận chiến đáng để chiến đấu; nhưng cho dù như thế cũng không được hy sinh các nguyên tắc và đức hạnh Cơ Đốc. Chúng ta không biết những cuộc tranh cãi mà Gia-cơ đề cập đến ở đây là về việc gì.[109] Dù mức độ nào, Gia-cơ dường như lo ngại vì tinh thần ích kỷ và sự cay đắng trong những cuộc tranh cãi hơn là vì những điều đúng và sai của các quan điểm khác nhau. Có ý cho rằng Gia-cơ đã dùng một từ ngữ hàm ý 'phe phái' chính trị (*eritheia*) trong 3:14 và 3:16. Vậy nguồn gốc của các cuộc tranh cãi này là gì? Gia-cơ chỉ ra *những dục vọng đang giao tranh trong chi thể anh em. Những dục vọng* dịch từ chữ *hēdonē*, một thuật ngữ có nghĩa đơn giản là 'sự vui thích', nhưng thường mang ý nghĩa tiêu cực của thú vui tội lỗi, bê tha (từ ngữ 'chủ nghĩa khoái lạc' của chúng ta ra từ chữ này). Trong Tân Ước, từ này luôn mang nghĩa tiêu cực (Lu 8:14; Tít 3:3; 2 Phi 2:13.). Tính thích hợp của thuật ngữ Gia cơ sử dụng ở đây được thể hiện qua lời mô tả thuật ngữ này trong 4 Ma-ca-bê 1:25–26: "trong dục vọng [*hēdonē*] hiện hữu cả một khuynh hướng ác độc, đó là cảm xúc phức tạp nhất trong tất cả các cảm xúc. Trong tâm hồn, đó là tự phụ, tham lam, khát khao được tôn trọng, ganh đua, ác ý; trong thân thể đó là ăn uống bừa bãi, ham mê ăn uống và phàm ăn". Gia-cơ chắc chắn đã thêm ghen ghét (xem 4:2) và tham vọng ích kỷ vào danh sách này (xem 3:16). Hình ảnh quân sự trong những lời mở đầu của câu nầy được tiến tục trong phần mô tả về những dục vọng đang *giao tranh trong anh em. Trong anh em* là cách dịch một cụm từ tiếng Hy Lạp cũng có thể được dịch 'trong (hoặc giữa vòng) chi thể anh em' (xem NASB). Do đó một số nhà giải nghĩa Kinh Thánh nghĩ rằng cụm từ này có thể ám chỉ các

---

108. *Tractatus Theologico-Politicus*, ch. 6.
109. Mußner (tr. 169, 188–189) đề nghị rằng vị trí của Torah ở giữa vòng Cơ Đốc nhân có thể là vấn đề. Nhưng nếu vậy, thật ngạc nhiên rằng Gia-cơ viết một cách không suy nghĩ về luật pháp (1:25; 2:8–11; 4:11–12).

thành viên của cộng đồng Cơ Đốc.[110] Nhưng 'chi thể' có lẽ nói đến các bộ phận của thân thể con người (như trong 3:5–6). Có thể ông muốn nói đến xung đột và xáo trộn về xúc cảm bên trong từng cá nhân với nhau. Nhưng tốt hơn là thừa nhận rằng đối tượng của 'tranh chiến' là bản chất cao hơn của người đó, hay linh hồn, như trong 1 Phi-e-rơ 2:11: "Thưa anh em yêu dấu, anh em như người khách lạ, kẻ tha hương; tôi khuyên nài anh em phải cử kiêng những đam mê xác thịt, là điều chống nghịch với linh hồn". Không thể cho rằng những tranh cãi và xung đột đang làm gián đoạn mối thông công Cơ Đốc là bởi niềm đam mê công chính hoặc lòng sốt sắng chính đáng; mà chính sự chiều theo dục vọng ích kỷ, phải chịu trách nhiệm.

2a. Câu này thậm chí còn giải thích rõ hơn rằng những ham muốn trái phép phải chịu trách nhiệm về những tranh cãi và xung đột đang gây tai họa cho hội thánh. Gia-cơ dùng một từ ngữ khác chỉ *dục vọng* (*epithymeō*), nhưng lý do chỉ là vì hình thức động từ hiếm gặp của từ ngữ Gia-cơ đã dùng trong 4:1 (*hēdonē*; động từ là *hēdomai*). Rõ ràng ông nói cùng một ý.[111] Vấn đề gây tranh cãi là Gia-cơ muốn nói gì về sự 'thèm muốn' và hậu quả của nó. Điều cơ bản là phải xác định mối liên hệ giữa chuỗi động từ trong nửa câu đầu. Bản dịch NET tách chúng thành ba câu riêng biệt:

a. 'Anh em thèm muốn mà anh em không có'.

b. 'Anh em giết người và ghen ghét mà anh em không thể đạt được'.

c. 'Anh em xung đột và tranh chiến' (so sánh bản KJV; HCSB; NAB).

Cách dịch này xem trình tự của các động từ khẳng định-phủ định là chìa khóa để khám phá cấu trúc, mỗi câu trong hai câu đầu mô tả sự thèm muốn nhưng không đạt được. Việc nhấn mạnh sự thèm muốn mà không đạt được ở đây chắc chắn rõ nghĩa, dựa vào ánh sáng của 4:2b-3. Nhưng cách dịch ngược này đưa mệnh đề phụ 'anh em giết người' ra trước. Bản NIV trình bày giải pháp chính thứ hai:

a. *Anh em tham lam mà chẳng được, nên anh em giết người.*

b. *Anh em thèm muốn mà không thể đạt được, nên xung đột và tranh chiến* (so sánh NRSV; ESV; CEB; NLT; NASB).

---

110. Xem Martin, tr. 144–145.

111. Động từ hình thành sự tương ứng với *hēdonē* không hề được dùng trong Tân Ước; và Tít 3:3 bày tỏ cách *hēdonē* và *epithymia* thường được dùng thay thế cho nhau.

Cấu trúc này nhấn mạnh vấn đề là thèm muốn mà không đạt được dẫn đến bạo lực và nên chọn cấu trúc này vì nó phù hợp với khuôn mẫu khuyên bảo về đạo đức phổ biến trong thế giới người Do Thái nói tiếng Hy Lạp. Được L. T. Johnson minh họa cách phong phú,[112] khuôn mẫu này tập trung vào cách mà sự 'thèm muốn' (*phthonos*), sự 'ghen tỵ' (*zēlos*) và những cảm xúc liên quan chắc chắn dẫn đến những hành động thù nghịch, như là xung đột, đấu tranh và giết người. Một hoặc hai ví dụ cũng đủ để minh họa cho khuôn mẫu này. *Giao ước của Si-mê-ôn* (trong *Giao ước của Mười hai tộc trưởng*) có tựa đề liên quan đến 'sự ghen tị' (*phthonos*). Chủ đề trọng tâm của *Các giao ước* là cách mà sự thèm muốn đã dẫn Si-mê-ôn đến việc bắt và gần như giết em trai Giô-sép của mình. Si-mê-ôn cảnh báo con cái mình rằng "sự ghen tỵ thống trị cả tâm trí của con người và thúc đẩy người đó tiêu diệt người mà anh ta ghen tị" (3:2–3). Epictetus, nhà đạo đức học thế kỷ thứ hai, ngụ ý về mối quan hệ hữu cơ giữa sự ghen tỵ và bạo lực khi ông ghi rằng Sê-sa giải phóng con người khỏi 'chiến tranh và tranh đấu' (*polemoi kai machai*) nhưng không giải phóng họ khỏi sự 'ghen tỵ' (*phthonos*).[113] Trong Tân Ước, các thầy tế lễ cả quyết định giải Đức Chúa Giê-xu đến Phi-lát được cho là vì sự 'ghen tỵ' (*phthonos*) (Mác 15:10), trong khi sự bắt bớ mà hội thánh đầu tiên phải chịu thường được cho là vì 'lòng ganh tị' hoặc 'lòng sốt sắng' (*zēlos*) (Công 5:17; 13:45; Phil 3:6). Lời dạy của Gia-cơ có vẻ hoàn toàn thích hợp với khuôn mẫu nổi tiếng này. Mặc dù ông sử dụng từ gốc *zēlos* thay vì *phthonos* (là từ thường thấy hơn trong những truyền thống này), nhưng hai từ này thường được dùng thay thế cho nhau (1 Ma-ca-bê 8:16; *Giao ước của Si-mê-ôn* 1:6; 4:5) và chữ *zēlos* cũng có trong những truyền thống này. Nhưng nếu Giăng đang sử dụng khuôn mẫu này, thì rõ ràng 'giết người', 'xung đột và tranh chiến' phải là hậu quả của thái độ ghen tỵ, thèm muốn và tham lam được mô tả ở đây. Mối quan hệ này được giữ lại trong phép chấm câu trong bản NIV.

Nhưng có phải Gia-cơ đang nghiêm túc buộc tội các độc giả giết người không? Thật ra, văn mạch đã khẳng định rằng ông đang làm điều đó. Người ta cho rằng một số người Do Thái mới cải đạo sang Cơ Đốc giáo giữa vòng các độc giả của Gia-cơ có thể là thành viên của phong trào Xê-lốt cấp tiến của người Do Thái, tức phong trào ủng hộ

---

112. 'James 3:13–4:10', tr. 327–347.
113. *Các bài diễn thuyết*, 3.13.9.

việc ám sát những người La Mã lỗi lạc và những người cộng tác với họ và xem đây như một chính sách khủng bố. Có lẽ Gia-cơ phải cảnh cáo họ rằng những việc làm như vậy hoàn toàn không thích hợp với đức tin mới của họ.[114] Mặc dù một viễn cảnh như vậy không phải là không thể xảy ra dựa trên tình hình chính trị xã hội ở Pa-lét-tin trong thời của Gia-cơ, nhưng điều này không phù hợp với điều Gia-cơ đã nói rõ là những vấn đề ông trình bày xảy ra trong hội thánh (so sánh giữa anh em trong 3:13; 4:1). Phổ biến hơn là đề nghị cho rằng chữ *phoneuete* (*anh em giết người*) được sửa thành *phthoneite* ('anh em thèm muốn'), nhưng không có bằng chứng bản văn cho sự thay đổi này. Những người khác đề nghị rằng *giết người* có thể hàm ý thái độ hơn là hành động: "anh em ghen ghét tới mức giết người" (Phillips; so sánh Mat 5:21–26; 1Giăng 3:15). Tuy nhiên, trong ánh sáng của truyền thống mà chúng ta đã trích dẫn, đơn giản nhất là hiểu từ *giết người* một cách thẳng thắn và xem đó là thái cực mà dục vọng có thể dẫn đến khi không đạt được điều nó muốn, và nếu không được kiểm soát.[115] Độc giả của Gia-cơ chưa đi xa đến mức này. Nhưng đã có bằng chứng về sự 'tranh chiến' và 'xung đột' ở giữa họ; và nếu lòng sốt sắng thèm muốn không được kiểm soát, thì nguy cơ bạo lực là có thật. Với hiểu biết thấu đáo, Gia-cơ cho chúng ta một phân tích gây tác động mạnh mẽ về những xung đột của con người. Tranh luận bằng lời, bạo lực cá nhân hoặc xung đột quốc gia – nguyên nhân của tất cả những điều này đều có thể truy nguyên bắt nguồn từ ham muốn bị thất vọng, muốn nhiều hơn điều chúng ta có, ghen tỵ và tham lam những gì người khác có, cho dù là địa vị hoặc tài sản của họ. Có thể nhìn thấy ý trọng tâm của 4:1–2a trong cấu trúc hoán chuyển:

A Tranh chiến và xung đột (4:1a)

   B đến từ những ham muốn sai trật (4:1b)

   B' ham muốn bị thất vọng (4:2a) dẫn đến

A' xung đột và tranh chiến (4:2b)

4:2b–3. Tại sao ham muốn này *bị* thất vọng?

---

114. Xem Ross, tr. 45; Martin, tr. 144; cùng tác giả, 'LifeSetting', tr. 100.

115. Davids (tr. 158–159) lưu ý rằng Gia-cơ lên án người giàu vì giết người nghèo trong 5:6 và truyền thống Kinh Thánh mô tả một sự thất bại để đáp ứng nhu cầu của người nghèo là sự giết người. Tuy nhiên, 5:6 xuất hiện với việc tố cáo những người rõ ràng ở bên ngoài cộng đồng, và không song song với 4:1–3.

Bởi vì không cầu xin cách đúng đắn. *Anh em không có gì cả vì anh em không cầu xin Đức Chúa Trời.* Ồ, vâng, *anh em cầu xin,* Gia-cơ thừa nhận, nhưng sự cầu xin của anh em với dụng ý xấu – và đó là lý do *anh em không nhận được.* Đức Chúa Giê-xu đã hứa "Hãy xin sẽ được" (Mat 7:7). Nhưng rõ ràng Đức Chúa Giê-xu đang nghĩ đến sự cầu xin với trọng tâm và động cơ là danh của Đức Chúa Trời, vương quốc của Đức Chúa Trời và ý muốn của Đức Chúa Trời (Mat 6:9–10) – không phải cầu xin với mục đích chiều theo những dục vọng (*hēdonai*) đang tranh chiến với linh hồn của chúng ta (so sánh 4:1). Hort giải thích: "Đức Chúa Trời không những ban các ân tứ, mà còn cho chúng ta tận hưởng chúng nữa. Nhưng sự tận hưởng mà chính nó không đóng góp được gì không phải là điều Chúa ban cho, và lời cầu xin mà không nghĩ đến kết cuộc tốt đẹp hơn thì không phải là lời cầu nguyện."

Trong bản văn Hy Lạp của 4:2b-3, có một hiện tượng thú vị: động từ *cầu xin, aiteō,* thay đổi dạng từ trung cách sang chủ động rồi trở lại trung cách. Đã có nhiều nỗ lực để tìm hiểu ý nghĩa của sự thay đổi này. Mayor cho ràng rằng dạng chủ động (4:3) ám chỉ 'lời cầu xin không mang tinh thần cầu nguyện', trong khi Hort lập luận rằng dạng chủ động ngụ ý lời cầu xin của một người, còn dạng trung cách hàm ý cầu xin điều gì đó.[116] Tuy nhiên, ở ba trong bốn trường hợp khác trong Tân Ước động từ này cũng thay đổi dạng, nhưng trong những trường hợp này khó có thể phân biệt sự thay đổi về ý nghĩa.[117] Do đó, có lẽ chúng ta không thấy sự khác nhau về ý nghĩa trong hai hình thức của động từ Gia-cơ dùng.

Thần học

Sự khôn ngoan là một chủ đề lớn trong Kinh Thánh. Đó là tặng phẩm Đức Chúa Trời ban cho dân Ngài để giúp họ có thể sống trong thế giới này sao cho phù hợp với mục đích và ý muốn của Ngài. Vì vậy, sự khôn ngoan là điều rất thực tế. Một số sách Cựu Ước có đặc điểm là tập trung vào sự khôn ngoan và được gọi là các sách "khôn ngoan" (vd: Châm Ngôn, Truyền Đạo). Nhiều nhà giải nghĩa Kinh Thánh lưu

---

116. Hort, tr. 90–91.

117. Mat 20:20–22; Mác 6:22–25; Giăng 16:23–26; 1 Giăng 5:14–16. Chỉ trong bản văn của Mác có khả năng về sự phân biệt thể chủ động và trung dung (nhưng thậm chí như vậy, các nhà giải kinh không đồng ý về sự khác nhau là gì). Ghi chú, thêm, Turner, *Syntax,* tr. 55; Blomberg và Kamell, tr. 188–189. Mußner (tr. 179) và Davids (tr. 160) đề nghị rằng chủ động có thể là do sự đồng hóa với hình thức trong câu nói của Đức Chúa Giê-xu (Mat 7:7).

ý những điểm tương tự giữa các sách này và thư tín của Gia-cơ. Cả hai đều mô tả những câu nói và minh họa súc tích, và tập trung vào cách sống trong thế gian này. Không rõ có nên phân loại thơ Gia-cơ là sách khôn ngoan hay không, nhưng chắc chắn ông có cùng mối quan tâm về cách sống trong thế gian trước mặt Đức Chúa Trời như các sách Cựu Ước này. Gia-cơ 3:13–4:3 cho biết sự khôn ngoan là giải pháp cho những cuộc tranh cãi của Cơ Đốc nhân. Tất nhiên, đôi khi Cơ Đốc nhân phải miễn cưỡng tham gia tranh luận vì cớ chân lý. Nhưng quá nhiều Cơ Đốc nhân – đặc biệt các lãnh đạo Cơ Đốc – tranh cãi với các Cơ Đốc nhân khác vì những lý do sai trật. Gia-cơ phân tích một số lý do trong phần này của bức thư và phân biệt khá rõ ràng giữa sự khôn ngoan 'từ thiên thượng' với sự khôn ngoan 'thuộc về thế gian'. Không có gì sai khi các Cơ Đốc nhân nhiệt thành về niềm tin của họ: những vấn đề tối hậu đang bị đe dọa. Nhưng lòng nhiệt thành phải hướng đến mục đích đúng đắn và không trở thành lời biện hộ cho việc đề cao cá nhân. Khi Cơ Đốc nhân theo đuổi ý riêng của họ mà không lắng nghe các anh chị em mình thì hậu quả là sự bất đồng. Những xung đột và tranh chiến giữa các tín hữu về nhiều vấn đề là đặc điểm đáng buồn của nhiều hội thánh và các phong trào lớn hơn trong hội thánh của Đức Chúa Trời.

C. Lời kêu gọi ăn năn (4:4-10)

Ngữ cảnh

Trong chín câu trước, Gia-cơ đã phân tích tội ghen ty của con người. Ông đã mô tả đây là tội thuộc về 'thế gian, xác thịt và ma quỉ' (3:15) – trái ngược với 'sự khôn ngoan từ thiên thượng' mà Đức Chúa Trời ban cho những người cầu xin. Ông đã mô tả những hậu quả kinh khủng của lòng ghen ty và thèm muốn vô độ nhưng không đạt được. Bây giờ ông chuyển từ phân tích sang lời khuyên bảo. Gọi các độc giả là 'những kẻ ngoại tình' (4:4) và 'kẻ hai lòng' (4:8). Gia-cơ cảnh cáo họ về lòng yêu mến thế gian và những hậu quả của nó đối với mối quan hệ của họ với Đức Chúa Trời (4:4). Ông nhắc nhở họ về sự ghen tuông của Đức Chúa Trời đối với dân Ngài và ân điển của Ngài dành sẵn cho họ (4:5-6). Và dựa trên điều này, ông thúc giục các độc giả ăn năn (4:7–10).

Như chúng tôi đã lưu ý trong phần giới thiệu của phần cuối cùng (3:13–4:3) và trong chú giải của chúng tôi ở 4:1, hầu hết các nhà giải nghĩa Kinh Thánh đều xem các câu 4-10 và các câu 1-3 là một phần liên tục. Lời kêu gọi ăn năn trong các câu 4-10 đặc biệt có liên quan đến sự ghen ty ích kỷ và sự phân rẽ mà Gia-cơ đã phân tích trong 4:1–3. Nhưng chúng tôi nghĩ rằng các câu 4:4–10 có phạm vi rộng hơn nhiều. Tính độc lập tương đối của phần này được thể hiện qua sự biến mất tạm thời từ vựng và các chủ đề khuyên bảo về đạo đức của người Do Thái nói tiếng Hy Lạp, là đặc điểm rõ ràng của các câu; 3:1–4:3 (và đặc biệt các câu; 3:13–4:3). Ngược lại, bây giờ Gia-cơ dùng ngôn ngữ và ý tưởng được rút ra từ Cựu Ước (đặc biệt từ các tiên tri). Ông bất ngờ tha thiết kêu gọi các độc giả xây bỏ con đường thế gian mà một lần nữa hết lòng dâng chính mình cho Đức Chúa Trời nhân từ nhưng ghen tuông. Gia-cơ tập hợp lại mọi vấn đề cụ thể mà ông trình bày trong thư thành một yêu cầu bao hàm tất cả. Nếu có thì đây chính là trọng tâm thư tín của Gia-cơ.[118]

Giải nghĩa

4. Chúng ta thấy rõ việc Gia-cơ phụ thuộc vào Cựu Ước trong phần xưng hô mở đầu với các độc giả. *Những kẻ ngoại tình* là cách dịch từ một danh từ giống cái tiếng Hy Lạp (*moichalides*): vì vậy trong bản NASB dịch là 'những người đàn bà ngoại tình'. Một số bản viết tay cổ thêm giống đực vào 'những kẻ ngoại tình' (so sánh KJV) để xoá bỏ trở ngại của hình thức giống cái, nhưng điều này rõ ràng là một nỗ lực phụ để né tránh vấn đề. Thế thì, tại sao có hình thức giống cái? Một số người nghĩ rằng Gia-cơ muốn nói theo nghĩa đen: bây giờ ông chuyển hướng chú ý sang phụ nữ trong hội thánh, là những người không chung thủy với lời thề hôn nhân của họ. Nhưng ngữ cảnh không nói lên điều này. Chính Cựu Ước cung cấp lời giải thích cho cách xưng hô. Như được nhấn mạnh đặc biệt trong các tiên tri, Đức Chúa Trời đã liên hiệp chính Ngài với dân Y-sơ-ra-ên bằng cách chọn lựa họ cách nhân từ và đem họ vào mối quan hệ giao ước với chính Ngài. Mối quan hệ này thường được mô tả qua hình ảnh hôn nhân (Ê-sai 54:1–6; Giê 2:2). Cho nên, khi mối quan hệ đó bị đe dọa vì Y-sơ-ra-ên yêu mến các thần khác, thì tình huống có thể được gọi là 'ngoại tình': "Nhưng hỡi nhà Y-sơ-ra-ên, người đàn bà không chung thủy lìa bỏ chồng thể nào thì các ngươi cũng không chung thủy với Ta thể ấy" (Giê 3:20). Chủ đề này được diễn tả sâu sắc trong sách Ô-sê. Hôn nhân của nhà tiên tri với một kỹ nữ không chung thủy được

---

118. Varner gọi 4:1–10 là đỉnh 'khích lệ' của bức thư trong khi xem 3:13–18 là 'đỉnh chủ đề' (ghi chú trong giới thiệu về 4:1–10).

dùng để phản chiếu sự không chung thủy của Y-sơ-ra-ên với Chúa. Y-
sơ-ra-ên 'ăn chơi truy lạc' (2:5 bản NRSV), bỏ 'người chồng đầu tiên',
là Chúa, để theo đuổi 'tình nhân' khác là Ba-anh và các thần giả dối
(2:7). Nhưng Chúa hứa bày tỏ lòng thương xót với dân Ngài; họ sẽ
lại gọi Ngài là 'chồng tôi' (2:16), vì Chúa hứa: "Phải, Ta sẽ cưới ngươi
cho Ta trong sự thành tín; và ngươi sẽ biết Đức Giê-hô-va" (2:20). Đức
Chúa Giê-xu sử dụng hình ảnh này để gọi những người từ chối Ngài
là 'một thế hệ dâm loạn' (Mat 12:39; 16:4). Những câu tham khảo ở
đây cho thấy truyền thống này luôn luôn mô tả Chúa là 'chồng' và
Y-sơ-ra-ên là 'vợ'. Do đó, việc Gia-cơ dùng từ 'những người nữ ngoại
tình' là để mô tả các độc giả của ông là dân sự không chung thủy với
Đức Chúa Trời. Vì tìm cách làm bạn với thế gian, nên họ thật sự đang
phạm tội 'ngoại tình thuộc linh' và khiến mình trở thành kẻ thù của
Đức Chúa Trời. Trong ánh sáng của bối cảnh Cựu Ước, điều này chắc
hẳn hàm ý thái độ thù địch không những của tín hữu đối với Đức
Chúa Trời, mà còn của Đức Chúa Trời đối với tín hữu. Đức Chúa Trời
phải đoán xét những người phá vỡ lời thề giao ước của họ với Ngài.

Chắc chắn độc giả của Gia-cơ không công khai từ bỏ Đức Chúa Trời
và chủ ý quyết định đi theo thế gian. Nhưng 'sự ghen ghét', 'tham
vọng ích kỷ' và 'ham muốn' tội lỗi như họ đã có, thể hiện thái độ
'thuộc về thế gian, xác thịt, ma quỷ' (3:15), chẳng khác gì điều đó. Hơn
nữa, chúng ta phải nhớ rằng trong thế giới của Gia cơ, tình bạn biểu
thị một mối quan hệ sâu sắc và thân mật hơn so với nhiều nền văn
hóa của chúng ta.[119] Đức Chúa Trời sẽ không chấp nhận có đối thủ,
và khi tín hữu cư xử theo thế gian, họ chứng minh rằng lúc đó lòng
trung thành của họ hướng về thế gian hơn là về Đức Chúa Trời. Qua
việc rút ra những hậu quả cơ bản của cách cư xử theo thế gian như
vầy, Gia-cơ tìm cách đánh động lương tâm của các độc giả và thúc
đẩy họ ăn năn. Họ cần nhận biết cách cư xử ích kỷ, hay gây gổ là một
vấn đề nghiêm túc thật sự.

5. Việc áp dụng một cách đáng chú ý và đầy sức thuyết phục hình
ảnh trong Cựu Ước về Đức Chúa Trời là chồng của dân sự là chìa
khóa để hiểu câu này. Nó giải thích tính nghiêm trọng của lòng yêu
mến thế gian bằng cách gợi lên trong tâm trí sự ghen tuông của
Chúa, là điều đòi hỏi sự chung thủy hết lòng, hoàn toàn, không lay
chuyển của dân sự đối với dân Ngài đã liên hiệp. Ít nhất đây là

---

119. Johnson, tr. 279.

những gì chúng tôi cho là ý nghĩa của câu này, nhưng đó là một trong những câu gây tranh cãi nhiều nhất và khó nhất trong bức thư. Tiếng Hy Lạp làm nổi bật ba sự mơ hồ chính: 1) chủ ngữ của động từ *epipothei (mong ước)* không được xác định; 2) từ ngữ *pneuma* có thể nói đến hoặc tâm linh của con người hoặc Thánh Linh; và 3) từ *phthonos* có thể hàm ý hoặc 'sự ganh tị' tiêu cực hoặc một 'sự ghen tuông' tích cực.

Từ tranh luận của những người dịch thuật và nhà chú giải Kinh Thánh về những điểm này nổi lên ba lựa chọn căn bản:

a. "Ngài mong mỏi linh/Thánh Linh mà Ngài đã khiến ngự trong chúng ta đến nỗi ghen tuông" (bản NIV; cũng xem RSV; NRSV; ESV; NASB). Cách dịch này xem *pneuma* ('linh' hoặc 'Thánh Linh') là bổ ngữ của động từ *epipothei*; cho từ *phthonon* một sắc thái tích tực (ghen tuông);[120] và giả định rằng chủ ngữ của động từ nầy là Đức Chúa Trời.[121]

b. "Thánh Linh Đấng ở trong chúng ta yêu mến đến nỗi ghen tuông" (HCSB; cũng xem NKJV). Cách dịch này tương tự với cách dịch thuật đầu tiên ở chỗ cho chữ *phthonon* ý nghĩa tích cực, nhưng xem chủ ngữ của động từ là Đức Thánh Linh.[122]

c. "Linh mà Đức Chúa Trời khiến ở trong lòng chúng ta thương mến đến ghen tị" (NET; cũng xem NJB). Cách dịch nửa câu này khác với hai cách dịch đầu ở chỗ cách này cho chữ *phthonon* sắc thái tiêu cực ('ghen tỵ'). Việc này đòi hỏi *pneuma* phải ám chỉ tâm linh con người.[123]

Mặc dù có sự khác nhau giữa các chi tiết về cú pháp, nhưng hai lựa chọn đầu tiên đồng ý về điểm quan trọng: chữ *phthonon* được hiểu theo nghĩa tích cực, và mệnh đề này nói đến sự ghen tuông của Chúa. Mặt khác, bằng cách cho chữ *phthonon* một sắc thái tiêu cực, cách dịch thứ ba giải thích mệnh đề này là lời ám chỉ đến khuynh hướng của 'linh' được Đức Chúa Trời hà hơi vào loài người lúc sáng

---

120. Đối chiếu Robertson, *Grammar*, tr. 626.

121. Có lẽ phần lớn các nhà giả kinh hỗ trợ cách đọc phổ quát này: xem Davids, tr. 164; Martin, tr. 145; McCartney, tr. 210–214; Blomberg và Kamell, tr. 191–192; Vlachos, tr. 137. Một sự giải thích có thể được xem là một sự biến thể của từ này nhận *pneuma* là chủ ngữ của động từ, nhưng xem từ đó là Đức Thánh Linh bên trong tín hữu Đấng yêu mến Cơ Đốc nhân đến nỗi ghen tuông (đc. NJB).

122. McKnight, tr. 336–340; Allison, tr. 611–622.

123. Xem Laws, tr. 177–178; Johnson, tr. 280–282; Adam, tr. 79–80.

tạo (Sáng 2:7) dẫn đến thái độ ghen ty tội lỗi. Mỗi quan điểm đều có những lý lẽ hợp lý của nó. Việc xem mệnh đề như lời ám chỉ sự ghen ty của con người có cơ sở mạnh mẽ về từ vựng. Chữ *Phthonos* luôn luôn mang nghĩa tiêu cực trong tiếng Hy Lạp dùng trong Kinh Thánh và dĩ nhiên không hề được dùng để chỉ về Đức Chúa Trời. Hơn nữa, như chúng ta đã thấy, *phthonos* là từ ngữ chìa khóa trong truyền thống mà Gia-cơ đã dùng trong các câu; 3:13–4:3, và trong truyền thống này từ ngữ luôn luôn mô tả thái độ của con người tội lỗi. Tương tự, từ ngữ *epipotheō* ('yêu mến', 'mong ước') không bao giờ được dùng để chỉ về Đức Chúa Trời trong tiếng Hy Lạp dùng trong Kinh Thánh.

Về mặt ngữ cảnh, một lời nhắc nhở về xu hướng bẩm sinh của con người đối với sự ghen ty sai trái rất có ý nghĩa ở đây. Các độc giả của Gia-cơ cần nhận biết sức mạnh của dục vọng này để có những bước xử lý cần thiết. Và cuối cùng, lời tuyên bố về tội lỗi của con người đưa ra sự tương phản tất yếu đối với 'ân điển lớn hơn' của Đức Chúa Trời được nhấn mạnh trong 4:6.

Đây là những điểm mạnh, nhưng không có điểm nào mang tính quyết định cuối cùng. Vì chữ *phthonos* và chữ *zēlos* đôi khi có thể thay thế cho nhau (so sánh 1 Ma-ca-bê 8:16; *Giao ước của Si-mê-ôn* 4:5; *Giao ước của Gát* 7:2), và từ ngữ sau thường được dùng để nói đến 'sự ghen tuông' của Đức Chúa Trời, nên không phải là không thể dùng chữ *phthonos* cho Đức Chúa Trời.[124] Hơn nữa, chữ *phthonos* thỉnh thoảng được các tác giả Hy Lạp dùng để nói về sự ghen tuông của các thần ở Ô-lem-pi. Vì vậy, tuy bất thường, nhưng việc Gia-cơ sử dụng chữ *phthonos* để nói đến mong ước của Đức Chúa Trời đối với dân Ngài là điều có thể xảy ra. Có lẽ ông đã chọn từ này vì ông đã dùng chữ *zēlos* theo nghĩa tiêu cực trong các câu 3:13–4:3 (xem 3:14, 16; động từ cùng gốc xuất hiện ở 4:2). Mặt khác, việc sử dụng chữ *epipotheō* ('mong ước') không hề có ý chống lại cách dịch của bản NIV, mà thật ra là ủng hộ. Tuy không được dùng để nói về Đức Chúa Trời ở chỗ khác, nhưng từ này luôn luôn mang ý nghĩa tích cực trong Tân Ước. Hơn nữa, cho rằng động từ này nói đến khuynh hướng của tâm linh là hơi gượng ép. Để quyết định giữa hai lựa chọn đầu (có cùng cách hiểu căn bản), thì lựa chọn đầu tiên có lý do hợp lý để quyết định cho cả hai động từ trong câu có cùng chủ

---

124. Tuy nhiên phải lưu ý rằng *phthonos* không bao giờ trùng lắp với *zēlos* trong khi từ sau có ý nghĩa tích cực.

ngữ (Đức Chúa Trời 'yêu mến'; Đức Chúa Trời 'khiến ở trong'). Vì vậy, cuối cùng, chúng tôi ủng hộ lựa chọn đầu tiên. Về mặt ngữ cảnh, tính thích hợp của lời ám chỉ về sự ghen tuông của Đức Chúa Trời đối với dân Ngài có giá trị hơn sự khó khăn rõ ràng về mặt ngôn ngữ của chữ *phthonos*. Rõ ràng 4:5 chứng minh ý được nói đến trong 4:4. Lời ám chỉ đến tính dễ ghen tỵ của con người không khớp với ngữ cảnh này. Nhưng với mục đích cho thấy 4:5 là lời nhắc nhở về mong ước của Đức Chúa Trời rằng dân sự Ngài sẽ hoàn toàn thuộc về Ngài cách trọn vẹn là sự chứng minh rất thích hợp cho lời cảnh báo về xu hướng yêu mến những thái độ và giá trị của thế gian trong 4:4. Nếu chúng ta chấp nhận quan điểm chung này, thì điều vẫn chưa rõ ràng là có phải chữ *pneuma* ám chỉ tâm linh, được đặt trong chúng ta lúc tạo dựng, hay Đức Thánh Linh, được ban cho lúc chúng ta trở lại đạo. Dù trường hợp nào, từ ngữ nầy cũng nhắc nhở chúng ta rằng Đức Chúa Trời có quyền trên chúng ta vì công tác của Ngài trong đời sống chúng ta.

Người ta có thể nghĩ rằng có thể tránh sự tranh cãi về cú pháp nếu chúng ta nhận diện được phân đoạn Cựu Ước mà Gia-cơ đang nói đến (*Hay anh em cho là vô nghĩa khi Kinh Thánh nói…*). Tuy nhiên, thật ra những từ ngữ trong phần cuối của câu nầy không tương ứng với phân đoạn Cựu Ước nào. Có thể Gia-cơ nói đến bản văn Cựu Ước ông sẽ trích dẫn trong 4:6.[125] Điều này khiến nhiều học giả cho rằng Gia-cơ đang trích dẫn bản văn ngụy kinh.[126] Nhưng từ ngữ 'Kinh Thánh' (*graphē*) hàm ý những ám chỉ về kinh điển Cựu Ước trong Tân Ước. Do đó, chúng tôi có thể kết luận rằng Gia-cơ có nghĩ đến chủ đề về sự ghen tuông của Đức Chúa Trời như được diễn tả trong các câu như Xuất Ê-díp-tô Ký 20:5; 34:14; Xa-cha-ri 8:2; và những câu khác.[127]

---

125. McKnight, tr. 336–340. Carpenter ('James 4.5 Reconsidered', tr. 189–205), McCartney tiếp tục với quan điểm này (tr. 216–217), Blomberg và Kamell (tr. 191–192), nghĩ rằng 4:5b được bao gồm trong 'sự trích dẫn', nhưng là một lời chú giải về sự trích dẫn thật sự theo sau.

126. Một số đề nghị phổ biến: *Khải Huyền của Môi-se*, 31; Cuốn sách bị mất của *Eldad và Modad* (dựa trên câu chuyện trong Dân 11:25–30) (Bauckham, 'The Spirit of God', tr. 279–281; Allison, tr. 619–622); và sách vô danh (xem Allison, tr. 617–621, để có một sự liệt kê những đề xuất).

127. Xem Carson, 'James', tr. 1006–1007. Trong khi *graphē* thường giới thiệu một bản văn đơn, nó giới thiệu một tham khảo ám chỉ trong Giăng 7:37–39. Laws tranh luận rằng Gia-cơ ngụ ý một sự ám chỉ đến các câu giống như Thi 42:1 và 84:2, các câu nói về 'sự mong ước' (*epipotheō*) của linh hồn đối với Chúa. Bà chấm câu là một câu hỏi – 'có phải sự mong ước tin kính là tính cách thích hợp

6. Cách giải thích của câu 5 sẽ xác định ý nghĩa của sự tương phản nhẹ trong 4:6a: *Nhưng* [de] *ân điển Ngài ban cho càng lớn hơn.* Nếu 4:5b được xem là lời nói về tình trạng tội lỗi của tâm linh, thì ân điển càng 'lớn hơn' (*meizona*) ngụ ý khả năng và sự sẵn lòng của Đức Chúa Trời để chiến thắng tội lỗi: "Ngài ban ân điển cho chúng ta đủ mạnh để đáp ứng với linh nầy và mọi tà linh khác" (Phillips). Tuy nhiên, nếu 4:5 mô tả sự ghen tuông của Đức Chúa Trời đối với chúng ta, thì 4:6a sẽ nhấn mạnh ân điển của Đức Chúa Trời hoàn toàn đầy đủ để đáp ứng những đòi hỏi được áp đặt trên chúng ta bởi sự ghen tuông đó. Đức Chúa Trời của chúng ta là 'một đám lửa hay thiêu đốt' và những đòi hỏi của Ngài trên chúng ta dường như đáng sợ. Nhưng Đức Chúa Trời của chúng ta cũng đầy lòng thương xót, nhân từ, hết sức yêu thương và sẵn sàng cung cấp mọi điều chúng ta cần để đáp ứng tất cả những đòi hỏi của Ngài. Augustine đã nói: "Đức Chúa Trời ban cho những gì Ngài đòi hỏi".[128]

Tuy nhiên, có một yêu cầu nếu muốn kinh nghiệm ân điển này: đó là sự khiêm nhường. Đây là ý nghĩa của câu trích dẫn từ Châm Ngôn 3:34, và nó trở thành chủ đề nổi trội trong những mệnh lệnh trong 4:7–10.[129] Món quà ân điển đem đến sự nâng đỡ của Đức Chúa Trời chỉ có thể được nhận lãnh bởi những người sẵn lòng thừa nhận nhu cầu của họ và tiếp nhận sự ban cho. Mặt khác, kẻ *kiêu ngạo* chỉ gặp sự chống cự từ Đức Chúa Trời. Đây là chủ đề vang vọng xuyên suốt Cựu Ước (so với Thi 18:27; 34:18; 51:17; 72:4; 138:6; Ê-sai 61:1; Sô 3:11–12). Điều đáng lưu ý là sự 'kiêu ngạo' (*hyperēphania*) thường gắn liền với sự ghen ty;[130] có lẽ ở đây Gia-cơ muốn chúng ta thấy lời lên án ngầm những người ghen ty và ích kỷ mà ông đã chỉ trích trong 3:13–4:3.

7–8a. Loạt mạng lệnh trong 4:7–10 bắt nguồn từ câu trích dẫn của Châm Ngôn 3:34: *Thật vậy, nếu Đức Chúa Trời ban ân điển cho người*

---

của mong muốn trong linh hồn không?' – và đề nghị rằng những câu này cung cấp câu trả lời (Laws, tr 174–179; và chi tiết lớn hơn là trong tác phẩm cùng tác giả, 'Does Scripture Speak in Vain?', tr. 210–215. Cũng đối chiếu Adamson, tr. 170–173. Schlatter [tr. 249] đã đề cập Thi 42:1 trong sự liên kết với câu này). Nhưng cách chú giải này lại đòi hỏi quá nhiều những phần Kinh Thánh tham chiếu mang tính suy đoán.

128. *Lời tự thuật* 10.39 – Augustine, *Lời tự thuật* (Loeb Classical Library; Cambridge: Harvard University Press, 1997), tr. 148–149.

129. Penner, thật ra, đề nghị rằng câu giới thiệu toàn phần 4:6-5:12 (*Epistles of James and Eschatology*, tr. 149–168).

130. Xem Johnson, tr. 283.

khiêm nhường thì loài người có thể tiếp cận ân điển đó khi họ *thuận phục Đức Chúa Trời*. Mạng lệnh này hầu như là một "tiêu đề" cho một chuỗi các mạng lệnh theo sau và phù hợp với mạng lệnh *hãy hạ mình* kết thúc chuỗi mạng lệnh trong 4:10. Mạng lệnh sau lấy từ 'khiêm nhường' từ trích dẫn của Châm Ngôn, do đó tạo tính mạch lạc xuyên suốt cả phân đoạn. Giữa hai mạng lệnh căn bản này là ba cặp câu:

Hãy kháng cự ma quỷ...Hãy đến gần Đức Chúa Trời (4:7b–8a);

Hãy rửa sạch tay mình... hãy thanh tẩy lòng mình (4:8b);

Hãy sầu thảm, hãy than van, khóc lóc...hãy đổi cười ra khóc, đổi vui ra buồn (4:9).

Toàn bộ bản văn, từ 4:6 trở đi, rất giống với 1 Phi-e-rơ 5:5–9:

"Cũng vậy, các thanh niên hãy thuận phục các trưởng lão. Mọi người hãy mặc lấy sự khiêm nhường mà đối đãi với nhau; vì Đức Chúa Trời chống cự kẻ kiêu ngạo, nhưng ban ơn cho người khiêm nhường'".

"Vậy, hãy hạ mình dưới cánh tay quyền năng của Đức Chúa Trời, để đến thời điểm thích hợp Ngài sẽ nhấc anh em lên. Hãy trao mọi điều lo lắng mình cho Ngài, vì Ngài luôn chăm sóc anh em. Hãy tiết độ và tỉnh thức; kẻ thù anh em là ma quỷ, như sư tử gầm thét, đang rình rập chung quanh anh em, tìm người để cắn nuốt. Hãy đứng vững trong đức tin mà kháng cự nó, vì biết rằng anh em cùng niềm tin trên khắp thế giới cũng đang chịu hoạn nạn như mình".

Cả hai bản văn được xây dựng trên câu trích dẫn từ Châm Ngôn 3:34. Trong mỗi trường hợp, tác giả kêu gọi các độc giả thể hiện sự khiêm nhường, là điều sẽ giúp họ được Đức Chúa Trời nhấc lên. Cả hai bản văn cũng khuyên các độc giả chống cự ma quỷ. Những điểm tương tự này có lẽ nói lên rằng Gia-cơ và Phi-e-rơ đã độc lập sử dụng tài liệu dạy dỗ chuẩn trong hội thánh Cơ Đốc ban đầu.

Trong khi trước đó Gia-cơ nhấn mạnh khuynh hướng xấu xa của con người phải chịu trách nhiệm về tội của người đó (1:14), thì ở đây ông nhận biết vai trò của hữu thể gian ác siêu phàm: 'đằng sau sự thúc đẩy đê tiện là ma quỷ'.[131] Từ ngữ *Diabolos* ('ma quỷ') được dùng trong bản Bảy Mươi để dịch chữ *śṭn*, là từ ngữ Hê-bơ-rơ cho chúng ta danh hiệu 'Sa-tan'. Vì vậy, hai danh hiệu nầy giống hệt nhau về ý nghĩa (Khải 20:2). Trên hết, ma quỷ, là 'kẻ cám dỗ' (Mat 4:3; 1 Tê

---

131. Davids, tr. 166.

3:5), luôn luôn tìm cách phân rẽ Đức Chúa Trời với con người.[132] Cơ
Đốc nhân phải *kháng cự* sự phân rẽ này. Khi họ kháng cự, Gia-cơ hứa
rằng ma quỷ *sẽ chạy trốn anh em*.[133] Bất luận Sa-tan có sức mạnh ra
sao, Cơ Đốc nhân đều có thể hoàn toàn tin chắc rằng họ được ban
cho khả năng để chiến thắng.

Thay vì chịu thua ước muốn của ma quỷ là phân rẽ chúng ta khỏi
Đức Chúa Trời, chúng ta nên *đến gần* Ngài. Gia-cơ hứa Đức Chúa Trời
sẽ nhân từ đáp lại bằng cách đến gần chúng ta. Tất nhiên, rõ ràng tại
đây Gia-cơ không nói về sự cứu rỗi, nhưng về sự ăn năn của những
người đã là Cơ Đốc nhân. Những người chân thành ăn năn và trở về
với Chúa sẽ gặp Ngài, giống như người cha của đứa con hoang đàng,
mong muốn nhận lại đứa con phạm sai lầm.

8b–9. Những mạng lệnh trong 4:8b-9 chỉ ra cách chúng ta 'đến gần
Đức Chúa Trời'. Những mạng lệnh này kêu gọi ăn năn chân thành và
dứt khoát khỏi con đường tội lỗi mà Gia-cơ đã mô tả trong các câu
3:13-4:3. Hai mạng lệnh trong 4:8b được trình bày theo cấu trúc song
hành hoàn toàn cân bằng. Mạng lệnh trong mỗi mệnh đề đều có bổ
ngữ theo sau, và lời xưng hô miệt thị với các độc giả hoàn tất mệnh
đề. Việc thiếu mạo từ hoặc đại từ sở hữu trong hai mệnh đề trong
tiếng Hy Lạp là điều hết sức đáng chú ý. Và điều này cũng được thể
hiện qua mô tả tiêu cực mạnh mẽ của Gia-cơ về độc giả của mình: *các
tội nhân, kẻ hai lòng*. Những lời này khá tương phản với cách xưng
hô 'các anh em' quen thuộc và trìu mến của Gia-cơ và khắc sâu vào
độc giả tính nghiêm trọng của tội lỗi mà họ đang dự vào.

Hai lòng được dịch từ chữ *dipsychos* ('hai linh hồn'), mà trước đó
Gia-cơ đã dùng để mô tả những người có đức tin hay nghi ngờ và
bất ổn (1:6–8). Trong bối cảnh hiện tại, thuật ngữ này nhắc lại một
cách sinh động 'sự hai lòng' của các Cơ Đốc nhân muốn trở thành
'bạn của thế gian' (4:4). Đức Chúa Trời và 'thế gian', vương quốc của
Đấng Christ và vương quốc của Sa-tan, đời sau và đời gian ác này –
Cơ Đốc nhân bị lôi kéo và giằng xé giữa hai bên. Để cho 'thế gian' lôi
kéo chúng ta ra khỏi lòng trung thành tuyệt đối và kiên định với Đức
Chúa Trời là trở thành người bị phân chia về lòng trung thành, 'hai
lòng' và dễ dao động về thuộc linh. Khi bộc lộ tính ghen tỵ và ích kỷ
điển hình của thế gian này (xem 3:15), khi không làm theo điều họ

---

132. Xem C. E. Arnold, 'Satan, Devil', *DLNTD*, tr. 1077–1082.
133. Ngoài 1 Phi-e-rơ, ý tưởng này được tìm thấy trong Do Thái giáo trước Cơ
Đốc giáo; đối chiếu *Giao ước của Nép-ta-li* 8:4; *Y-sa-ca* 7:7.

nghe và nói (1:19–2:26), khi sử dụng cái lưỡi 'hai mặt' của họ (3:9–10) và khi có những cuộc tranh luận hung hăng với nhau (4:1–2), thì họ mắc tội 'hai lòng'. Điều họ cần làm là ăn năn về cả hành vi bên ngoài (*rửa sạch tay mình*) lẫn thái độ bên trong (*thanh tẩy lòng mình*). 'Rửa sạch' và 'thanh tẩy' xuất phát từ các quy định của Cựu Ước về sự thanh sạch của thầy tế lễ khi trông nom những vật thuộc về Chúa, nhưng cả hai từ cũng được dùng để nói đến sự trong sạch về đạo đức (xem Ê-sai 66:17). Việc đặt *tay* và *lòng* kế nhau để ám chỉ cả việc làm lẫn tâm tính cũng là sự phản chiếu từ Cựu Ước. Tác giả Thi Thiên đòi hỏi những người đứng trước mặt Chúa phải có 'tay trong sạch và lòng thanh khiết' (Thi 24:3–4); Gia-cơ cũng đòi hỏi như vậy đối với những người 'đến gần Đức Chúa Trời'.

Nếu ngôn ngữ của 4:8b phản ánh các truyền thống của thầy tế lễ, thì các mạng lệnh nghiêm trọng của 4:9 vang vọng ngôn ngữ của các tiên tri. Họ thường sử dụng ngôn ngữ than khóc để mô tả những thảm họa đi kèm với sự đoán phạt của Đức Chúa Trời; nhưng họ cũng dùng ngôn ngữ này để kêu gọi dân của Đức Chúa Trời ăn năn tội lỗi. Do đó, khi cảnh báo về 'ngày của Chúa' gần đến, Giô-ên mô tả Chúa đang mời gọi dân Ngài 'trở về cùng Ta, hãy kiêng ăn, khóc lóc và đau buồn' (2:12). Gia-cơ sử dụng ngôn ngữ này với cùng một ý nghĩa như vậy.

Cũng như các tiên tri, người báo trước ngày của Chúa sẽ đến, Gia-cơ cũng tin chắc rằng 'ngày Chúa quang lâm đã gần rồi' (5:8), và ông yêu cầu độc giả của mình thật lòng đau buồn cách sâu sắc về tội lỗi, là dấu hiệu của sự ăn năn thật. Đây là điều mà Phao-lô gọi là 'sự đau buồn theo ý Đức Chúa Trời...để được cứu rỗi, điều này không có gì phải hối tiếc' (2 Cô 7:10).

Đây cũng là cách chúng ta phải hiểu mạng lệnh của Gia-cơ *hãy đổi cười ra khóc, đổi vui ra buồn*. Không phải Gia-cơ muốn tiêu diệt niềm vui, hay khước từ mọi tiếng cười và niềm vui trong đời sống Cơ Đốc. Nhưng 'tiếng cười' trong Cựu Ước và Do Thái giáo thường là tiếng cười khinh bỉ của kẻ ngu dại (Truyền 7:6; Huấn Ca 27:13), là kẻ vô tư không xem tội lỗi là điều nghiêm trọng.

Đó là biểu hiện của người thịnh vượng trong thế giới này, mà không quan tâm đến đời sau. Vì lý do đó mà Chúa Giê-xu đã cảnh cáo: "Khốn cho các ngươi là những kẻ hiện đang cười, vì sẽ đau thương và khóc lóc" (Lu 6:25b). Có thể tránh được đau đớn và khóc lóc trong ngày phán xét của Đức Chúa Trời nếu bây giờ người ta biết đau đớn và khóc cho tội lỗi. Đức Chúa Giê-xu cũng nói: "Phước cho những người than khóc, vì sẽ được an ủi" (Mat 5:4). Nhiều người trong chúng ta, cả ngoài lẫn trong hội thánh, thường thể hiện niềm vui bên ngoài và tiếng cười dễ vỡ. Họ sống theo triết lý của chủ nghĩa khoái lạc "ăn, uống và vui vẻ, vì ngày mai chúng ta sẽ chết", mà bỏ qua thực tế đáng sợ về sự phán xét của Đức Chúa Trời. Nhưng ngay cả những Cơ Đốc nhân tận hiến cũng có thể rơi vào thái độ vô tình đối với tội lỗi, có lẽ do họ quá lạm dụng bản chất tha thứ và thương xót của Đức Chúa Trời. Gia-cơ đưa ra lời kêu gọi phải hoàn toàn ăn năn chính là dành cho những người như thế. Chỉ có sự ăn năn như vậy mới có thể tạo ra niềm vui Cơ Đốc đích thực, là niềm vui tuôn tràn từ việc nhận biết tội lỗi được tha thứ.

10. Gia-cơ kết thúc chuỗi mạng lệnh của mình bằng lời khuyên tóm tắt *hãy hạ mình*, phản ánh lời hứa từ câu trích dẫn của Châm Ngôn trong 4:6: Đức Chúa Trời 'ban ân điển cho người khiêm nhường'. Sự hạ mình trước mặt Chúa mà Gia-cơ truyền có nghĩa là nhận ra sự nghèo đói thuộc linh của chúng ta, để thừa nhận nhu cầu cấp bách của mình là cần Đức Chúa Trời giúp đỡ và thuận phục mạng lệnh của Ngài cho toàn bộ đời sống chúng ta. Sự hạ mình này được minh họa một cách đẹp đẽ qua người thâu thuế trong ẩn dụ của Chúa Giê-xu. Đó là người ý thức sâu sắc về tội lỗi của chính mình và cầu xin Đức Chúa Trời thương xót. Đáp lại, Chúa Giê-xu tuyên bố ông được xưng công chính và tóm tắt: "ai tự tôn cao sẽ bị hạ xuống, còn ai tự hạ xuống sẽ được tôn cao" (Lu 8:14). Câu nói này (tương tự với những câu nói đến sự khiêm nhường trước mặt người khác: Mat 23:12; Lu 14:11) đã được áp dụng như một phương châm phổ biến trong hội thánh ban đầu (xem 2 Cô 11:7; 1 Phi 5:6). Câu nói thể hiện nguyên tắc cơ bản quan trọng là sự tận hưởng sức sống và chiến thắng thuộc linh không đến nhờ nỗ lực độc lập của riêng chúng ta, nhưng qua sự phụ thuộc hoàn toàn vào Chúa. Cố gắng 'tự tôn cao' bằng cách dựa vào khả năng riêng như địa vị hay tiền bạc chỉ mang lại thất bại và sự lên án – Đức Chúa Trời sẽ 'hạ chúng ta xuống'.

Gia-cơ đã trình bày điều này ở phần trước trong thư khi ông khuyến khích các tín hữu trong hoàn cảnh thấp hèn hãy khoe khoang về 'vị trí cao trọng' (hoặc 'sự tôn cao') của họ và cảnh báo các Cơ Đốc nhân giàu có hãy khoe khoang về 'vị trí thấp kém' của họ (1:9–10).

Thần học

Nếu cách giải thích 4:5 của chúng ta là đúng, thì phân đoạn này trong thư Gia-cơ góp phần vào chủ đề lớn của Kinh Thánh về sự ghen tuông của Đức Chúa Trời – và nhắc nhở chúng ta rằng chúng ta cần phải duy trì sự quân bình cẩn thận trong sự hiểu biết về Đức Chúa Trời. Gia-cơ khẳng định rằng Chúa vừa là Đấng đưa ra những đòi hỏi kinh khủng và toàn diện cho dân Ngài, vừa là Đấng ban ân điển cho tất cả những ai hạ mình xuống trước mặt Ngài. Một Đức Chúa Trời ghen tuông mà không phải là một Đức Chúa Trời của ân điển thì thật là đáng sợ. Còn một Đức Chúa Trời đầy ân điển mà không khắt khe cũng là một Hữu thể yếu đuối và bất năng, khác xa với Đức Chúa Trời của Kinh Thánh. Phần lớn thần học của chúng ta và nhiều sai lầm của chúng ta trong đời sống Cơ Đốc phát sinh từ nền thần học lệch lạc: quan điểm của chúng ta về Đức Chúa Trời.

D. Nghiêm cấm lời nói chỉ trích (4:11–12)

Ngữ cảnh

Độc giả không nhìn thấy ngay mối liên hệ rõ ràng giữa phần này và bối cảnh của nó. Một số nhà giải nghĩa Kinh Thánh cho rằng đoạn văn ngắn này có liên quan với tài liệu theo sau, tập trung vào lời nói kiêu ngạo.[134] Nhưng những liên kết với các phần trước của bức thư có thể còn quan trọng hơn. Đầu tiên, nói xấu người khác có thể được xem là một biểu hiện của sự kiêu ngạo mà Đức Chúa Trời chống cự (4:6) và là điều có thể tránh được nhờ hạ mình trước mặt Đức Chúa Trời (4:10). Thứ hai, 'nói xấu' (*katalalia*) thường gắn liền với 'ghen tỵ' (*zēlos*; 2 Cô 12:20; 1 Phi 2:1), 'ích kỷ' (2 Cô 12:20), tranh cãi (*polemas* trong Thi Thiên Sa-lô-môn 12:3) và kiêu ngạo (*Giao ước của Gát* 3:3), và được xem là biểu hiện của sự hai lòng (Người chăn của Hermas, 'Ngụ ngôn' 8.7.2, xem 'Mệnh lệnh' 2). Tất cả đều là các ý quan trọng trong Gia-cơ 3:13-4:10. Cuối cùng, việc nhắc đến 'luật pháp' và sự 'xét đoán' trong 4:11–12 tương ứng với chủ đề của 2:8–13. Lê-vi Ký 19:18 ('mạng lệnh yêu thương') được trích dẫn ở đó như thế nào, thì Lê-vi Ký 19:16, nghiêm cấm nói xấu, có thể cũng nằm trong tâm trí của Gia-cơ ở đây thể ấy; việc đổi từ 'anh em' trong 4:11 sang 'người lân cận' trong 4:12 làm cho điều này đặc biệt hợp lý. Nhiều khả năng khác nhau này cho thấy 4:11–12 nên được xem là một phần cơ bản

134. Martin, tr. 160–161; đối chiếu Johnson, tr. 291–292.

độc lập, tiếp tục một số chủ đề Gia-cơ yêu thích. Nhưng sự nổi trội của truyền thống liên kết tính 'nói xấu' với các tội ghen ty, tranh cãi và kiêu ngạo, là trọng tâm của các câu 3:13–4:10, ngụ ý rằng nói chung chúng thuộc về phần thảo luận lớn hơn này.

Có lẽ nên xem 4:11–12 là 'điệp khúc' ngắn gọn của phần trình bày lớn hơn về tội lỗi của lời nói mở đầu cho phần này (3:1–12).[135]

Giải nghĩa

11. Sau giọng văn khắc nghiệt, có tính lên án trong 4:8, phù hợp với lời kêu gọi mạnh mẽ phải ăn năn, tại đây Gia-cơ trở lại với cách xưng hô quen thuộc hơn: *anh chị em*. *Nói xấu* là cách dịch từ tiếng Hy Lạp *katalaleō*, nguyên nghĩa ngụ ý việc 'nói chống lại' (xem NASB). Từ ngữ nầy hàm ý nhiều loại lời nói có hại: chất vấn thẩm quyền hợp pháp, như khi dân Y-sơ-ra-ên 'chống đối Đức Chúa Trời và Môi-se' (Dân 21:5); lén lút nói xấu ai đó (Thi 101:5); buộc tội sai (1 Phi 2:12; 3:16). Với trọng tâm về những bất hoà trong cộng đồng Cơ Đốc (3:13-4:3), ngữ cảnh trong thư Gia-cơ cho thấy rằng Gia-cơ đang nói đến các cuộc tấn công cá nhân và những lời vu khống – loại tranh cãi trong hội thánh thường dẫn đến sự chửi rủa và thậm chí chất vấn về niềm xác tín Cơ Đốc của người khác.

Lý do Gia-cơ đưa ra cho sự nghiêm cấm thật là thú vị: nói chống lại hoặc xét đoán anh chị em mình là chống lại hoặc xét đoán *luật pháp*. Dựa vào cách ông dùng từ này ở chỗ khác trong thư tín, thì *Luật pháp* mà Gia-cơ đề cập là luật pháp Cựu Ước (xem chú giải ở 1:25). Sự đề cập này đặc biệt thích hợp dựa vào khả năng Lê-vi Ký 19:16 là bối cảnh cho suy nghĩ của Gia-cơ ở đây: 'Không được phao vu trong bà con, cũng đừng làm chứng dối nhằm hại mạng sống của người lân cận. Ta là Đức Giê-hô-va'. Khoảng cách giữa những điều ngăn cấm nầy với 'mạng lệnh yêu thương' mà Gia-cơ trích dẫn ở 2:8 chỉ là hai câu (xem 1:25; 2:12). Tuy nhiên, như chúng tôi đã nêu trong phần giải nghĩa của câu đó, Gia-cơ tiết lộ rằng ông cũng xem mạng lệnh Cựu Ước này dưới ánh sáng của việc Đức Chúa Giê-xu đặt nó làm trọng tâm trong sự giảng dạy của Ngài. *Luật pháp* ở đây nói đến luật pháp Cựu Ước như cách nó được hiểu và giải thích lại trong sự dạy dỗ của Đức Chúa Giê-xu. Làm thế nào việc 'xét đoán' một người bạn tín hữu lại liên quan đến việc *xét đoán* luật pháp này? Vì Gia-cơ đối

---

135. Xem McKnight, tr. 354–355; Allison, tr. 633.

chiếu việc 'xét đoán luật pháp' với việc *giữ* luật pháp, nên ông dường như nghĩ rằng không làm theo luật pháp hàm ý âm thầm phủ nhận thẩm quyền của pháp luật. Cho dù quan điểm của chúng ta về luật pháp của Đức Chúa Trời cao và chính thống ra sao, nhưng không làm theo luật pháp là đang nói với thế giới rằng chúng ta *thật sự* không đánh giá cao luật pháp. Một lần nữa chúng ta thấy ngay hiểu biết của Gia-cơ về Cơ Đốc giáo là điều gì đó mà hiện thực của nó phải được thử nghiệm bằng sự vâng phục.

12. Nói xấu người bạn Cơ Đốc là sai lầm, không chỉ vì nó liên quan đến việc 'xét đoán luật pháp', mà còn vì nó liên quan đến việc 'xét đoán người lân cận'. Và, sự xét đoán có tính chỉ trích, lên án này bao gồm sự không vâng phục mạng lệnh truyền bảo chúng ta phải yêu mến người lân cận *và* một giả định kiêu ngạo là mình cũng có quyền như Đức Chúa Trời. Vì Ngài là Đấng ban bố luật pháp và là Đấng phán xét, nên chỉ mình Ngài có quyền quyết định số phận đời đời các tạo vật của Ngài (so sánh Mat 10:28). Nhưng khi chúng ta chỉ trích và lên án người khác, chúng ta thật ra đang công bố bản án riêng của chúng ta trên số phận thuộc linh của họ.

Thần học

Trong những câu này, và trong phần văn mạch lớn hơn bao gồm các câu này (3:13-4:12), Gia-cơ lên án lời nói không đúng đắn và thái độ tiềm ẩn dẫn đến lời nói này. Ông không cấm sự phân biệt hợp lý và cần thiết mà mỗi Cơ Đốc nhân nên vận dụng. Ông cũng không cấm cộng đồng quyền dứt phép thông công những người họ thấy rõ ràng không vâng phục các tiêu chuẩn của đức tin, hoặc quyền xác định đúng và sai giữa các thành viên của cộng đồng (1 Cô 5-6). Điều Gia-cơ quan tâm là lời nói ghen ty, chỉ trích mà vì cớ đó chúng ta lên án người khác là sai trong cái nhìn của Đức Chúa Trời. Đây chính là kiểu xét đoán mà Phao-lô lên án giữa các Cơ Đốc nhân La Mã, những người dường như nghi ngờ về thực tế đức tin của nhau vì quan điểm khác nhau trong việc áp dụng một số luật nghi lễ (Rô 14:1–13; đặc biệt xem các câu 3-4 và 10–13). Hoàn toàn có thể là tình huống nào đó giống thế này phải chịu trách nhiệm về các vấn đề Gia-cơ nêu ra. Một thái độ cay đắng, ích kỷ (3:13–18) gây nên những cuộc tranh cãi và bất đồng về các vấn đề nào đó trong hội thánh (4:1–2). Như thường thấy, những bất đồng này xảy ra vì thiếu kiềm chế trong việc sử dụng cái lưỡi (3:1–12), có lẽ bao gồm rủa sả (3:10), và tố cáo (4:11–12) lẫn nhau. 'Khôn ngoan' như thế chỉ là biểu hiện của tinh thần thế gian (3:15; 4:1, 4). Nó phải được thay thế bằng 'sự khôn ngoan thiên thượng', với sự dịu dàng, hợp lý và hòa bình (3:17). Lòng yêu mến thế gian không tương hợp với ao ước đến nỗi ghen tuông của Đức Chúa Trời là dân sự hết lòng trung thành với Ngài (4:4–5). Tuy nhiên, Đức Chúa Trời sẵn sàng trở lại và ban ơn nếu sự kiêu ngạo sai trái nhường chỗ cho sự ăn năn thật lòng và hạ mình chân thành trước mặt Ngài (4:6–10).

5. Những Ngụ Ý về Một Thế Giới Quan Cơ Đốc (4:13–5:11)

Nhóm những lời khuyên bảo tổng quát thứ tư của Gia-cơ có chủ đề chung là quan điểm Cơ Đốc về khoảng thời gian hội thánh hiện hữu.[136] Quan điểm này là chuẩn mực cho mỗi chủ đề chính trong 4:13-5:11. Trong 4:13–17, Gia-cơ nghiêm cấm thái độ kiêu ngạo, khoe khoang mà không nghĩ đến tính phù du của đời này. Trong 5:1–6, Gia-cơ công bố sự phán xét trên những kẻ đàn áp giàu có bởi vì họ đã sống cuộc sống xa hoa ích kỷ 'trong những ngày cuối cùng' – là những ngày đang nhanh chóng tiến đến đỉnh điểm của sự phán xét. Mặt khác, Cơ Đốc nhân phải tập kiên nhẫn khi chờ đợi ngày này, và họ cần kiên định trong đức tin khi gặp hoạn nạn (5:7–11).

A. Lên án sự kiêu ngạo (4:13–17)

Ngữ cảnh

Nhiều nhà giải kinh liên kết chặt chẽ phần này với 4:11–12 hoặc 4:1–12, lấy sự kiêu ngạo hay tính trần tục làm chủ đề chung. Tuy nhiên, mặc dù có thể gọi thái độ của những kẻ dám phán xét người khác là kiêu ngạo, nhưng Gia-cơ không nhấn mạnh ý này. Và lời giới thiệu giống nhau cho 4:13–17 và 5:1–6 (*Bây giờ hãy nghe*) ngụ ý rằng Gia-cơ muốn chúng ta đọc những đoạn văn nầy chung với nhau. Hơn nữa, những phần này cũng liên quan đến chủ đề về sự giàu có. Chắc chắn, Kinh Thánh không nói rõ những người được mô tả trong 4:13–17 là giàu có, nhưng những kế hoạch cho những chuyến đi dài ngày được đề cập trong 4:13 ngụ ý rằng họ giàu có và có ý định 'kiếm tiền'. Sau đó, cả hai phân đoạn 4:13–17 và 5:1–6 chỉ trích những người lìa bỏ Đức Chúa Trời và các giá trị trong cách sống của họ. Tuy nhiên, trong khi những người giàu ở 5:1–6 bị công khai lên án, thì những người buôn bán ở 4:13–17 được khuyên bảo phải thay

---

136. Cũng xem Vlachos, tr. 151: Living in the Light of Eternity'.

đổi thái độ. Gia-cơ không phê phán sự giàu có của họ, mà là sự kiêu ngạo khoe khoang của họ. Điều này cho thấy những người Gia-cơ nói đến trong đoạn này có lẽ là Cơ Đốc nhân.[137] Tuy nhiên, Gia-cơ không gọi họ là 'anh chị em' và việc ông không nói rõ họ là Cơ Đốc nhân ngụ ý rằng ông cũng có nghĩ đến những người bên ngoài hội thánh.

Giải nghĩa

13. Cụm từ *bây giờ hãy nghe* (*age nyn*) được dùng ở đây không với dạng mệnh lệnh thật sự giống như hình thức số ít của nó (hình thức số nhiều *legontes* theo sau, nghĩa là 'nói'). Đó là một hình thức xưng hô được dùng ở chỗ khác, đặc biệt trong văn phong Hy Lạp phổ biến. Kết hợp với câu *anh em là người đang nói*, cụm từ làm cho ngôn ngữ của Gia-cơ mang một giọng điệu khá cộc cằn. Những thương nhân rày đây mai đó mà Gia-cơ đang nói đến là những người lên kế hoạch đầy thận trọng và tự tin. Họ quyết định sẽ đi đâu, khi nào đi, sẽ ở lại bao lâu, và họ hoàn toàn chắc chắn sẽ đạt được lợi nhuận từ công việc kinh doanh mạo hiểm. Hình ảnh Gia-cơ vẽ ra ở đây quen thuộc với độc giả của ông. Thế kỷ thứ nhất là thời kỳ hoạt động thương mại tấp nập, và đặc biệt các thành phố Hy Lạp cổ đại của xứ Pa-lét-tin (ví dụ: Đê-ca-bô-lơ) đã tích cực tham gia vào các hoạt động thương mại khác nhau. Nhiều người Do Thái tích cực tham gia vào những chuyến đi vì mục đích kinh doanh; một số lớn đã định cư trong các thành phố trên khắp thế giới Địa Trung Hải vì lý do thương mại. Hầu như không cần phải nói rằng những người Gia-cơ mô tả cũng được độc giả hiện đại dễ dàng nhận biết. Khoảng cách giữa các thành phố có thể lớn hơn, các phương tiện vận chuyển nhanh hơn, các hoạt động buôn bán khác nhau, nhưng trong thời của Gia-cơ và của chúng ta, 'điểm mấu chốt' thì giống nhau, đó là lợi nhuận. Tuy nhiên, những câu tiếp theo cho thấy Gia-cơ không chỉ trích mong ước kiếm lời. Điều ông quan tâm hơn là thế gian này, bối cảnh thực hiện các kế hoạch. Phải nói rằng đó là một sự nguy hiểm mà những nhà kinh doanh dễ gặp phải.

14. Khi lập kế hoạch mà chỉ nghĩ đến đời này, những nhà kinh doanh đã không tính đến một thực tế cơ bản, đó là bản chất mong manh và tạm thời của 'thế gian này'. Đối với những người như họ (diễn giải từ chữ *hoitines* quan hệ không xác định mà Gia-cơ dùng ở đây; bản NIV cố gắng diễn đạt ý này bằng chữ *tại sao* ở đầu câu), lên kế hoạch một

---

137. Đối lập là McKnight, tr. 368–369.

cách tự tin như thế là đỉnh điểm của sự điên dại. Điều này, cũng là ý chính của 4:14, là rõ ràng dù người ta vẫn còn tranh cãi về cách Gia-cơ diễn đạt ý này. Bản NIV (cùng với bản NRSV; ESV; CEB; NET) chia phần đầu tiên của câu thành hai phần: lời khẳng định, *nhưng anh em không biết ngày mai sẽ thế nào*, và một câu hỏi, *sự sống của anh em là gì*? Các bản dịch khác kết hợp hai câu này thành một câu duy nhất: "anh em không biết sự sống của anh em ngày mai sẽ như thế nào?" (NASB; cũng so sánh với bản NAB; HCSB; NLT; và các dấu chấm câu trong bản văn Hy Lạp của Nestle Aland [pb.28] và UBS [pb.4]). Tình hình trở nên phức tạp bởi một số cách giải thích khác nhau.[138] Nếu không xem lại tất cả các lý lẽ, thì yếu tố mang tính quyết định dường như là chữ *poios* (*gì*), có vẻ gượng ép nếu nó được hiểu là bổ ngữ của chữ *epistasthe* (*biết*).[139] Sẽ tự nhiên hơn khi xem đó là phần giới thiệu cho một câu hỏi riêng biệt, như trong bản NIV.

Câu trả lời cho câu hỏi này sau đó được đưa ra trong phần cuối của câu Kinh Thánh, trong đó sự sống được ví như *hơi nước* (*atmis*). Từ ngữ này cũng có thể được dịch là 'luồng khói' (GNB; Phillips; so sánh Công 2:19) và có mối quan hệ với 'sự hư không' của sự sống mà Truyền Đạo đã nói rất nhiều. Dù ý nghĩa chính xác là gì, rõ ràng Gia-cơ muốn nhấn mạnh thời gian cực ngắn của cuộc sống. Bệnh tật, chết bất ngờ hoặc sự trở lại của Đấng Christ có thể rút ngắn sự sống của chúng ta một cách nhanh chóng như ánh nắng ban mai xua tan sương mù hoặc như sự thay đổi của hướng gió thổi khói bay đi. Sự tính toán thực tế này cùng với sự ngắn ngủi và không chắc chắn của cuộc sống, và thậm chí hình ảnh được dùng để mô tả nó, thường xuyên xuất hiện trong Kinh Thánh. Châm Ngôn 27:1 cảnh báo: "Đừng khoe khoang về ngày mai, vì con chẳng biết ngày mai sẽ xảy ra điều gì." Gióp 7:7, 9, 16 [RSV] và Thi Thiên 39:5–6 mô tả sự sống như 'hơi thở'. Đặc biệt rất giống với sự dạy dỗ của Gia-cơ, như thường thấy, là những lời dạy của Đức Chúa Giê-xu. Trong Lu-ca 12:15, Ngài cảnh báo đám đông về sự tham lam và nhắc nhở họ rằng "vì sự sống của con người không cốt tại của cải mình dư dật". Trong một ẩn dụ ngắn, Ngài minh họa ý này qua hình ảnh người đàn ông giàu có, giống như những nhà buôn của Gia-cơ, lập kế hoạch rõ ràng

138. Xem Metzger, *Textual Commentary*, tr. 613–615, và McCartney, tr. 230, để nghiên cứu thảo luận về những biến thể này.

139. Trong Tân Ước *poios* luôn luôn xuất hiện gần với một động từ về sự nhận biết khi nó là bổ ngữ của động từ. Nó bị phân cách với động từ chỉ bởi chủ ngữ của động từ (xem Mat 24:42–43; Lu 12:39; Khải 3:3).

để kiếm được nhiều hàng hoá hơn, nhưng bị sự chết ngăn cản không thực hiện được kế hoạch của mình (Lu 12:16–20). Phân đoạn này nói đến nhiều chủ đề mà Gia-cơ sử dụng ở đây lẫn ở 5:1–6, và rất có thể đây là phân đoạn khiến ông đưa ra những lời khuyên bảo riêng.

15. *Thay vì* (*ngược với*) thái độ tự mãn - thái độ hướng về thế gian được thể hiện trong 4:13 - những nhà kinh doanh nên nói lên tất cả các kế hoạch và hy vọng của họ trong mối liên hệ với ý muốn của Chúa. Điều cần phải nhận biết là thế gian này không phải là một hệ thống khép kín. Và rằng cuối cùng thì điều ảnh hưởng quyết định sự thành công và thất bại của kế hoạch hoàn toàn nằm ngoài phạm vi của vật chất – thật ra đó chính là sự tiếp tục vận hành của sự sống. Tất nhiên, một quan niệm như vậy không chỉ dành riêng Cơ Đốc nhân.

Bất kỳ cách nhìn nào không thiên về duy vật chất sẽ tự nhiên hòa hợp với quan điểm này. Vì vậy, không có gì đáng ngạc nhiên khi công thức 'nếu Đức Chúa Trời muốn' hoặc 'nếu các thần muốn' lan rộng trong triết lý và tôn giáo Hy Lạp thời kỳ tiền Cơ Đốc.[140] Chính tính phổ biến của cụm từ này đã khiến một số nhà giải kinh cho rằng Gia-cơ có thể nghĩ đến những người không phải là Cơ Đốc nhân trong đoạn văn này. Tuy nhiên, Gia-cơ nói về *Chúa* chứ không phải là 'Đức Chúa Trời'; và mặc dù có lẽ ám chỉ đến Đức Chúa Cha chứ không phải là Đức Chúa Giê-xu, nhưng đều ngụ ý về quyền kiểm soát lịch sử của Đức Chúa Trời thông qua Đấng Christ. Vì vậy, cho dù cụm từ này phổ biến như thế nào, Gia-cơ cũng đã "báp tem" nó để phục vụ thế giới quan đặc trưng theo Kinh Thánh về lịch sử và Đấng tể trị tối cao của nó.

Theo các bản văn tốt nhất (hiểu từ *zēsomen* theo thể trình bày, *chúng ta còn sống*, không phải *zēsōmen* theo thể giả định, 'nếu chúng ta sống'), ý muốn của Chúa phải được xem là điều kiện để theo đó các Cơ Đốc nhân xem xét đời sống và kế hoạch cụ thể của họ.[141] Phao-lô là ví dụ điển hình cho thái độ này, khi ông thường xuyên thể hiện sự thuận phục theo ý muốn Chúa trong các kế hoạch cho công tác truyền giáo (Công 18:21; Rô 1:10; 1 Cô 4:19; 16:7; xem Hê 6:3). Tuy

---

140. Dibelius (tr. 233–234) trích dẫn một số bản văn.
141. Tiền tố *kai* trước *zēsomen* có thể được xem là tương đương với một *waw* trong ngôn ngữ Xê-mít giới thiệu một mệnh đề chính của một câu điều kiện (BDF, #442 [71]) hoặc phối hợp với *kai* thứ hai trong một cấu trúc 'cả . . . lẫn' (Davids, tr. 173; Martin, tr. 167).

nhiên, Calvin nhận xét rất đúng, Phao-lô và các sứ đồ khác không phải lúc nào cũng *nói rõ* điều kiện này; điều quan trọng là "đó là một nguyên tắc đã có trong tâm trí họ, và họ sẽ không làm gì nếu không có sự cho phép của Đức Chúa Trời". Điều Gia-cơ khuyến khích không phải là liên tục phát biểu bằng lời công thức *Nếu đó là ý Chúa*, là điều có thể dễ dàng trở nên hời hợt và vô nghĩa. Điều Gia-cơ muốn là lòng biết ơn chân thành về quyền kiểm soát của Đức Chúa Trời trong công việc và ý muốn cụ thể của Ngài cho chúng ta.

16. Bây giờ Gia-cơ truy nguyên tận gốc rễ lý do không lưu tâm đến Đức Chúa Trời khi lập kế hoạch: đó là sự kiêu căng tự phụ. Một số bản dịch Anh ngữ cho rằng 'kiêu căng' bổ nghĩa cho 'khoe khoang' khi mô tả *cách* khoe khoang (so với CEB 'tự hào và khoe khoang'). Nhưng khi chữ *trong* (en) theo sau chữ *khoe khoang* (kochamma) trong Tân Ước, nó luôn luôn nói đến đối tượng của sự khoe khoang, và chữ 'kiêu căng' ở số nhiều, 'mọi thứ kiêu căng' (alazoneias) cũng ủng hộ lối giải thích này. Vì vậy, bản NLT có lẽ diễn đạt rất đúng ý của Gia-cơ: "anh em đang khoe khoang về kế hoạch của anh em" ('khoe khoang trong sự kiêu căng của anh em' là cách dịch mơ hồ, không rõ chữ 'trong' chỉ đối tượng hay cách khoe khoang. Nhưng nhiều bản dịch diễn đạt như vậy.). Ở đây Gia-cơ đề cập đến điều Giăng gọi là 'sự kiêu ngạo về cuộc sống', một thái độ kiêu căng cho rằng mình có đầy đủ và mình quan trọng, là đặc điểm của thế gian này (1 Giăng 2:16; xem thêm Rô 1:30; 2 Ti 3:4). Người ta không chỉ phớt lờ Đức Chúa Trời khi lập kế hoạch cho cuộc đời mình; đó còn là bản chất của tội lỗi trong sự khoe khoang của họ – 'tôi' ở vị trí trung tâm thay cho Đức Chúa Trời. Loại khoe khoang này là xấu, không phải vì thái độ kiêu ngạo khi khoe khoang; mà xấu vì các đối tượng để khoe khoang là những trường hợp ngạo mạn coi thường Đức Chúa Trời.

17. Trong câu này Gia-cơ chuyển từ ngôi thứ hai số nhiều mà ông đã sử dụng trong suốt đoạn này sang ngôi thứ ba. Lời nói trong 4:17 khá chung chung và dường như không trình bày cụ thể vấn đề Gia-cơ đang nói đến. Do đó, hầu hết các nhà giải kinh đều nghĩ rằng ở đây có khả năng Gia-cơ đang trích dẫn một câu nói truyền thống được lưu truyền độc lập với bối cảnh này. Có thể đúng như vậy, nhưng điều đó không có nghĩa là Gia-cơ chỉ đơn giản đưa vào bối cảnh câu nói không có liên quan gì đến điều ông đang nói. Ông liên kết câu nói với ngữ cảnh của nó bằng chữ *oun* ('vậy'), chứng tỏ ông cho rằng điều ông đang trình bày dẫn đến câu nói trong 4:17. Laws nghĩ rằng có thể Gia-cơ vẫn nghĩ đến Châm Ngôn 3, mà từ đó ông đã trích dẫn ở 4:6. Các câu trong Châm Ngôn 3:27–28 nghiêm cấm bất kỳ sự chậm trễ nào trong việc làm điều tốt cho người lân cận – và trong Bản Bảy Mươi điều nghiêm cấm này dựa trên lý do rằng "anh em không biết những gì ngày mai sẽ mang lại". Vì vậy, với truyền thống Cựu Ước trong trí, lời chỉ trích của Gia-cơ về người không làm điều tốt có thể được xem như ngụ ý thứ hai về sự ngắn ngủi của cuộc sống, được nêu trong câu 14. Tuy nhiên, người ta nghi ngờ liệu một ám chỉ bóng gió như vậy có cung cấp lời giải thích thoả đáng hay không. Một đề nghị khác là Gia-cơ gián tiếp quở trách các thương nhân vì không sử dụng tốt tiền bạc của họ. Mặc dù đây có thể là chủ đề phổ biến, nhưng nó không phù hợp ở đây, vì Gia-cơ không nói về sự giàu có. Có nhiều khả năng là giả thuyết cho rằng Gia-cơ thêm câu nói nầy để khích lệ làm theo những gì ông vừa truyền bảo. Ông cho độc giả biết *điều tốt* là gì; nếu ai đó *không làm điều tốt*, thì người đó phạm tội. Một người như thế không thể trốn tránh bằng lời biện hộ rằng người đó không làm gì hoàn toàn sai; vì Kinh Thánh nói hết sức rõ rằng tội *không làm* cũng là tội và cũng nghiêm trọng như *hành vi phạm tội*. Người đầy tớ trong ẩn dụ của Đức Chúa Giê-xu không sử dụng số tiền ông đã được giao phó (Lu 19:11–27); các 'con dê' không quan tâm đến những người bần cùng trong xã hội (Mat 25:31–46) – tất cả họ đều bị kết tội về những gì họ không làm.[142] Một lời dạy dỗ khác của Đức Chúa Giê-xu nhắc nhở chúng ta một cách sinh động về những lời của Gia-cơ tại đây: "Đầy tớ nào đã biết ý chủ mình mà không chuẩn bị sẵn sàng và không làm theo ý chủ thì sẽ bị đòn nhiều" (Lu 12:47).

Thần học

Có lẽ thái độ điển hình nhất của nhiều người trong thế giới của chúng ta ngày nay là kiêu ngạo. Và thái độ này đặc biệt được thể hiện giữa vòng những người tương đối khá giả. Những người thành công trong cuộc sống và tích luỹ được của cải và tầm ảnh hưởng thường tỏ thái độ kiêu căng tự mãn đối với người khác. Đó là điều xúc phạm Đức Chúa Trời. Cơ Đốc nhân thành công trong thế gian có thể dễ dàng rơi vào những thái độ như vậy. Như đã nhắc trước đó (xem 1:10–11), ở đây Gia-cơ nhắc nhở các tín hữu về tình trạng không chắc chắn và cách mà tất cả những gì họ đã có đều có thể đột nhiên biến mất.

---

142. Xem bài bàn thêm trong Tasker, tr. 106–108.

B. Lên án những kẻ lạm dụng sự giàu có (5:1-6)

Ngữ cảnh

Phần này liên quan chặt chẽ đến 4:13–17 cả về phong cách – hai phần đều được giới thiệu bằng mệnh lệnh cách *age nyn, bây giờ hãy nghe*– lẫn nội dung – theo đuổi sự giàu có mà không quan tâm đến Đức Chúa Trời và mục đích của Ngài trong lịch sử thì đều bị lên án. Nhưng ý nổi bật về kỳ chung kết theo thuyết lai thế học nối kết chặt chẽ 5:1–6 với 5:7–11. Nếu 4:13–17 hướng đến hội thánh và thế gian, và 5:7–11 rõ ràng nói đến hội thánh, thì 5:1–6 chắc chắn nói đến những người không tin Chúa. Đây là điều rõ ràng từ nhiều truyền thống trong Kinh Thánh và ngoài Kinh Thánh nói đến sự giàu có bất chính mà Gia-cơ sử dụng, và từ việc Gia-cơ không đưa ra bất kỳ triển vọng giải thoát nào cho những người ông lên án trong đoạn này. Những người giàu được mô tả rõ ràng là những chủ đất giàu có, một giai cấp bị buộc tội vì bóc lột và đàn áp kinh tế từ ban đầu. Trong bối cảnh của Gia-cơ, chúng ta có thể đặc biệt nghĩ đến những địa chủ Do Thái ở Pa-lét-tin, là những người sở hữu bất động sản lớn và thường chỉ quan tâm đến việc thu được bao nhiêu lợi tức từ đất đai của họ.[143] Gia-cơ tiếp tục lên án những chủ đất giàu có (5:1) và giải thích lý do cho lời lên án này là vì họ tích trữ của cải một cách ích kỷ (5:2–3), gian lận người lao động (5:4), sống buông thả (5:5) và áp bức 'người công chính' (5:6).

Tại sao Gia-cơ rao giảng sứ điệp tố cáo những người không tin Chúa trong một lá thư gửi đến hội thánh? Calvin tách ra hai mục đích chính một cách thích hợp: Gia-cơ "...quan tâm đến những người trung tín, muốn họ không ghen ty với tài sản của người giàu khi nghe về kết cuộc đau khổ của họ, và khi biết rằng Đức Chúa Trời sẽ là Đấng báo thù những sai trái mà họ phải chịu, thì họ có thể chịu đựng với tinh thần bình tĩnh và nhẫn nhịn".[144]

Giải nghĩa

1. Gia-cơ nói bằng giọng của các tiên tri Cựu Ước. *Khóc lóc (klaiō)* và *kêu van (ololyzō*, một từ tượng thanh, nghe như những gì nó tả)

---

143. Xem MacMullen, *Roman Social Relations*, đặc biệt tr. 5–27, 88–120.

144. Calvin, tr. 342. Wessel đề nghị thêm rằng sự giảng dạy có thể thể hiện nỗ lực mang tính chất tiên tri để đến với những người chưa tin Đấng Christ, là những người hay lui tới các buổi nhóm của Cơ Đốc nhân ('The Epistle of James', *ISBE*, tr. 965).

thường được các tiên tri sử dụng để mô tả phản ứng của kẻ ác khi Ngày của Chúa đến (so với ví dụ Ê-sai 13:6; 15:3; A-mốt 8:3). Trong thực tế, chữ *ololyzō* chỉ có trong các sách tiên tri trong Cựu Ước, và luôn luôn xuất hiện trong bối cảnh của sự phán xét. Bối cảnh này nói rõ rằng *sự cùng khốn sẽ đổ xuống* trên người giàu không ám chỉ sự đau khổ tạm thời trên đất, nhưng nói đến sự định tội và hình phạt mà Đức Chúa Trời sẽ giáng trên họ trong ngày phán xét.

Việc Gia-cơ lên án người giàu tiếp nối và phát triển một chủ đề phổ biến trong Kinh Thánh. Mối quan tâm của Đức Chúa Trời đối với người nghèo được phản ánh trong nhiều luật lệ của luật pháp Môi-se, là luật hướng dẫn cuộc sống trong giao ước. Trong lịch sử sau này của Y-sơ-ra-ên, các luật này đã bị lờ đi và người nghèo thường bị người Y-sơ-ra-ên giàu có và quyền thế áp bức và lợi dụng. Do đó, 'người giàu' đôi khi trở thành từ đồng nghĩa với 'kẻ không công chính' trong các tác phẩm nói về sự khôn ngoan theo truyền thống (đối chiếu Châm Ngôn 15–16; 14:20), và nhiều người trong số các tiên tri đã đặc biệt thẳng thắn lên án những kẻ đàn áp giàu có (đối chiếu A-mốt). Đây là chủ đề rất nổi bật trong văn chương Do Thái thời kỳ giữa hai giao ước (so với *1 Ê-nóc* 94–105) và có được một nơi an toàn trong Tân Ước. Đức Chúa Giê-xu, đặc biệt trong Phúc Âm Lu-ca, nói nhiều về mối nguy hiểm của sự giàu có. Trong một câu nói đặc biệt gần giống sự dạy dỗ của Gia-cơ, Ngài tuyên bố nỗi đau buồn lớn sẽ đến trên người giàu và cảnh báo rằng 'sự an ủi' của họ trong đời này sẽ được thay thế bằng 'đau thương' và 'khóc lóc' trong đời sau (Lu 6:24–25).

Khải Huyền 18:10–24 là 'nỗi thống khổ' dài nhắm đến 'các thương gia trên đất', những người 'khóc lóc và sầu muộn' vì sự tàn phá của 'thành phố vĩ đại' Ba-by-lôn. Trong tất cả những câu này, không phải lúc nào cũng dễ dàng xác định cơ sở để phán xét người giàu. Nhưng mặc dù một số truyền thống dường như lên án người giàu chỉ vì họ giàu, thì ít ra trong Tân Ước, việc lên án người giàu hầu như luôn luôn được cho là vì *lạm dụng* của cải. Chắc chắn bảng liệt kê của Gia-cơ về tội lỗi của kẻ giàu mà ông lên án cho thấy đây chính là cơ sở trong trường hợp này. Điều đặc biệt rõ ràng là, như chúng tôi đã lập luận, Gia-cơ không có ý định công bố bản án trên tất cả người giàu nếu Gia-cơ 1:10 ngụ ý sự hiện diện của các Cơ Đốc nhân giàu có giữa vòng các độc giả của Gia-cơ. Vì vậy, cách nói *anh em là những người giàu có* trong 5:1, về cơ bản, như rất thường gặp trong Kinh Thánh, có nghĩa là những người giàu *không công chính*. Khi nói điều này, sẽ sai lầm nếu bỏ qua thực tế rằng người ta dễ dàng liên kết 'người giàu' và 'kẻ không công chính'; Kinh Thánh cảnh báo rằng sự giàu có có thể là một trở ngại đặc biệt mạnh mẽ đối với việc môn đồ hóa Cơ Đốc. Không phải vô cớ mà Đức Chúa Giê-xu cảnh báo: "Người giàu vào nước thiên đàng quả là khó" (Mat 19:23). (Xem thêm phần "Giàu và nghèo" trong phần Giới Thiệu, tr. 71.)

2–3. Bản cáo trạng đầu tiên của những người giàu liên quan đến sự vô ích của hàng hoá trong thế gian mà họ đã cẩn thận tích luỹ. Gia-cơ chọn ra ba loại hàng hoá vật chất. *Tài sản* (*ploutos*) đôi khi được hiểu như lời ám chỉ đến vụ mùa, với *áo quần và vàng bạc* chỉ rõ hai hình thức khác của tài sản phổ biến nhất trong thế giới cổ đại. Nhưng có nhiều khả năng đây là một thuật ngữ tóm tắt chung cho bất kỳ tài sản gì; *mục nát* (*sēpō*) nói đến sự phân huỷ hay tính chất tạm thời của mọi hình thức nỗ lực của con người (Huấn Ca 14:19). Quần áo bị mối mọt ăn gợi lại lời cảnh báo tương tự của Đức Chúa Giê-xu về tính chất tạm thời của 'kho báu ở dưới đất' bị mối mọt làm hư (Mat 6:20). Sự gỉ sét của vàng bạc mà Gia-cơ nói đến đôi khi được xem là lời ngụ ý về bối cảnh nghèo khó của mình, vì dĩ nhiên những kim loại quý này, thực ra, không thể gỉ hoặc sét. Nhưng từ 'gỉ' (*ios*) đã được áp dụng cho vàng bạc (Thư tín của Giê-rê-mi 10), và hình ảnh dường như đã trở thành cách nói truyền thống chỉ tính chất tạm thời thậm chí của những kim loại quý giá nhất (cũng so sánh với Huấn Ca 29:10).[145] Cả ba câu trong 5:2–3a, trên thực tế, phản ánh lời dạy theo truyền thống Cựu Ước và Do Thái Giáo về sự ngu dại khi trông cậy vào của cải vật chất dễ hư hỏng.

Tuy nhiên, điều nổi bật là Gia-cơ dùng thì hoàn thành trong cả ba mệnh đề để nói đến sự hư hoại của những tài sản này. Nhiều nhà giải kinh xem những động từ ở thì hoàn thành này là sự hoàn thành 'lời tiên tri' hoặc 'lời báo trước': sự hủy diệt những của cải này trong 'sự đau đớn' của sự phán xét trong tương lai là rất chắc chắn đến nỗi nó có thể được mô tả như ở hiện tại.[146] Tuy nhiên Ropes phản đối rằng việc chuyển sang thì tương lai của Gia-cơ khi mô tả sự phán xét trong 5:3 ("chất gỉ sét đó *sẽ* là bằng chứng chống lại anh em và *sẽ* ăn thịt anh em như lửa đốt") làm cho cách giải thích này có vẻ không

---

145. Blomberg và Kamell (tr. 222) và McCartney (tr. 232–233) cho rằng nghĩa khác của từ *ios* có thể được dùng ở đây: 'độc hại' (Gia 3:8).
146. Porter, *Verbal Aspects*, tr. 267; Johnson, tr. 299.

hợp lý. Có thể tốt hơn là xem những động từ hoàn thành là sự nhấn mạnh những khẳng định trong hiện tại.[147] Mặc dù chưa xảy ra trong thực tế, nhưng tài sản và của cải sang trọng của những người giàu này đã vô giá trị từ quan điểm thuộc linh. Tài sản không những sẽ không mang lại lợi ích lâu dài; mà 'sự mục nát' của nó sẽ làm chứng buộc tội người giàu vào ngày phán xét và kết án họ: *ăn thịt anh em như lửa đốt* là một hình ảnh phán xét của Đức Chúa Trời (Giu-đi-tha 16:17). Lý do cho sự phán xét này có thể đơn giản là vì những người giàu đã tập trung vào việc tích lũy của cải trên đất mà bỏ qua kho báu trên trời, điều này rõ ràng chỉ ra nơi họ đặt 'tấm lòng' của mình (so với Mat 6:19–21). Mặt khác, việc tích trữ của cải của người giàu có bị lên án (ít nhất trong một đoạn Kinh Thánh mà Gia-cơ có thể đã quen thuộc) bởi vì họ không dùng của cải để giúp đỡ người nghèo: "Vì cớ điều răn, con hãy giúp đỡ kẻ nghèo, vì họ túng quẫn, đừng để họ ra về tay không. Hãy bỏ tiền ra giúp người anh em hay bạn hữu, đừng đem chôn dưới đá kẻo nó hư đi. Hãy theo lệnh Đấng Tối Cao mà sử dụng của cải, việc đó còn ích lợi cho con hơn cả vàng" (Huấn Ca 29:9–11).

Lời dạy của Chúa Giê-xu về của báu trong Phúc Âm Lu-ca cũng có cùng ngụ ý như vậy: "Hãy bán của cải mình mà làm việc thiện. Hãy sắm cho mình những túi tiền không hư cũ và kho báu không hao hụt ở trên trời, nơi kẻ trộm không đến gần được, mối mọt không làm hư hại được" (Lu 12:33). Tích trữ của cải là sai không chỉ vì nó thể hiện thứ tự ưu tiên hoàn toàn sai trật; mà còn là tội lỗi gấp đôi bởi vì nó cũng tước đoạt chính sự sống của những người khác.[148] Đây là một ví dụ khác cho thấy *không* làm điều tốt là phạm tội (4:17): "Đức Chúa Trời không định cho vàng bị gỉ sét, cũng không định áo quần cho mối mọt; nhưng, trái lại, Ngài đã thiết kế chúng để hỗ trợ và giúp đỡ cho cuộc sống của con người" (Calvin). Theo ý nghĩa này, Gia-cơ có thể muốn nói đến sự hư hỏng của tài sản được mô tả trong 5:2–3a theo nghĩa đen, ít ra là một phần: bằng chứng thật của việc không sử dụng sẽ làm chứng chống lại người giàu. Gia-cơ tóm tắt lời tuyên án đầu tiên về những người giàu ở cuối câu 3: *Anh em đã lo tích trữ cho những ngày cuối cùng! Tích trữ tài sản* cũng có thể được dịch 'để

---

147. Như trong MayordomoMarin, 'Jak 5,2.3a', tr. 132–137; McKnight, tr. 386; Vlachos, tr. 160.

148. Xin so sánh, rõ ràng nhất là Dibelius, tr. 236; Davids, tr. 176; và Tasker, tr. 110–111.

dành của cải' (như hầu hết các bản dịch; động từ là *ethēsaurisate*). Động từ này có thể cần một bổ ngữ, và một số người nghĩ rằng cung cấp một bổ ngữ ở đây là điều tự nhiên: bổ ngữ có thể là 'lửa' hoặc 'cơn thịnh nộ' (so với Rô 2:5). Nhưng tốt hơn là hiểu động theo đúng nghĩa của nó (xem Lu 12:21): chính sự tích trữ của cải vật chất là điều Gia-cơ lên án. Giới từ tiếng Hy Lạp *en* trong mệnh đề này được dịch khác nhau trong các bản dịch của chúng ta. Một số người dịch là 'cho', nghĩa là những người giàu nghĩ rằng họ đang thu thập của báu thật ra là đang thu thập chứng cứ sẽ chống lại họ vào *những ngày cuối cùng*, tức thời kỳ phán xét. Bản NLT dịch rõ ràng nhất : "Của báu mà anh em đã tích lũy sẽ là bằng chứng chống lại anh em vào ngày phán xét" (xem thêm bản NAB; NJB; NRSV).[149] Nhưng giới từ này cũng có thể được dịch là 'trong', mà trong trường hợp này Gia-cơ đang nghĩ đến *những ngày cuối cùng* như thể đã bắt đầu rồi. Tinh thần mong chờ sự tái lâm của Đấng Christ với ý nghĩa là sự mở đầu của 'những ngày cuối cùng' là điều phổ biến trong Tân Ước (Công 2:17; 2 Ti 3:1; Hê 1:2; 2 Phi 3:3 (?); 1 Giăng 2:18; Giu-đe 18).

Việc áp dụng cách nói này trong thời của họ biểu lộ niềm tin của Cơ Đốc nhân ban đầu rằng họ đang sống trong thời đại khi mà lời hứa của Đức Chúa Trời sắp được ứng nghiệm – một thời kỳ kéo dài không xác định ngay trước đỉnh điểm của lịch sử. Gia-cơ cũng có viễn cảnh này, khi niềm xác quyết của ông về sự gần kề của *Parousia* (*sự hiện đến lần thứ hai của Chúa Giê-xu*) thật rõ ràng (5:8). Tuy không chắc chắn, nhưng ý chính này có thể là điều Gia-cơ muốn nói.[150] Vậy, điều Gia-cơ đang nói là những người đang say sưa tích lũy tài sản trong thời của ông đặc biệt có tội, vì họ hoàn toàn không quan tâm đến những đòi hỏi trên con người, bằng cách bày tỏ ân điển của Đức Chúa Trời trong Đấng Christ, và đặc biệt là họ ngu ngốc vì bỏ qua nhiều dấu hiệu về sự phán xét đang mau chóng đến gần. Giống như người giàu ngu dại, họ đã không tính đến sự phán xét bất ngờ (Lu 12:15–21). "Chính là *trong những ngày cuối cùng* mà anh em đã tích trữ của báu!" (NASB). Là những người sống trong "những ngày cuối cùng", trong ân điển của Đức Chúa Trời đã bày tỏ và trước sự phán xét của Đức Chúa Trời sắp đến, chúng ta cũng nên nhận biết sự thúc đẩy mạnh mẽ để chia sẻ, chứ không tích trữ, của cải của chúng ta.

4. Lời buộc tội thứ hai mà Gia-cơ nêu lên chống lại những người giàu

---

149. McKnight, tr. 389–390; Allison, tr. 667.

150. McCartney, tr. 233

thì cụ thể hơn: họ đã *không trả tiền công của những thợ gặt thuê trong ruộng anh em.*[151] Những tình huống Gia-cơ mô tả rất thật với cuộc sống.[152] Pa-lét-tin vào thế kỷ đầu tiên, trước năm 70 SC, đã chứng kiến sự tập trung ngày càng nhiều đất đai vào tay của một nhóm địa chủ rất giàu có. Kết quả là, các mảnh đất của nhiều nông dân đã bị đồng hóa vào những bất động sản rộng lớn này, và những người nông dân này bị buộc phải kiếm sống bằng cách làm thuê cho chủ đất giàu có của họ. Ẩn dụ của Đức Chúa Giê-xu về những người làm công trong vườn nho (Mat 20:1–16) được kể dựa vào bối cảnh nông thôn quen thuộc này, và điều đó có nghĩa là những người làm công mong đợi tiền công của mình vào cuối ngày. Thật ra, điều này được truyền dạy trong luật pháp: "Không được ức hiếp người làm thuê nghèo khó và bần cùng, dù người đó là anh em mình hay là ngoại kiều tạm cư trong xứ và trong thành của anh em. Phải thanh toán tiền công cho người ấy mỗi ngày, trước khi mặt trời lặn, vì người ấy vốn nghèo khó chỉ còn biết trông chờ vào đó. Nếu không, người ấy sẽ kêu van Đức Giê-hô-va về anh em và anh em phải mắc tội" (Phục 24:14–15).

Những lời cảnh báo như vậy cũng có ở những chỗ khác, ví dụ trong Lê-vi Ký 19:13 (ví dụ khác về cách dùng chương này của Gia-cơ) và trong Ma-la-chi 3:5, đặc biệt nói đến việc lừa gạt tiền lương của người lao động được gắn liền với sự áp bức 'người góa bụa và trẻ mồ côi' (so với Gia 1:27). Việc trả tiền công kịp thời rất quan trọng đối với người lao động, là người thường xoay sở ở mức độ vừa đủ sống và người cần có thu nhập ổn định để cung cấp 'bánh hàng ngày' cho bản thân và gia đình mình. Trong một xã hội mà lòng tin không có được cách dễ dàng, thì việc không trả lương cho công nhân đúng ngày có thể làm cho cuộc sống lâm nguy.

Tuy nhiên, Gia-cơ tin rằng người giàu sẽ không thoát khỏi tội lỗi của họ. Trong một hình ảnh sống động gợi nhớ đến máu của A-bên kêu thấu đến Chúa (Sáng 4:10), Gia-cơ mô tả chính tiền lương *kêu oan,* làm cho Đức Chúa Trời biết tội lỗi và cầu xin được bênh vực (Thi 18:6). Những gì người giàu nghĩ rằng họ làm cách bí mật, và không

151. *Không trả tiền công* là một diễn tả trung tính dường như không đứng với phe nào về một vấn đề bản văn. Hai bản thảo viết tay sớm và xuất sắc (א và B) đọc động từ *aphystereō* 'lừa gạt', trong khi các bản thảo khác dùng *apostere*, là 'chiếm giữ'. Sự khác nhau về ý nghĩa không lớn, vì chữ sau chắc chắn biểu thị về một hành động gian lận.

152. Xem Harland, 'Economy of First-Century Palestine', tr. 515–521.

có nguy cơ bị truy tố, thì không thể giấu được *Chúa Toàn Năng*. *Toàn năng* được dịch từ chữ *Sabaoth* (so sánh với KJV; NASB), mà từ này chính là sự chuyển tự của từ Hê-bơ-rơ có nghĩa là 'đạo quân'. Vì vậy, danh hiệu 'Chúa Toàn Năng' mô tả Đức Chúa Trời là nhà lãnh đạo quyền lực, toàn năng của một đạo quân lớn.

Đôi khi đạo quân này là một đạo quân trên đất, như khi Đa-vít thể hiện lòng tin của ông vào kết quả của trận chiến bằng cách khẳng định ông "nhân danh Đức Giê-hô-va vạn quân mà đến, tức là Đức Chúa Trời của đạo quân Y-sơ-ra-ên" (1 Sa 17:45). Thường thường đạo quân thiên thượng được mô tả là do Đức Chúa Trời lãnh đạo. Chính 'Chúa Toàn Năng' là Đấng mà Ê-sai đã thấy trong khải tượng nổi tiếng của ông (Ê-sai 6:3), và danh hiệu nầy trở thành một danh hiệu yêu thích của Ê-sai. Ông thường sử dụng danh hiệu này khi mô tả về sự phán xét mà Đức Chúa Trời sẽ giáng trên Y-sơ-ra-ên và các quốc gia, và đôi khi, như trong Ê-sai 5:9, sự phán xét này được liên kết đặc biệt với việc áp bức người nghèo.

Vì vậy, khi Gia-cơ khẳng định rằng Đức Chúa Trời đã biết các hành vi sai trái của những người giàu, ông nói rõ rằng Đức Chúa Trời này là thánh khiết, quyền năng và quyết định phán xét những người vi phạm điều răn của Ngài.

Vì lời buộc tội giữ tiền công lại là cách mô tả theo truyền thống sự suy đồi của những người giàu, nên có ý kiến cho rằng Gia-cơ không có ý định mô tả tình trạng thật sự tồn tại trong thời của ông. Mặc dù có thể Gia-cơ đã chọn cụ thể tội này do ảnh hưởng từ truyền thống, nhưng điều hầu như chắc chắn là những người giàu mà Gia-cơ nghiêm khắc quở trách thật sự đã phạm tội này.

5. Theo đuổi lối sống xa hoa ích kỷ và không quan tâm tới nhu cầu của người khác là lời buộc tội thứ ba chống lại người giàu. Họ đã *sống xa hoa, hoan lạc trên đất nầy.* Cụm từ này trong tiếng Hy Lạp có hai động từ. Động từ thứ hai dịch từ một hình thức của từ *spatalaō*, chỉ xuất hiện trong tiếng Hy Lạp trong Kinh Thánh ở 1 Ti-mô-thê 5:6 và Ê-xê-chi-ên 16:49. Trong bản văn Ê-xê-chi-ên, người dân Sô-đôm bị kết tội là 'kiêu ngạo, thức ăn thừa mứa' nhưng lại không giúp đỡ 'kẻ nghèo nàn và thiếu thốn'. *Sống ...trong sự xa hoa* là cách dịch từ một hình thức của từ *tryphaō*. Phi-e-rơ sử dụng danh từ cùng gốc với động từ này để nói đến sự 'chè chén' ban ngày mà các giáo sư giả đồi trụy ưa thích (2 Phi 2:13). Ngay cả cụm từ dễ dàng bị bỏ qua *trên* *đất này* cũng mang ý nghĩa tiêu cực rõ ràng, cho thấy một sự tương phản giữa những thú vui người giàu tận hưởng trong thế gian này và những đau khổ đang chờ đợi họ trong cõi đời đời. Hình ảnh tương đồng giúp chúng ta giải thích ý này được tìm thấy trong lời nói của Áp-ra-ham với người giàu là người 'hằng ngày tiệc tùng xa xỉ': "Con ơi, hãy nhớ lại lúc còn sống, con đã được hưởng những điều lành rồi, còn La-xa-rơ phải chịu nhiều điều dữ; bây giờ, nó ở đây được an ủi, còn con phải bị khổ hình" (Lu 16:25). Kiểu 'đảo ngược vận mệnh' này làm sáng tỏ mệnh đề cuối cùng của 5:5: *anh em đã nuôi béo lòng mình trong ngày tàn sát*. Như trong 5:3, có sự tranh cãi về giới từ *en*. Bản NIV dịch là 'trong', gợi ý rằng ngày tàn sát, cũng như 'ngày cuối cùng' trong câu 3, là một hiện tượng trong hiện tại, hoặc ít nhất được bắt đầu. Tuy nhiên, ở đây, cách Kinh Thánh và người Do Thái dùng ám chỉ về tương lai. Mặc dù không có trong bản Bảy Mươi, nhưng cụm từ 'ngày tàn sát' có từ tương đương trong bản văn bằng tiếng Hê-bơ-rơ của Ê-sai 30:25 (30:24 trong Kinh Thánh tiếng Hê-bơ-rơ), là câu mô tả Ngày của Chúa. Ngụy kinh *1 Ê-nóc* cũng sử dụng cụm từ nầy để mô tả sự phán xét (1 Ê-nóc 90:4) và trong bối cảnh có nhiều điểm tương đồng với Gia-cơ 5:1–6. Hơn nữa, Kinh Thánh thường sử dụng hình ảnh về sự tàn sát trong trận chiến để mô tả ngày phán xét (so sánh với Êxê 7:14–23; Khải 19:17–21).[153] Vậy thì, giới từ *en* (trong) có lẽ nên được dịch là 'cho' (như trong bản HCSB; CEB; NAB). Ý của Gia-cơ là những người giàu đang bắt đầu tích luỹ của cải cho bản thân một cách ích kỷ và ngu dại và tiêu xài một cách lãng phí vào những thú vui riêng của họ trong thời kỳ ('*những ngày cuối cùng*' của 5:3) khi ngày phán xét cuối cùng sắp đến (xem 5:9: "Đấng phán xét đang đứng trước cửa"). 'Những ngày cuối cùng' đã bắt đầu; sự phán xét *có thể* xảy ra bất cứ lúc nào – nhưng những người giàu, thay vì hành động để tránh sự phán xét đó, thì lại đang mắc tội lớn hơn bởi đam mê ích kỷ của mình. Họ giống như những gia súc được vỗ béo để làm thịt.

6. Những lời buộc tội cuối cùng chống lại người giàu là họ đã *kết án và giết người vô tội*. *Vô tội* cũng có thể được dịch là 'công chính' (*dikaion*). Một số nhà giải kinh nghĩ rằng 'người công chính' này có thể là Đức Chúa Giê-xu, hoặc thậm chí chính Gia-cơ là 'người công bình' (hoặc 'công chính') (tất nhiên, với giả định là một nhà văn

---

153. Một tài liệu tham khảo cụ thể hơn về sự sụp đổ của Giê-ru-sa-lem năm 70 SC (McKnight, tr. 395–400) có cách hiểu khác.

nào đó sau này đã sử dụng tên của Gia-cơ). Tuy nhiên, bối cảnh và những truyền thống mà Gia-cơ sử dụng ngụ ý một ý nghĩa khác: đó là một sự ám chỉ chung đến người công chính, là những người đang bị người giàu bắt bớ.[154] Những người này 'nghèo và thiếu thốn' nhưng tin cậy Đức Chúa Trời sẽ giải cứu. Họ thường được mô tả là bị người giàu gian ác bắt bớ. Ví dụ, trong sách Sự khôn ngoan của Sa-lô-môn 2:6–20, mong muốn của kẻ ác, những người sống xa hoa trong đời này mà không nghĩ đến ngày mai, là 'đàn áp người nghèo công chính' (Sự khôn ngoan của Sa-lô-môn 2:10) và 'kết án tử hình họ cách đáng xấu hổ' (Sự khôn ngoan của Sa-lô-môn 2:20). Truyền thống Do Thái phổ biến này (so với Thi 10:8–9; 37:32) là điều Gia-cơ sử dụng ở đây để mô tả sự thừa mứa của người giàu (so với Gia 2:5–7). Gia-cơ có ý gì khi nói rằng những người giàu ...*đã giết* người công chính? Có thể ông nghĩ đến hậu quả thực tế của việc người giàu không chia sẻ tài sản của họ và không trả tiền công cho người lao động: "Cướp phương tiện sống của kẻ khác là giết người; đoạt lương của người làm thuê là gây đổ máu" (Huấn Ca 34:22). Tuy nhiên, bị *kết án* (*katadikazō*) là một thuật ngữ pháp lý, và ngụ ý rằng người giàu đang sử dụng, và có lẽ đang làm sai lệch, các quy trình hợp pháp có sẵn cho họ để tích lũy tài sản và được giàu có. Những hoạt động này đã có từ lâu trong Y-sơ-ra-ên, và bị các tiên tri thẳng thắn lên án (xem A-mốt 2:6; 5:12; Mi-chê 2:2; 6–9; 3:1–3, 9–12; 6:9–16). Cũng như bản NIV, hầu như tất cả các bản dịch hiện đại đều xem mệnh đề cuối cùng của đoạn này là một câu khẳng định: *người ấy không kháng cự anh em*. Có lẽ câu này được hiểu là ám chỉ đến tình trạng không có khả năng chống cự của người công chính nhưng nghèo và đau khổ (so sánh Mat 5:39; Rô 12:14). Sự áp bức của người giàu càng tàn ác hơn khi nạn nhân của họ từ chối, hoặc không có khả năng để trả thù. Tuy nhiên, cũng có thể dịch mệnh đề này như một câu hỏi, với câu trả lời là 'phải': 'người ấy không chống lại anh em phải không?' Chủ ngữ của động từ có thể là Đức Chúa Trời (so với bản the Twentieth Century New Testament) hoặc Đấng Christ, và ý ở đây nói đến sự phán xét tương lai: "Đức Chúa Trời sẽ không chống lại anh em phải không?"[155] Ngoài ra, chủ ngữ của câu hỏi có thể là 'người vô tội' và ám chỉ đến những nỗ lực của người công chính để chống lại các hành động của người giàu trong đời này (như trong Sự khôn ngoan của Sa-lô-môn 2:12);

---

154. Đặc biệt xem McKnight, tr. 397–399.
155. Johnson, tr. 305; Varner.

đến những lời cầu xin được bênh vực mà người công chính, mặc dù
có lẽ đã chết, tiếp tục nói ra (Khải 6:9–11); hoặc đến lời chứng của
người công chính chống lại người giàu vào ngày phán xét. Trong số
những cách giải thích này, cách đầu tiên và được nhiều người chấp
nhận là có ý nghĩa nhất. Mặc dù bị phê bình là làm giảm tác dụng,
nhưng lời khẳng định đơn giản là người công chính không chống lại
kẻ áp bức giàu có của mình "kết thúc phần này bằng một ý có tính bi
thương trang trọng" (Tasker).

Thần học

Gia-cơ 5:1–6 là một trong những lời giải thích rõ ràng và mạnh mẽ
nhất về của cải mà chúng ta thấy trong Tân Ước. Ý trọng tâm của
Gia-cơ về vấn đề này trong thư tín lên đến đỉnh điểm (xem 1:9–11,
27; 2:5–7, 15–16; 4:13–17). Những phân đoạn này đã khiến cho bức
thư của Gia-cơ trở thành thư tín được yêu thích của các nhà thần học
giải phóng (liberation), là những người phản ứng trước với sự áp bức
kinh tế và xã hội, đã tìm thấy trong Kinh Thánh lời lên án sự giàu có
và chương trình chống lại sự áp bức như vậy. Các nhà thần học giải
phóng tập trung sự chú ý vào các vấn đề lớn và nghiêm trọng, mà
hội thánh trên toàn thế giới, ngày càng mạnh mẽ trong hai phần ba
dân số thế giới, đã thừa nhận. Tuy nhiên, rất dễ dàng đánh mất cân
bằng trong vấn đề này. Kinh Thánh nói rõ về sự vô nghĩa cuối cùng
của sự giàu có và quyền lực mà quá nhiều Cơ Đốc nhân phấn đấu
để đạt được. Và Kinh Thánh cũng nói rõ về nhu cầu cấp bách là các
Cơ Đốc nhân giàu có phải chia sẻ phước lành của họ với các Cơ Đốc
nhân nghèo hơn.

Nhưng, như chúng ta đã thấy trong Gia-cơ 5:1–6, Kinh Thánh
không lên án bản thân sự giàu có, mà lên án sự giàu có đạt được theo
cách thiếu đạo đức và được sử dụng một cách ích kỷ. Kinh Thánh
cũng không tán thành các chương trình mang tính cách mạng dẫn
đến sự mất cân bằng về quyền lợi. Cơ Đốc nhân làm đúng khi hỗ trợ
các biện pháp chính trị nhằm thúc đẩy các giá trị theo Kinh Thánh.
Nhưng chúng ta cũng phải thừa nhận rằng mọi cuộc cách mạng của
con người chỉ kết thúc với việc kẻ áp bức này thay thế cho kẻ áp bức
khác; chỉ có "cuộc cách mạng" cuối cùng, là khi Chúa đem đến trời
mới và đất mới, mới có thể sửa đổi những sai lầm này mà thôi.

C. Lời khích lệ nhẫn nại chịu đựng (5:7–11)

Ngữ cảnh

Thi Thiên 37 là một bài ca khích lệ tuyệt vời cho người công chính. Họ được mô tả là 'người khốn cùng và kẻ thiếu thốn' (Thi 37:14) và bị đàn áp dưới bàn tay của những kẻ ác (37:12–15, 32–33). Họ bị cám dỗ ghen tỵ với sự thịnh vượng và giàu có của kẻ ác (37:1, 7) và có vẻ nghịch lý, họ cũng bị cám dỗ thiếu kiên nhẫn chờ đợi kẻ ác nhận sự phán xét. Trong tình huống này, tác giả Thi Thiên khuyến khích người công chính "hãy yên tịnh trước mặt Chúa" (37:7) và "kềm chế cơn giận" (37:8), vì Đức Chúa Trời chắc chắn sẽ bênh vực người công chính và tiêu diệt kẻ ác (37:34–40). Gia-cơ viết cho người công chính, chủ yếu là người nghèo, là những người đã chịu khổ trong những hoàn cảnh tương tự. Lời khuyên của ông giống như lời của tác giả Thi Thiên: "hãy kiên nhẫn", vì "ngày Chúa quang lâm sẽ đến đã gần rồi", khi đó kẻ ác sẽ bị phán xét (5:1–6) và người công chính được giải cứu.

Trong 5:7–11, Gia-cơ quay lại phần đầu của lá thư. Ở đây, như trong 1:12, Gia-cơ công bố một 'phước lành' trên những người 'kiên nhẫn' giữa khốn khó.

Giải Nghĩa

7. Việc chuyển tiếp từ lời lên án những người giàu có không tin Chúa đến khích lệ các tín hữu được đánh dấu bằng việc Gia-cơ quay lại cách xưng hô quen thuộc của ông: *anh em*. Vì vậy (*oun*) cho thấy lời khích lệ này dựa trên lời lên án có tính tiên tri về những kẻ áp bức giàu có và độc ác ở 5:1–6: vì Đức Chúa Trời sẽ trừng phạt những kẻ áp bức này, nên các tín hữu cần phải kiên nhẫn chờ đợi thời kỳ đó. Kiên nhẫn rõ ràng là ý chính trong đoạn này. Ý này được thể hiện qua từ gốc *makrothym* bốn lần (5:7 [hai lần], 8, 10) và từ gốc *hypomon* – hai lần (5:11). Từ gốc thứ hai nổi bật trong chương 1, khi Gia-cơ khuyến khích độc giả của ông 'chịu đựng' những thử thách mà họ đã trải qua (1:2–3, 12). Nhiều nhà giải nghĩa cho rằng hai nhóm từ này diễn đạt ý tưởng hơi khác nhau: *makrothym* – là thái độ kiên nhẫn, yêu thương mà chúng ta phải có đối với người khác (1 Cô 13:4; Êph 4:2; 1 Tê 5:14) còn *hypomon* – là thái độ mạnh mẽ, kiên quyết khi chúng ta đối mặt với hoàn cảnh khó khăn (2 Tê 1:4). Chúng ta thấy dường như Gia-cơ tuân theo sự khác biệt này ở chỗ khác (xem phần giải nghĩa ở 1:3).

Còn trong phân đoạn này thì khó nhận ra bất kỳ sự khác biệt nào về ý nghĩa. *Makrothymia* của các tiên tri (5:10) dường như không khác với *hypomonē* của Gióp (5:11). Có thể thấy một sự trùng lắp tương tự về ý nghĩa trong *Giao ước của Giô-sép* 2:7, là lúc Giô-sép, sau khi thành công chống lại cám dỗ của vợ Phô-ti-pha, đã nói rằng 'kiên nhẫn [*makrothymia*] là một loại thuốc và sự chịu đựng [*hypomonē*] có tác dụng mạnh đem lại nhiều điều tốt đẹp' (xem thêm Côl 1:11). Tuy nhiên, chữ *makrothymia* vẫn có ý nghĩa cụ thể hơn trong các câu 5:7–8, không phải mô tả sự chịu đựng dũng cảm trong thử thách, nhưng là một sự chờ đợi Chúa với tinh thần trông cậy và nhịn nhục.

Nói một cách cụ thể, Gia-cơ khích lệ kiên nhẫn *cho đến ngày Chúa quang lâm*. Chữ *cho đến* (*heōs*) ở đây mang nghĩa "ngẫm", ngụ ý một mục tiêu cũng như một khoảng thời gian: "hãy kiên nhẫn khi anh em chờ đợi, và trông đợi, ngày Chúa quang lâm." *Parousia*, nghĩa là 'sự hiện diện' hoặc *hiện đến*, trở thành một thuật ngữ chuyên môn trong Hội thánh đầu tiên chỉ về việc mong đợi sự trở lại của Đức Chúa Giê-xu trong vinh quang để phán xét kẻ ác (Mat 24:37, 39; 2 Tê 2:8) và giải cứu các thánh đồ (1 Cô 15:23; 1 Tê 2:19; 3:13; 4:15; 5:23). Truyền thống này ngụ ý rõ ràng rằng Chúa ở đây là Đức Chúa Giê-xu hơn là Đức Chúa Cha (so với 2 Phi 3:12).[156]

Để minh hoạ về sự kiên nhẫn, Gia-cơ trích dẫn hình ảnh *người nông dân* phải kiên nhẫn chờ đợi đất sinh ra *sản vật quý báu* là phương kế sinh nhai của người. Mặc dù không có từ Hy Lạp cụ thể nằm sau từ *những cơn mưa* (một số bản sao cổ thêm từ này vào, những bản khác thì thêm chữ 'bông trái'), nhưng Gia-cơ sử dụng một cụm từ rõ ràng bao hàm ý này. Tiếng Hy Lạp của ông được dịch theo nghĩa đen là 'sớm và muộn' (xem bản ESV) nhưng ý muốn nói đến những cơn mưa đến xứ Pa-lét-tin vào cuối mùa thu và đầu mùa xuân (xem Phục 11:14); vì thế bản NIV dịch là *những cơn mưa mùa thu và mùa xuân*.[157] Mặc dù có thể hình ảnh, là cụm từ truyền thống trong Cựu Ước, không nói gì về xuất xứ của bức thư, nhưng có lẽ Gia-cơ sử dụng ngôn ngữ đó vì nó thích hợp với hoàn cảnh của độc giả.

---

156. Những nhà giải kinh khác, một phần dựa trên phần đọc những tham khảo về *parousi* trong 'Bài giảng trên núi Ô-li-ve' của Ma-thi-ơ (24:3; 27, 37, 39), tranh luận rằng Gia-cơ đang nói đến sự phán xét của Đức Chúa Trời trên Giê-ru-sa-lem vào năm 70 SC (vd. McKnight, tr. 406–408).

157. Thật sự, ba phần tư lượng mưa trung bình ở Pa-lét-tin rơi vào tháng Mười Hai – tháng Hai, nhưng mưa vào đầu mùa và cuối mùa là quan trọng. Xem Baly, *Geography of the Bible*, tr. 50–51.

Nhưng rất có thể Gia-cơ muốn ám chỉ một việc khác nữa. Cụm từ 'mưa đầu mùa và cuối mùa' trong Cựu Ước luôn xuất hiện trong bối cảnh khẳng định sự thành tín của Chúa (Phục 11:14; Giê 5:24; Ô-sê 6:3; Giô-ên 2:23; Xa 10:1). Độc giả của Gia-cơ, là những người biết đọc Kinh Thánh, có thể đã phát hiện trong ngôn ngữ của câu này sự vang vọng chủ đề Kinh Thánh và bởi đó lòng tin chắc vào sự quang lâm của Chúa để phán xét kẻ thù và giải cứu họ được củng cố thêm.

8. Người nông dân kiên nhẫn chờ đợi hạt giống nảy mầm và cây trồng lớn lên thể nào, thì các tín hữu cũng phải kiên nhẫn chờ đợi Chúa trở lại giải cứu họ và để phán xét kẻ áp bức thể ấy. Và trong khi chờ đợi, họ cần phải *đứng vững* (nghĩa đen là 'làm vững lòng'). Phao-lô cũng có lời kêu gọi tương tự cho tín hữu Tê-sa-lô-ni-ca khi họ chờ đợi *parousia* (1 Tê 3:13; so với 2 Tê 2:17), và tác giả Hê-bơ-rơ khẳng định rằng "tấm lòng nhờ ân điển được vững mạnh là tốt" (Hê 13:9). Vậy thì điều được truyền dạy ở đây là sự trung thành vững vàng với đức tin giữa những cám dỗ và thử thách. Trong khi kiên nhẫn chờ đợi Chúa trở lại, các tín hữu cần giữ mình mạnh mẽ để chống lại tội lỗi và hoàn cảnh khó khăn. Gia-cơ khuyến khích độc giả của mình phải kiên nhẫn vì *ngày Chúa quang lâm đã gần rồi*. Ông có ý gì khi nói như vậy? Nhiều học giả cho rằng việc Gia-cơ tin chắc rằng sự trở lại của Đấng Christ 'gần rồi' là một hy vọng quá nhiệt tình mà bây giờ chúng ta được biết hy vọng đó đã làm ông thất vọng.[158]

Nếu đúng là như vậy, thì tính hợp pháp của tiến trình hành động mà Gia-cơ gợi ý ở đây sẽ dẫn đến câu hỏi nghiêm túc: lời khuyên như vậy có giá trị gì khi hiểu biết cơ bản về diễn biến của lịch sử là nền tảng của lời khuyên đó bị hiểu sai? Lời cáo buộc cho rằng Gia-cơ đã sai lầm trong vấn đề này dựa trên giả định cho rằng Gia-cơ tin *parousia* hẳn phải xảy ra trong một khoảng thời gian rất ngắn. Nhưng không có lý do gì để nghĩ như vậy ở đây. Niềm xác tín của Cơ Đốc nhân ban đầu rằng *parousia* đã 'gần rồi' hoặc 'sắp đến', có nghĩa là họ hoàn toàn tin rằng nó *đã có thể* xảy ra trong một khoảng thời gian rất ngắn, mà không có nghĩa là nó *đã phải* xảy ra. Giống như Đức Chúa Giê-xu, họ cũng không biết 'ngày hoặc giờ đó' (Mác

---

158. Ý tưởng rằng Cơ Đốc giáo di chuyển từ một niềm tin rằng Đấng Christ sẽ trở lại trong một thời gian ngắn đến sự nhận thức rằng Đấng Christ không thể đến trong một thời gian dài ('sự chậm trễ của *parousi*') từng là một luận thuyết ảnh hưởng nhiều trong giới học giả phê bình Tân Ước. Tuy nhiên, nó sai lầm vô cùng.

13:32), nhưng họ đã hành động và dạy người khác hành động, như
thể thế hệ của họ là thế hệ cuối cùng. Gần hai mươi thế kỷ sau đó,
chúng ta sống ngay trong tình trạng tương tự: thập kỷ của chúng ta
có thể là cuối cùng trong lịch sử nhân loại. Và lời khuyên của Gia-cơ
cho chúng ta cũng là lời khuyên cho độc giả thế kỷ thứ nhất: *hãy kiên
nhẫn và hãy vững lòng*!

9. Mới đọc, câu này không có liên quan nhiều với ngữ cảnh của nó,
lại càng không nhấn mạnh về sự phán xét sắp đến. Tuy nhiên, phiền
trách người khác là cám dỗ đi kèm với áp lực từ hoàn cảnh khó khăn.
Biết bao lần chúng ta thấy mình trút lên bạn thân và các thành viên
trong gia đình những thất bại của một ngày vất vả! Cố gắng không
than phiền và không lằm bằm có thể được xem là một khía cạnh
của sự kiên nhẫn: kiên nhẫn được liên kết với 'chịu đựng lẫn nhau
trong tình yêu thương' trong Ê-phê-sô 4:2 và trái ngược với sự báo
thù trong 1 Tê-sa-lô-ni-ca 5:14–15. Từ *than phiền (stenazō)* thường
được dùng theo đúng nghĩa của nó; chỉ trong tiếng Hy Lạp trong
Kinh Thánh mới có bổ ngữ *(nhau)*. Ý nghĩa có thể là tín hữu không
nên than phiền với những người khác *về* những khó khăn của họ,
hoặc tín hữu không nên đổ lỗi cho người khác *vì* những khó khăn
của họ (so sánh bản NLT). Có lẽ Gia-cơ muốn nói cả hai ý. Tuy nhiên,
một lần nữa, cách dùng trong Kinh Thánh có thể có một ngụ ý khác.
Động từ *stenazō (than phiền)* thường nói đến 'sự than thở' của dân
sự Chúa khi bị áp bức; ví dụ xem Xuất Ê-díp-tô Ký 2:23: "Dân Y-sơ-ra-
ên than thở, kêu van dưới ách nô lệ, tiếng ta thán của họ thấu đến
Đức Chúa Trời". Lời ám chỉ nầy của Kinh Thánh củng cố giả thiết cho
rằng sự than phiền mà Gia-cơ cảnh báo đã nảy sinh vì áp lực trước
hoàn cảnh khó khăn.

Như đã làm ở 4:11–12, Gia-cơ liên kết việc nói nghịch người khác
với sự phán xét. Tuy nhiên, trong chương 4 ông ví lời nói chỉ trích
với sự phán xét; còn ở đây ông cảnh báo rằng chỉ trích lẫn nhau đặt
con người trước nguy cơ bị phán xét. Lời cảnh báo này tương tự, và
có thể chịu ảnh hưởng bởi, lời ngăn cấm nổi tiếng của Đức Chúa Giê-
xu: "Đừng xét đoán ai để các con khỏi bị xét đoán" (Mat 7:1). Để tăng
thêm sức mạnh cho lời cảnh báo của mình, Gia-cơ nhắc nhở độc giả
của ông một lần nữa rằng sự phán xét này sắp xảy ra: *Đấng phán
xét đang đứng trước cửa*! Dưới ánh sáng của 4:12 ('có một Đấng phán
xét'), thật hợp lý khi nghĩ rằng Đấng phán xét ở đây là Đức Chúa Cha.
Tuy nhiên, sự tương đồng giữa câu này và sự đề cập đến *parousia*

trong câu 5:7–8 cho thấy rằng Đấng phán xét có thể là Đấng Christ (xem Mat 24:33; Khải 3:10). Lời bình kết thúc của Davids về câu này đáng được nhắc lại: "Tính gần kề của ngày tận thế không chỉ là một động lực để trông đợi sự phán xét 'các tội nhân'...nhưng cũng là một lời cảnh báo để tra xét hành vi của con người, để khi Đấng mà những bước chân của Ngài đang đến gần gõ cửa, thì chúng ta sẵn sàng để mở...Đấng đang đến cũng là Đấng phán xét của Cơ Đốc nhân".[159]

10. Việc 5:10–11 quay lại với lời khuyên hãy kiên nhẫn trong 5:7–8 cho thấy 5:9 là phần chen vào... Những câu này trích dẫn các tiên tri và Gióp làm tấm gương về sự kiên nhẫn và chịu đựng hoạn nạn. Việc nhắc lại các kỳ tích lớn của lòng kiên trì khi đối diện bắt bớ là yếu tố chính của nhiều sách ở thời kỳ giữa hai giao ước (so sánh với 2 Ma-ca-bê) và cũng có trong Tân Ước (xem Hê 11). Đức Chúa Giê-xu khích lệ các môn đồ đối diện với sự bắt bớ một cách dạn dĩ, "bởi vì các nhà tiên tri trước các con cũng từng bị người ta bắt bớ như vậy" (Mat 5:12). Gia-cơ nói một cách cụ thể rằng các tiên tri là một tấm gương về *sự kiên nhẫn khi đối diện đau khổ*. Bản NIV có lẽ hiểu đúng cụm từ Hy Lạp có thể được dịch là 'chịu khổ và kiên nhẫn' (ví dụ bản ESV). Đây là cách nói theo phép thế đôi (hendiadys), là cấu trúc trong đó các từ ngữ được liên kết 'và' giải nghĩa cho nhau. Cho nên, ý ở đây có lẽ là hoặc *sự kiên nhẫn khi đối diện sự đau khổ* (cũng xem NLT) hoặc 'chịu đựng đau khổ'. Với ý nghĩa này, chữ *kakopatheia* bao hàm một thực tế là các nhà tiên tri đã chịu đựng hoạn nạn; *sự kiên nhẫn* (*makrothymia*) mô tả *cách* họ chịu đựng. Việc các tiên tri *nhân danh Chúa mà nói* được thêm vào để cho thấy rõ rằng sự đau khổ họ chịu không phải vì họ làm sai, mà cụ thể là vì họ trung tín với ý muốn của Đức Chúa Trời.

11. Câu đầu tiên trong câu Kinh Thánh này tóm tắt ý chính của các câu 5:10–11: *chúng ta gọi* những người trung tín kiên định *là có phước*. Tác giả của sách 4 Ma-ca-bê bắt đầu câu chuyện của mình bằng việc gọi những người tử đạo đã bày tỏ 'sự chịu đựng' (*hypomonē*) khi đối diện bắt bớ (4 Ma-ca-bê 1:10) là 'có phước'. Tương tự, Đức Chúa Giê-xu đã ban phước lành trên những người 'chịu bắt bớ vì sự công chính' (Mat 5:10). Tất nhiên, 'được phước' không giống như 'hạnh phúc' (mặc dù bản KJV dịch như vậy): vì 'hạnh phúc' thường nói lên phản ứng cảm xúc chủ quan; còn 'phước lành' là sự

---

chấp thuận và phần thưởng khách quan, không thể thay đổi của Đức Chúa Trời. Gia-cơ nói rằng các tiên tri nhận phần thưởng này vì họ đã trung tín trong hoạn nạn, thì Gióp cũng như vậy. Nhiều người ngạc nhiên về việc Gia-cơ ám chỉ Gióp là gương mẫu cho sự trung tín chịu đựng hoạn nạn. Chẳng phải Gióp cũng đã than phiền về hoàn cảnh của mình, tự xưng là công chính vô tội và thường nghi ngờ về đường lối của Đức Chúa Trời đối với ông đó sao? Chân dung kinh điển của Gióp và mô tả của Gia-cơ về Gióp có vẻ không tương xứng đã khiến một số người nghĩ rằng Gia-cơ phụ thuộc vào ngụy kinh *Giao ước của Gióp* (*Giao Ước của Gióp*), là sách trình bày Gióp một cách tích cực hơn nhiều. Thật vậy, Gia-cơ có thể bị ảnh hưởng bởi loại truyền thống có trong sách này.[160] Tuy nhiên, vẫn có một cảm giác rằng Gióp của Cựu Ước có thể được xem là tấm gương tuyệt vời của lòng kiên định. Vì mặc dù Gióp đã cay đắng than phiền về cách Chúa đối với mình, nhưng ông không bao giờ từ bỏ đức tin; trong sự thiếu hiểu biết của mình, ông bám vào Đức Chúa Trời và tiếp tục hi vọng nơi Ngài (xem Gióp 1:21; 2:10, 16:19–21; 19:25–27). Như Barclay đã nói: "Gióp không phục tùng mù quáng, thụ động, bợ đỡ. Gióp đấu tranh, thắc mắc và đôi khi cả chống lại, nhưng ngọn lửa đức tin không bao giờ bị dập tắt trong lòng ông."[161] Ngoài 'sự kiên định của Gióp', độc giả của Gia-cơ còn *thấy được mục đích của Chúa*. Bản NIV ở đây giải thích một cụm từ khó trong tiếng Hy Lạp, được dịch sát nghĩa là 'kết cuộc/mục đích [*telos*] của Chúa'. Một số nhà giải kinh cho rằng từ chìa khóa *telos* nghĩa là 'mục đích' (xem bản NRSV; ESV; NET; NAB) và hiểu cụm từ nầy ám chỉ mục đích tối thượng của Đức Chúa Trời nằm phía sau sự chịu khổ của Gióp (Gióp 42:5–6). Những người khác nghĩ rằng chữ *telos* ở đây có nghĩa là 'kết cuộc' hoặc 'kết quả' (NASB; HCSB): có thể Gia-cơ đang nói đến *Parousia* – là 'kết cuộc mà Chúa đem đến' – hoặc nói đến sự chết và sự phục sinh của Đấng Christ – là 'kết cuộc' và 'dấu ấn' của cuộc đời Chúa. Tuy nhiên, cách hiểu đúng nhất là xem cụm từ này là lời ám chỉ đến kết cuộc hoặc kết quả của hoàn cảnh của Gióp, mà cuối cùng Chúa đã mang đến: đó là sự phục hồi gia đình và tài sản của ông (Gióp 42:13).

Đây là cách giải thích của bản NIV (xem thêm CEB; NLT). Cách giải

160. Tuy nhiên, niên đại của *Giao ước của Gióp* là không chắc chắn; và một số người nghĩ rằng sách có thể có phần tự thêm vào của Cơ Đốc nhân. Xem phần thảo luận trong 'Giao ước của Gióp', trong Charlesworth, *Thứ Kinh Cựu Ước*, 1:829–83.

161. Barclay, *Letters of James and Peter*, tr. 147–148.

thích này khớp với những câu tương tự về Gióp trong văn chương Do Thái (*Giao ước của Gát* 7:4 và *Giao ước của Bên-gia-min* 4:1; so với Hê 13:7), nêu lên một ví dụ cụ thể về 'phước lành' được đề cập trước đó, và giải thích mệnh đề cuối cùng: 'kết cuộc' của Gióp cho thấy Chúa thực sự *đầy lòng thương xót và nhân từ*. Nếu đây là điều Gia-cơ muốn nói, thì chúng ta thấy cũng thích hợp với sứ điệp chung của sách Gióp, là sách cho thấy sự trung tín của Gióp cuối cùng đã được ban thưởng ra sao. Chắc chắn Gia-cơ không có ý nói rằng kiên nhẫn chịu khổ sẽ luôn được ban thưởng bằng sự thịnh vượng vật chất; vì có quá nhiều trường hợp trong Cựu Ước (Giê-rê-mi!) và Tân Ước chứng minh điều này là sai. Nhưng Gia-cơ muốn khích lệ chúng ta trung tín, nhịn nhục chịu đựng hoạn nạn bằng cách nhắc chúng ta về phước lành chúng ta sẽ nhận được cho điều đó.

Thần học

Như chúng ta đã thấy nhiều lần rằng Gia-cơ có một nền thần học rất thực tiễn. Lai thế học của ông cũng không ngoại lệ. Chắc chắn Gia-cơ không nói nhiều về 'những điều cuối cùng', mặc dù ông nói đủ để chúng ta xếp ông cách an toàn vào quan điểm 'đã/chưa' điển hình trong Tân Ước (xem "Lai thế học" trong phần Giới Thiệu, tr. 58). Trong phân đoạn này, Gia-cơ thúc giục chúng ta nghĩ về cuộc sống trong ánh sáng của 'sự cuối cùng' của mọi vật. Đức Chúa Trời đã định một ngày Ngài sẽ kết thúc chương trình cứu chuộc và phán xét tất cả mọi người. Chúng ta phải sống mỗi ngày trong ánh sáng của 'kết cuộc' mà Đức Chúa Trời đã định: một kết cuộc mà chúng ta không thể dự đoán về thời điểm chắc chắn sẽ xảy đến và có ý nghĩa tối hậu. Giống 'những kẻ nhạo báng' trong 2 Phi-e-rơ 3, các tín hữu thường rơi vào cạm bẫy của ý nghĩ cho rằng sự quang lâm của Chúa đã bị đẩy quá xa vào tương lai không chắc chắn đến nỗi không còn ý nghĩa cho hiện tại. Gia-cơ dạy ngược lại: Đấng Christ, Đấng phán xét của mọi người, kể cả các Cơ Đốc nhân, 'đang đứng trước cửa'.

6. Những Lời Khuyên Bảo Cuối (5:12–20)

A. Các lời thề (5:12)

12. Mặc dù về bản chất câu Kinh Thánh có thể đứng độc lập, nhưng cụm từ mở đầu *nhưng trên hết* ngụ ý một liên kết nào đó với ngữ cảnh trước. Chắc chắn Gia-cơ không có ý nói rằng thề thốt là tội lỗi xấu xa hơn các tội khác mà ông đã đề cập trong thư tín (như giết người, ngoại tình, ô uế). Tuy nhiên, có lẽ cách nói này chỉ dành cho ngữ cảnh trực tiếp, và ông muốn nhấn mạnh việc sử dụng danh Đức Chúa Trời một cách bất kính là tội trọng hơn các tội khác có thể mắc phải khi gặp khốn khó (5:7–11) – đặc biệt khi so sánh với các tội khác về lời nói, như là than phiền về người khác (5:9), cũng được nhắc đến trong bối cảnh này. Một liên kết như vậy dường như không tự nhiên cho lắm, nhưng tốt hơn là xem cụm từ *nhưng trên hết* đơn giản chỉ để thu hút sự chú ý cụ thể vào lời khuyên này (so sánh 1 Phi-e-ơ 4:8). Đây có thể cũng là cụm từ nhằm báo hiệu phần cuối lá thư (Phao-lô sử dụng chữ *loipon*, 'cuối cùng', trong một vài thư tín của ông theo cách này).

Việc thề thốt mà Gia-cơ ngăn cấm không phải là ngôn ngữ *"dơ bẩn"* theo đúng nghĩa của nó, nhưng là việc cầu khẩn danh Đức Chúa Trời, hoặc những vật thay thế cho danh ấy, để đảm bảo điều chúng ta nói là thật. Trong Cựu Ước, Đức Chúa Trời thường được mô tả là Đấng đảm bảo sẽ thực hiện các lời hứa của Ngài bằng lời thề. Luật pháp không cấm thề thốt, nhưng luật pháp đòi hỏi người thề phải thành thật với bất cứ lời nào mình nói ra (so với Lê 19:12 – một ví dụ khác mà Gia-cơ nói đến trong chủ đề được nhắc đến trong đoạn Kinh Thánh đó). Mối quan tâm đến việc làm giảm giá trị của lời thề vì thề thốt bừa bãi và xu hướng né tránh thực hiện lời thề bằng cách thề bởi các vật 'ít thiêng liêng hơn' (so với Mat 23:16–22) dẫn đến các lời cảnh báo không được thề thốt quá thường xuyên (so với Huấn Ca 23:9, 11; Philo, *Về Mười Điều Răn*, 84–95).

Dường như Đức Chúa Giê-xu còn cẩn trọng hơn khi Ngài truyền cho các môn đồ không được thề 'gì hết' (Mat 5:34). Sự dạy dỗ của Đức Chúa Giê-xu trong Ma-thi-ơ 5:34–37 đặc biệt quan trọng trong việc hiểu lời dạy của Gia-cơ, vì có vẻ như Gia-cơ đang cố tình mô phỏng lại truyền thống này. Điểm tương đồng giữa hai phân đoạn này được nhận thấy rõ ràng khi chúng được đặt cạnh nhau:

Ma-thi-ơ 5:34–37	Gia-cơ 5:12
'Đừng thề gì hết.	'Chớ thề thốt,
Đừng chỉ trời mà thề . . .	đừng chỉ trời,
đừng chỉ đất mà thề . . .	chỉ đất
đừng chỉ thành Giê-ru-sa-lem mà thề, . . .	hoặc bất cứ vật gì khác mà thề
Cũng đừng chỉ đầu của con mà thề . . .	
Nhưng chỉ nên nói: . . .'Phải, phải' hay	nhưng phải thì nói phải, không

'Không, không' là đủ.
Còn thêm thắt điều gì là do ác quỷ mà ra.'

thì nói không,
để anh em khỏi bị phán xét.'

Người ta thường lập luận rằng Ma-thi-ơ và Gia-cơ khác nhau ở một điểm quan trọng. Họ nói rằng Ma-thi-ơ đề nghị một 'lời thề thay thế', "nhưng chỉ nên nói: 'Phải' hay 'Không' là đủ" (nghĩa đen là 'hãy nói Có là có, Không là không'), trong khi Gia-cơ đơn giản cấm mọi lời thề. Tuy vậy có nhiều khả năng rằng trong Ma-thi-ơ, Đức Chúa Giê-xu cũng đang nói giống như Gia-cơ: tính trung thực của chúng ta phải nhất quán và đáng tin đến nỗi chúng ta không cần lời thề nào để chứng minh: chỉ một từ 'có' hoặc 'không' là đủ. "Lời nói của chúng ta phải hoàn toàn đáng tin cậy như một tài liệu đã được ký, chính xác và đầy đủ về mặt pháp lý" (Mitton).

Vấn đề còn lại là liệu có phải Đức Chúa Giê-xu và Gia-cơ cấm *tất cả* các lời thề hay không. Vào thời kỳ Cải Chánh, nhiều người trong truyền thống Anabaptist tin rằng đúng như vậy và vì vậy họ từ chối tuyên thệ trong tòa án hoặc bất cứ nơi nào khác – một niềm tin mà nhiều Cơ Đốc nhân chân thật vẫn tiếp tục giữ. Tuy nhiên, vấn đề còn đang tranh cãi là có phải Đức Chúa Giê-xu hoặc Gia-cơ muốn nói đến các lời thề chính thức, tức là lời thề mà cơ quan thẩm quyền có trách nhiệm yêu cầu chúng ta thực hiện hay không. Dường như cả hai đang nghĩ đến những lời thề *tự nguyện*. Dẫu vậy, người ta cũng lập luận rằng ý định ở đây không phải là ngăn cấm *bất cứ* lời thề nào, nhưng chỉ cấm những lời thề với ý định né tránh sự trung thực tuyệt đối. Dường như đây là vấn đề mà Đức Chúa Giê-xu đang nói đến (so sánh Mat 23:16–22), và bằng chứng từ các thư tín của Phao-lô cho thấy rằng ông tiếp tục sử dụng lời thề (Rô 1:9, 2 Cô 1:23; 11:11; Ga 1:20; Phil 1:8; 1 Tê 2:5, 10). Thế nhưng cần phải cẩn trọng. Việc Gia-cơ lặp lại lời dạy dỗ của Đức Chúa Giê-xu, mà không nói đến ngữ cảnh có tính luận chiến của Ma-thi-ơ chương 5, nhắc chúng ta đừng giả định rằng việc cấm thề chỉ liên quan đến sự dạy dỗ sai trật mà thôi. Và người ta có thể thắc mắc rằng cách thức 'làm chứng' của Phao-lô có thật sự thích hợp để xếp vào thể loại lời thề hay không. Cũng có khả năng là Đức Chúa Giê-xu và Gia-cơ đều có ý ngăn cấm bất cứ lời thề tự nguyện nào.

B. Cầu Nguyện và Sự Chữa Lành (5:13–18)

Ngữ cảnh

Cũng như rất nhiều tác giả thư tín của Tân Ước, Gia-cơ kết thúc bài giảng của mình bằng lời khích lệ cầu nguyện. Cầu nguyện rõ ràng là chủ đề của phân đoạn này, được đề cập trong từng câu. Gia-cơ giới thiệu sự cầu nguyện với từng cá nhân tín hữu, trong những hoàn cảnh rất khác nhau mà họ đang đối diện (5:13–14), và với cả cộng đồng (5:16a). Rồi ông khuyến khích cầu nguyện như vậy bằng cách nhấn mạnh những ảnh hưởng mạnh mẽ của lời cầu nguyện tuôn ra từ một tấm lòng công chính (5:16b-18). Có thể cảm nhận được mối liên hệ nào đó với 5:12 qua chủ đề chung của lời nói liên quan đến Đức Chúa Trời (lời nói không tốt, 5:12; và lời nói ích lợi, 5:13–18), nhưng Gia-cơ không hề ngụ ý về sự liên kết này. Vì thế, sẽ hợp lý hơn khi cho rằng Gia-cơ muốn ca ngợi sự cầu nguyện như một nguồn sức mạnh lớn lao trong hoạn nạn mà người đọc đang trải qua (xem cách dùng chữ *kakopatheia* trong cả 5:10 và 5:13). Tuy nhiên, về căn bản, phân đoạn này là một phần riêng biệt.

Giải Nghĩa

13. "Hãy cầu nguyện ... trong mọi hoàn cảnh" là điều Phao-lô đã truyền bảo (Êph 6:18, 1 Tê 5:17). Tương tự như vậy, Gia-cơ đã khuyên các tín hữu hãy cầu nguyện trong bất kỳ tình huống nào mà họ đang đối diện. Họ phải cầu nguyện *khi gặp khó khăn*. Chữ *kakopatheia* cũng là từ ngữ mà Gia-cơ đã dùng trong 5:10 khi nói đến các tiên tri, là một thuật ngữ chung bao gồm sự trải nghiệm trong mọi loại hoạn nạn và thử thách. Phao-lô đã sử dụng dạng động từ của từ này để mô tả việc ông bị giam cầm và để khuyên Ti-mô-thê hãy sẵn sàng chịu đựng loại đau khổ như vậy (2 Ti 2:9; 4:5). Lời cầu nguyện mà các tín hữu cần dâng lên trong những hoàn cảnh như thế không nhất thiết phải là cầu xin giải cứu khỏi thử thách, nhưng cầu xin sức mạnh để chịu đựng một cách trung tín. Các tín hữu cũng phải cầu nguyện khi họ *vui mừng* nữa. Động từ Hy Lạp được dịch là *vui mừng (euthymeō)* không đề cập đến hoàn cảnh bên ngoài, nhưng đến sự vui mừng trong lòng cho dù người đó ở trong hoàn cảnh tốt đẹp hay khó khăn. Đó là ý nghĩa của sự vững lòng mà Phao-lô đã khích lệ những người bạn đồng hành của ông cần có, mặc dù chiếc tàu của họ đang đối diện nguy cơ sắp bị chìm (Công 27:22, 25). Khi cảm thấy được an ủi, chúng ta rất dễ quên rằng cuối cùng thì sự thỏa lòng đến từ Đức Chúa

Trời. Vì vậy, có lẽ không chỉ khi chịu khổ, mà trong lúc vui mừng, chúng ta cũng phải được nhắc đến bổn phận phải nhận biết vai trò tối thượng của Đức Chúa Trời trong cuộc đời chúng ta. Ý nghĩa bên trong của sự vui mừng phải được biểu lộ ra bên ngoài: *Hãy ca ngợi.* Cụm từ cuối này được dịch từ chữ Hy Lạp *psallō,* dễ dàng nhận ra từ này có liên hệ với từ 'psalm' trong tiếng Anh. Được lấy từ chữ Hy Lạp chỉ về một loại đàn hạc, từ ngữ này cũng được dùng trong Bản Bảy Mươi để miêu tả những thể loại bài hát nhất định, đặc biệt là những bài hát ngợi khen. Hát ngợi khen có liên hệ gần gũi với sự cầu nguyện (so sánh 1 Cô 14:15); thật vậy, hát ngợi khen có thể được xem là một hình thức cầu nguyện.

14. Hoàn cảnh thứ ba mà mỗi tín hữu cần phải cầu nguyện là khi có ai đó *bị bệnh.* Tuy nhiên, trong trường hợp này, tín hữu bị bệnh không được bảo phải cầu nguyện, mà phải mời *các trưởng lão trong hội thánh* đến để họ *cầu nguyện cho.* Các *trưởng lão* được đề cập trong sách Công Vụ Các Sứ Đồ có mối liên hệ với hội thánh tại Giê-ru-sa-lem (11:30; 15:2; 21:1) và các hội thánh được thành lập qua Phao-lô (14:23; 20:17). Mặc dù trong các bức thư của mình, Phao-lô chỉ nhắc đến tên các trưởng lão trong 1 Ti-mô-thê (5:17) và Tít (1:5), nhưng 'giám thị'/ (hay 'giám mục'), được đề cập ở dạng số nhiều trong Phi-líp 1:1 và ở dạng số ít (có lẽ nói chung) trong 1 Ti-mô-thê 3:1, có thể là một danh hiệu khác cho cùng một chức vụ. Cả Phi-e-rơ (1 Phi-e-rơ 5:1) và Gia-cơ đều thừa nhận sự tồn tại của *các trưởng lão* trong hội thánh, chứng tỏ rằng đây là một chức vụ phổ biến rộng rãi trong hội thánh ban đầu.[162] Mặc dù không chắc chắn nhưng có thể chức vụ này được tiếp nhận từ nhà hội. Từ vai trò nổi bật của các trưởng lão trong Công Vụ Các Sứ Đồ và sự miêu tả về chức vụ này trong các thư tín mục vụ, chúng ta có thể suy ra rằng các trưởng lão là những người trưởng thành về thuộc linh, được giao trách nhiệm giám sát thuộc linh cho từng hội thánh địa phương. Bởi vì các trưởng lão Ê-phê-sô phải 'hướng dẫn', hoặc 'chăn' bầy chiên của họ (Công 20:28), và 'mục sư' không bao giờ được đề cập cùng với các trưởng lão, nên có khả năng nhiệm vụ của chức vụ mà chúng ta gọi là 'mục sư' hoặc 'truyền đạo' được thực hiện bởi các trưởng lão. Do đó, tín hữu bị bệnh nên mời các trưởng lão đến là lẽ đương nhiên.

Khi các trưởng lão đến, họ sẽ cầu nguyện *trên (epi)* người đang

---

162. Tuy nhiên, McKnight (tr. 436) và Allison (tr. 756–757) nghi ngờ rằng 'trưởng lão' chỉ đến những người giữ một chức vị trong hội thánh.

bị bệnh. Đây là chỗ duy nhất mà chữ Hy Lạp *proseuchomai* (*cầu nguyện*) được dùng trong Kinh Thánh có chữ *epi* theo sau. Có thể lý do chỉ là ngụ ý về vị trí vật lý, nhưng cũng có khả năng ám chỉ rằng những cánh tay cũng được đặt *trên* người bệnh (xem Mat 19:13). Khi các trưởng lão cầu nguyện cho người bệnh, họ cũng được khuyên nên *xức dầu cho người bệnh*. Dạng động từ mà Gia-cơ sử dụng ở đây (phân từ bất định) có nghĩa rằng các trưởng lão phải xức dầu trước và sau đó cầu nguyện (HCSB). Nhưng có nhiều khả năng (như trong hầu hết các bản dịch và theo các nhà chú giải Kinh Thánh) rằng hai hành động này xảy ra cùng lúc.[163]

Sự xức dầu này phải được thực hiện *nhân danh Chúa*, biểu thị thẩm quyền thiên thượng trong việc xức dầu (xem Công 3:6, 16; 4:7, 10). *Chúa* có thể là Đức Chúa Trời (xem 5:10–11), hoặc, có lẽ nhiều khả năng hơn là Đấng Christ (5:7–8; và số lần lời cầu nguyện trong Tân Ước được thực hiện "nhân danh Đức Chúa Giê-xu").[164] Thế nhưng, mục đích của việc xức dầu này là gì? Hành động này chỉ được nhắc đến một lần nữa trong Tân Ước: khi Mác cho chúng ta biết mười hai sứ đồ "đã đuổi nhiều quỷ, xức dầu và chữa lành nhiều người bệnh" (6:13). Thật đáng tiếc là không có lời giải thích nào thêm về tập tục này được đưa ra trong sách Mác ngoài ở đây trong Gia-cơ. Nói chung, có hai khả năng chính giải thích cho mục đích của việc xức dầu.

Trước tiên, xức dầu có thể vì mục đích *thực tế*. Dầu được sử dụng rộng rãi trong thế giới cổ đại như một loại thuốc. Trong ẩn dụ của Đức Chúa Giê-xu, Ngài cho chúng ta biết rằng người Sa-ma-ri đã dừng lại để giúp đỡ người đàn ông bị cướp và bị đánh đập, người ấy đã "đến gần, lấy dầu và rượu xức vào vết thương, băng bó lại" (Lu 10:34). Các nguồn tài liệu cổ xưa khác chứng thực tính hữu ích của dầu trong việc chữa trị mọi thứ từ đau răng đến bệnh liệt (nhà vật lý nổi tiếng thế kỷ thứ hai Galen giới thiệu dầu là "loại thuốc tốt nhất của tất cả các thuốc trị chứng liệt", *Mod. Temp.*, 2). Thế thì, điều Gia-cơ đang nói là các trưởng lão nên đến bên giường của người bệnh và phải được trang bị bằng cả hai nguồn lực thuộc linh và tự nhiên, tức

---

163. Các động tính từ bất định, đặc biệt khi (như ở đây) chúng đi theo một động từ chúng bổ nghĩa, không cần biểu thị hành động 'đứng trước'; chúng trường biểu thị hành động trùng hợp ngẫu nhiên.

164. Blomberg và Kamell, tr. 243; McKnight, tr. 442; tương phản Allison, tr. 763–766.

là lời cầu nguyện và thuốc men. Cả hai đều được quản lý dưới thẩm quyền của Chúa và cả hai cùng được Ngài sử dụng trong việc chữa lành bệnh tật.[165] Quan điểm nầy gặp khó khăn ở hai phương diện. Thứ nhất, không tìm thấy bằng chứng về việc xức dầu cho *mọi* vấn đề y khoa – và tại sao chỉ đề cập đến một biện pháp chữa trị (cho dù phổ biến) khi có nhiều căn bệnh khác nhau? Thứ hai, tại sao phải là các trưởng lão của hội thánh xức dầu nếu mục đích của việc này chỉ mang tính y khoa? Chắc chắn những người khác cũng đã thực hiện điều này nếu đó là một biện pháp chữa trị thích hợp cho người bệnh.

Một số khác nghĩ đến một loại mục đích thực tiễn khác, đó là việc xức dầu có thể được xem như một cách bày tỏ sự quan tâm về thể xác bên ngoài và là một phương tiện để kích thích đức tin của người bệnh.[166] Đức Chúa Giê-xu đôi khi cũng sử dụng "các đạo cụ" vật lí để chữa lành, rõ ràng với chỉ một mục đích như vậy. Nhưng khi Đức Chúa Giê-xu làm như thế, hành động vật lý này đặc biệt thích hợp cho bệnh tật, như là xoa mắt người mù (Mác 8:23–26) và đặt ngón tay Ngài lên tai của người điếc (Mác 7:33). Chỉ là không có bằng chứng nào cho thấy việc xức dầu thường được sử dụng với mục đích như vậy.

Vậy thì, rất có thể việc xức dầu mang mục đích *tôn giáo*.[167] Lời giải thích chính thứ hai cho tục lệ này có thể được chia làm hai loại, tuỳ vào việc xức dầu mang ý nghĩa thánh lễ hay chỉ mang nghĩa biểu tượng. Hiểu biết tục lệ này về phương diện thánh lễ đã có từ rất sớm trong lịch sử hội thánh. Căn cứ vào bản văn này, hội thánh Hy Lạp đầu tiên thực hành điều họ gọi là ‘euchelaion’ (kết hợp của từ *euchē*, ‘cầu nguyện’, và *elaion*, ‘dầu’, cả hai đều được sử dụng trong đoạn văn này), với mục đích tăng cường sức mạnh cho cơ thể và linh hồn người bệnh. Hội thánh phương Tây tiếp tục sự thực hành này trong

165. Xem đb. Wilkinson, *Health and Healing*, tr. 153; cũng đối chiếu Ross, tr. 79; Burdick, tr. 204.

166. Tasker, tr. 131; Mitton, tr. 131; Hayden, ‘Calling the Elders’, tr. 265.

167. Ngay cả khi Gia-cơ không giới thiệu biện pháp y học cụ thể ở đây, chúng tôi không thể rút ra kết luận rằng việc nhờ vào thuốc là biểu hiện của việc thiếu đức tin (như điều một số Cơ Đốc nhân thật nhưng được dạy dỗ sai lầm tin). Gia-cơ chắc hẳn đã chia sẻ quan điểm của Huấn Ca, sách khôn ngoan Do Thái, ông chia sẻ nhiều quan điểm trong đó: "Hãy tôn trọng thầy thuốc vì mọi người đều cần đến ông, và vì thiên chức lương y là do Đức Chúa thiết lập. Quả vậy, tài chữa bệnh là do Đấng Tối Cao, ấy là ân tứ Vua Trời ban tặng. Thầy thuốc hiên ngang vì giàu kinh nghiệm, khiến người có địa vị cũng phải nể nang. Thiên Chúa làm cho đất trổ sinh dược liệu; những thứ đó, người khôn chẳng dám coi thường" (Huấn Ca 38:1–4).

nhiều thế kỷ, cũng như việc sử dụng dầu trong các dịp khác. Sau này, hội thánh La Mã giao cho các linh mục độc quyền cử hành nghi lễ này và phát triển bí tích của 'lễ xức dầu thánh'. Bản văn chính được trích dẫn để hỗ trợ cho tập tục này là Gia-cơ 5:14–15. Mặc dù thường được thi hành trước khi chết, nhưng *The Catechism of the Catholic Church* (*Sách Giáo Lý của Giáo Hội Công Giáo*) nhấn mạnh rằng bí tích này có mục đích làm tăng thêm sức mạnh cho bất cứ ai đang bệnh (xem 1511–1515). Tuy nhiên, Gia-cơ cũng nhấn mạnh rằng việc xức dầu tập trung nhiều vào việc chữa bệnh hơn là tăng thêm sức mạnh thuộc linh. Dù vậy, dầu có thể được xem là có chức năng về phương diện thánh lễ ở chỗ nó đóng vai trò là 'phương tiện bày tỏ quyền năng thiên thượng'.[168] Cũng như việc dự phần vào Lễ Tiệc Thánh làm cho những tín hữu tham dự được tăng thêm sức mạnh trong ân điển, thì việc xức dầu có lẽ được Chúa quy định như một yếu tố vật chất mà qua đó Ngài ban ân điển chữa lành cho tín hữu có bệnh. Thái độ của một người đối với quan điểm này sẽ phụ thuộc đáng kể vào quan điểm của người đó về 'thánh lễ' nói chung. Nhưng người ta cũng có thể đặt câu hỏi liệu một tục lệ chỉ được đề cập một lần duy nhất trong Tân Ước (dù so sánh với Mác 6:13) thì có thể có tầm quan trọng mà quan điểm này dành cho việc xức dầu hay không?

Vậy thì, tốt nhất nên xem việc xức dầu như một hành động mang tính biểu tượng. Xức dầu thường xuyên tượng trưng cho hành động biệt riêng người hoặc vật cho Đức Chúa Trời sử dụng và cho sự phục vụ trong Cựu Ước. Và mặc dù chữ *chriō* thường được dùng trong các bản văn này, nhưng có lẽ Gia-cơ đã chọn *aleiphō* bởi vì hành động vật lý có liên quan (xem phần 'Ghi chú bổ sung: *aleiphō* và *chriō*', bên dưới). Khi các trưởng lão cầu nguyện, họ sẽ xức dầu cho người bệnh với ý nghĩa tượng trưng rằng người ấy đang được 'biệt riêng' cho sự chú ý và chăm sóc đặc biệt của Đức Chúa Trời.[169] Mặc dù Calvin, Luther và các nhà giải kinh khác cho rằng tục lệ xức dầu, cùng với

---

168. Davids, tr. 193; cũng đc. Calvin, tr. 355–356; Dibelius, tr. 252–254. Có bằng chứng cho thấy rằng dầu được xem là có mang giá trị thuộc linh (*Đời sống của A-đam và Ê-va* 36) và giúp đỡ trong sự đuổi quỷ (*Giao ước của Sa-lô-môn* 18:34). Dầu ở đây có mục đích đuổi quỉ, bệnh tật được xem là do ma quỉ gây ra, được tranh luận bởi Dibelius, tr. 252, và W. Brunotte, 'Anoint', *NIDNTT*, tr. 121. Nhưng sự xức dầu không được làm kết hợp với sự đuổi quỉ trong Tân Ước; Mác 6:13, thật sự, phân biệt giữa sự xức dầu người bệnh và sự đuổi quỉ.

169. Cũng xem Shogren, 'Will God Heal Us?'.

năng quyền chữa lành, chỉ giới hạn trong thời kỳ các sứ đồ,[170] nhưng người ta nghi ngờ một sự giới hạn như vậy. Việc Gia-cơ khuyến cáo rằng các lãnh đạo thường trực hội thánh nên thực hiện tục lệ này dường như ám chỉ hiệu lực lâu dài của nó trong hội thánh. Mặt khác, việc xức dầu cho người bệnh chỉ được đề cập ở đây trong các thư tín Tân Ước, và nhiều sự chữa lành được thực hiện mà không có sự xức dầu, cho thấy tục lệ này không phải là điều cần thiết đi kèm theo lời cầu nguyện chữa lành. Các trưởng lão cầu nguyện cho người bệnh *có thể* xức dầu, và Gia-cơ rõ ràng đã khuyến cáo tục lệ này; nhưng họ không buộc *phải* làm theo.

Ghi chú bổ sung: 'aleiphō' và 'chriō' (5:14)

Kinh Thánh sử dụng hai từ ngữ Hy Lạp mang ý nghĩa 'xức dầu': *chriō* và *aleiphō*. Việc Gia-cơ chọn từ ngữ thứ hai trong 5:14 có thể giúp chúng ta trong việc hiểu khi ông nói đến 'việc xức dầu', ông muốn ám chỉ đến điều gì.

Chữ *aleiphō* chỉ được sử dụng hai mươi lần trong Bản Bảy Mươi. Ê-xê-chi-ên là tác giả duy nhất dùng từ này với ý nghĩa 'chà nước vôi trắng' lên các bức tường (bảy lần, tất cả đều được dịch từ tiếng Hê-bơ-rơ là *ṭûḥ*). Từ này thường xuyên nói đến việc xoa dầu trên mặt hoặc thân thể vì mục đích vệ sinh hoặc làm đẹp (chín lần, thường trong tiếng Hê-bơ-rơ là *sûk*). Tuy nhiên, có bốn lần, động từ này mang ý nghĩa nghi lễ. Nghĩa chính xác trong Sáng Thế Ký 31:13 thì không rõ ràng, nhưng trong Xuất Ê-díp-tô Ký 40:15 (hai lần) và Dân Số Ký 3:3, chữ *aleiphō* bao hàm việc xức dầu theo nghi lễ của các thầy tế lễ, qua đó họ được biệt riêng để phục vụ Đức Chúa Trời. Ý nghĩa cuối cùng này chính là ý nghĩa thường dùng của từ *chriō* trong Bản Bảy Mươi. Trong hầu hết bảy mươi tám lần xuất hiện, từ này đều chỉ rõ 'sự thánh hóa' của các thầy tế lễ, các vật dụng trong đền thánh hoặc vua của Y-sơ-ra-ên. Chỉ ba lần từ này ám chỉ sự chữa trị để làm đẹp. Đáng chú ý là không có từ được sử dụng liên quan đến những mục đích y khoa trong Bản Bảy Mươi.

Hình ảnh này cũng được duy trì trong Tân Ước. Chữ *chriō* luôn mang ý nghĩa ẩn dụ, nói đến việc Đức Chúa Trời đặc biệt biệt riêng Đức Chúa Giê-xu cho chức vụ của Ngài (Lu 4:1 [=Ê-sai 61:1]; Công 4:27; 10:38; Hê 1:9 [=Thi 45:7]), hoặc biệt riêng Phao-lô cho chức

---

170. Như trong Calvin, *Institutes*, IV, 19.18; và thấy lý lẽ cổ điển của B. B. Warfield, *Counterfeit Miracles*.

vụ của ông (2 Cô 1:21). Như trong Bản Bảy Mươi, *aleiphō* hầu như thường nói đến việc xức dầu để làm đẹp hoặc vì lý do vệ sinh (Mat 6:17; Mác 16:1; Lu 7:38, 46 [hai lần]; Giăng 11:2; 12:3). Tuy vậy, cũng có khả năng từ ngữ này có một số ngụ ý mang tính biểu tượng trong ký thuật về việc xức dầu cho Đức Chúa Giê-xu (Giăng 11:2; 12:3). Ý nghĩa của dữ liệu này đối với Gia-cơ 5:14 không hoàn toàn rõ ràng.

Một mặt, có thể lập luận rằng *chriō* là từ ngữ thường có ngụ ý nhiều hơn về tôn giáo hoặc biểu tượng; và rằng Gia-cơ có thể đã chọn từ này nếu ông muốn nói đến những ý nghĩa như vậy. Mặt khác, không từ nào được sử dụng trong Kinh Thánh với ý nghĩa y khoa (tạm bỏ qua Mác 6:13 và Gia 5:14). Trong Lu-ca 10:34, khi dầu (*elaion*) rõ ràng được dùng như thuốc, thì động từ *epicheō*, 'xức' được sử dụng. Vì thế, có thể do *aleiphō* là từ ngữ trong Tân Ước miêu tả hành động vật lý của việc xức dầu mà Gia-cơ đã chọn để sử dụng ở đây. Còn *chriō* không bao giờ ngụ ý việc xức dầu vật lý trong Tân Ước cả.

Mặc dù rõ ràng Gia-cơ mô tả một hành động vật lý, nhưng cũng không cần thiết phải loại trừ tất cả ý nghĩa biểu tượng ra khỏi hành động này. Như chúng ta đã thấy, chữ *aleiphō* được sử dụng tương đương với chữ *chriō* trong Bản Bảy Mươi, nói đến việc thánh hóa các thầy tế lễ (Xuất 40:15; so sánh chữ *chriō* trong 40:13; Dân 3:3). (Josephus có thể cũng sử dụng chữ *aleiphō* với ý nghĩa tượng trưng, tương tự với chữ *chriō*; so sánh *TPCX* 6.165 với 6.157). Thế thì, tốt nhất là nên xem việc xức dầu mà Gia-cơ nói là hành động vật lý với ý nghĩa tượng trưng. Vì tính biểu tượng của 'xức dầu' thường được gắn liền với sự biệt riêng hoặc sự thánh hóa ai hay vật gì đó cho Chúa, nên chúng ta có thể hiểu đây là ý nghĩa tượng trưng được ngụ ý trong hành động. Khi các trưởng lão cầu nguyện cho người bệnh, họ cũng biệt riêng người ấy để được Đức Chúa Trời chú ý đặc biệt.

15. Vì không biết rõ ý nghĩa, nên mặc dù việc xức dầu dĩ nhiên không thu hút nhiều sự chú ý, nhưng chúng ta phải nhớ rằng lời cầu nguyện mới là mối quan tâm chính của Gia-cơ trong các câu này. Điều này được phản ánh trong việc Gia-cơ cho rằng sự chữa lành được mong đợi là nhờ *lời cầu nguyện* của các trưởng lão, chứ không phải việc xức dầu. Lời cầu nguyện của họ được biểu thị bằng một từ lạ: *euchē*, hàm ý một mong muốn hoặc một lời thỉnh cầu tha thiết, mạnh mẽ (xem cách sử dụng động từ *euchomai* trong Công 26:29; 27:29; Rô 9:3). Nhưng không phải vì sự tha thiết hoặc mức độ thường xuyên mà lời cầu nguyện trở nên hiệu quả – nhưng là *đức tin*. Đức tin trong 1:6–8, phân đoạn mà Gia-cơ cũng trình bày về hiệu quả của lời cầu nguyện, nói đến sự phó thác hết lòng và vững vàng cho Đức Chúa Trời. Vì chính các trưởng lão là người dâng lời cầu nguyện, nên rõ ràng đức tin của họ cũng được ngụ ý ở đây. Gia-cơ miêu tả hai kết quả của *sự cầu nguyện bởi đức tin*: loại cầu nguyện này sẽ *cứu người bệnh*; và *Chúa sẽ đỡ người ấy dậy*. *Cứu người bệnh* được dịch từ tiếng Hy Lạp là *sōzō* (nghĩa là 'cứu'; như trong hầu hết các bản dịch). Dĩ nhiên đây là từ được sử dụng thường xuyên trong Tân Ước để chỉ sự giải cứu khỏi sự chết thuộc linh. Nhiều học giả nghĩ rằng đây cũng có thể là ý Gia-cơ muốn nói ở đây. Thực ra, họ cho rằng tất cả các câu 5:14–16a có lẽ nói về sự hồi phục sức khỏe thuộc linh hơn là sức khỏe thuộc thể. Tuy nhiên, ngôn ngữ của Gia-cơ quá rõ ràng đến nỗi không thể hiểu như vậy ở đây; ít nhất về cơ bản, rõ ràng ông nghĩ đến sự chữa lành thuộc thể (xem phần "Thần học", tr. 229). Từ *sōzō* chắc chắn thích hợp để mô tả sự hồi phục sức khỏe và thường xuyên được sử dụng theo cách này trong các sách Phúc Âm. Tương tự, 'đỡ dậy' (*egeirō*) cũng được dùng để diễn tả sức mạnh thuộc thể được phục hồi cho những người được chữa lành (Mat 9:6; Mác 1:31; Công 3:7). Vì thế, đây là hình ảnh mô tả các trưởng lão cầu nguyện 'trên' những người bệnh và Chúa đến để *đỡ họ dậy* khỏi giường bệnh.

Ở đây, Gia-cơ nêu lên chủ đề *tội lỗi* bởi vì có nhiều người tin rằng tội lỗi gây ra bệnh tật. Thế nhưng, từ *nếu* của Gia-cơ cho thấy rõ ông không tin rằng bệnh tật nhất thiết phải là hậu quả của tội lỗi và tất nhiên, trong vấn đề này, ông đi theo sự dạy dỗ của Đức Chúa Giê-xu (so sánh Giăng 9:2–3). Mặt khác, Tân Ước nói rõ ràng rằng bệnh tật và sự chết có thể do tội lỗi gây ra (Mác 2:1–12; 1 Cô 5:5 (?); 11:27–30), và ở đây Gia-cơ đang nói đến tình huống này. Mối quan hệ giữa bệnh tâm lý và bệnh thể chất không nên được giải thích theo các phát minh hiện đại. Gia-cơ đã liên kết tội lỗi với bệnh tật, chứ không phải là sự bất ổn về cảm xúc hoặc rối loạn tâm lý.

Gia-cơ không đưa ra giới hạn nào cho những lời hứa trong câu này: sự cầu nguyện bởi đức tin *sẽ* cứu người bệnh và tội lỗi của người đó cũng *sẽ* được tha. Có phải điều này có nghĩa rằng lời cầu nguyện chữa lành được dâng lên trong đức tin sẽ tuyệt đối công hiệu không? Như chúng ta đã thấy, một số người cho rằng đúng như vậy, nhưng giới hạn phép lạ chữa bệnh chỉ xảy ra trong thời các sứ đồ. Nhưng bản văn không hề ngụ ý sự giới hạn như vậy. Một quan sát hữu ích hơn là chú ý lời nhắc nhở cụ thể của Gia-cơ rằng lời cầu nguyện phải là lời *cầu nguyện bởi đức tin*. Đức tin này, dù nhất định phải bao gồm khái niệm về lòng tin chắc vào khả năng đáp lời của Chúa, cũng đòi hỏi phải có niềm tin tuyệt đối vào sự hoàn hảo của ý muốn Ngài nữa. Vậy nên, một lời cầu nguyện chân thật bởi đức tin luôn luôn bao hàm một sự thừa nhận ngầm về quyền tối cao của Chúa trong mọi vấn đề; rằng ý muốn *của Ngài* sẽ được thực hiện. Và rõ ràng không phải lúc nào ý muốn của Chúa cũng là chữa lành người bệnh cả (so sánh 2 Cô 12:7–9 [có thể]). Vì thế, 'đức tin' là điều kiện thiết yếu để lời cầu nguyện chữa lành được đáp lời. Đức tin này là quà tặng của Đức Chúa Trời và chỉ có thể có được khi Ngài muốn chữa lành (xem phần 'Thần học,' tr. 229).[171]

16. Kết quả *(oun)* của lời hứa Chúa sẽ đáp lời cầu nguyện (5:14–15a) và tha thứ tội lỗi (5:15b) là các tín hữu nên cam kết xưng tội với nhau và cầu thay cho nhau. Xưng tội cùng nhau, điều Gia-cơ khuyến khích nên thực hành thường xuyên (được thể hiện bởi thì hiện tại của câu mệnh lệnh), vô cùng ích lợi đối với sức sống thuộc linh của hội thánh. Chúng ta thấy rõ điều này trong phong trào Giám Lý vào thế kỷ mười tám tại Anh quốc. "Quy luật" được đề xuất cho các buổi nhóm nhỏ của tín hữu đã thúc đẩy phong trào về mặt thuộc linh và chủ yếu là khuyến khích xưng tội và cầu nguyện cùng nhau theo Gia-cơ 5:16a.

Vậy thì, những loại *tội* nào cần phải được xưng ra? Có lẽ Gia-cơ chỉ nghĩ về những tội gây hại cho người khác (so với Mat 5:25–26). Nhưng phần cuối của câu này cho thấy rất có thể đó là những tội có lẽ đã gây bệnh tật. *Để anh em được lành bệnh* thể hiện mục đích của sự xưng tội cùng nhau và cầu nguyện cho nhau. Nhiều người xem việc 'lành bệnh' này mang bản chất thuộc linh, hoặc có lẽ là một sự chữa lành chung chung, gồm phạm vi thuộc thể lẫn thuộc linh. Trong trường hợp này, 5:16a phải được xem như lời suy luận chung, được rút ra từ tình huống cụ thể của các câu 5:14–15. Tuy nhiên tốt hơn là xem câu này như một lời khích lệ kết thúc cho phần nói về bệnh tật thể chất. Lý do là vì động từ *lành bệnh* (*iaomai*) luôn được áp dụng để nói đến những nỗi đau thuộc thể. Chắc chắn, động từ này được sử dụng trong Bản Bảy Mươi nhằm miêu tả việc 'chữa lành' tội lỗi hoặc sự vô tín (so với Phục 30:3; Ê-sai 6:10; 53:5; Giê 3:22). Nhưng

171. Cũng xem Moo, 'Divine Healing', tr. 191–209.

trong những ngữ cảnh đó, tội lỗi luôn luôn được so sánh một cách rõ ràng với 'vết thương'. Trong Tân Ước, chỉ trong các câu trích dẫn từ những bản văn Cựu Ước này, chữ *iaomai* được dùng với ý áp dụng thuộc linh. Do đó, vì mục đích của việc xưng tội và cầu nguyện là sự chữa lành thuộc thể, nên cách hiểu đúng nhất là sự xưng tội này liên quan đến bất kỳ tội lỗi nào có thể cản trở việc chữa bệnh và lời cầu nguyện đặc biệt cho sự chữa lành những đau đớn thể xác. Đáng chú ý là trong khi ở 5:14 các trưởng lão phải cầu nguyện chữa lành, thì ở đây cả tập thể hội thánh phải tham gia vào sự cầu nguyện chữa lành. Davids nói: Gia-cơ "khái quát hóa một cách có ý thức, khiến trường hợp cụ thể của 5:14–15 trở thành một nguyên tắc chung về y tế dự phòng..." Câu này cũng cho thấy rằng năng lực chữa lành đến từ sự cầu nguyện, không phải từ các trưởng lão. Và mặc dù đúng là nên mời những người được giao trọng trách giám sát thuộc linh của cộng đồng cầu thay cho những người bệnh nặng, nhưng Gia-cơ khẳng định rằng *tất cả* tín hữu đều có đặc quyền và trách nhiệm cầu nguyện chữa bệnh.

Lời nhắc nhở của Gia-cơ về năng lực lớn lao của sự cầu nguyện trong phần cuối câu 16 là cơ sở cho lời khích lệ cầu nguyện mà ông đưa ra trong 5:13–16a. Năng lực này đến từ lời cầu nguyện không phải chỉ của 'các siêu thánh đồ'; *người công chính* đơn giản là người hết lòng tận hiến cho Chúa và thành tâm muốn làm theo ý muốn Ngài. Gia-cơ sử dụng một từ ngữ thứ ba chỉ về *sự cầu nguyện* ở đây (*deēsis*). Nhưng dường như ông dùng từ ngữ này với ý nghĩa không có gì khác so với hai từ kia trong phân đoạn này (*proseuchomai* trong 5:13–14, 17–18; *euchomai* trong 5:15–16a). Gia-cơ khẳng định lời cầu nguyện của người công chính có *quyền năng và linh nghiệm*. Hai tính từ này trong bản NIV dịch từ một cấu trúc phức tạp trong tiếng Hy Lạp. Phần đầu của cấu trúc này (*poly ischuei*) mang ý nghĩa khá rõ về một điều gì đó 'rất mạnh mẽ và quyền năng'. Nhưng sau đó Gia-cơ thêm vào một phân từ khó hiểu hơn là *energoumenē*. Phân từ này có thể ở dạng bị động, mà trong trường hợp đó ý nghĩa có thể là 'lời cầu nguyện rất quyền năng khi được thêm sinh lực (bởi Đức Chúa Trời hoặc Đức Thánh Linh)'.[172] Vì thế, có thể có một giới hạn cụ thể về hiệu quả của lời cầu nguyện từ quan điểm ý muốn của Chúa. Thế nhưng, phân từ này có nhiều khả năng ở thể trung (như hầu hết các

---

172. Mayor, tr. 177–179; Blomberg và Kamell, tr. 245; Allison, tr. 772; Vlachos, tr. 190.

bản dịch hiện đại), với ý nghĩa 'lời cầu nguyện hành động hoặc có hiệu quả rất mạnh mẽ'.[173]

17–18. Gia-cơ đã trích dẫn *Ê-li* làm ví dụ về người công chính có lời cầu nguyện rất linh nghiệm. Vị tiên tri với những thành tích chói lọi và cách 'chết' đặc biệt, là một trong những nhân vật nổi tiếng nhất giữa vòng người Do Thái. Ông được ca tụng vì những phép lạ đầy quyền năng và những lời lên án tội lỗi mang tính tiên tri. Tuy nhiên, trên hết người ta mong đợi ông trong vai trò người giúp đỡ khi có cần, sự xuất hiện của ông sẽ dọn đường cho thời đại của Đấng Mê-si-a (Mal 4:5–6; Huấn Ca 48:1–10; Mác 9:12; Lu 1:17). Nhưng điều khiến Gia-cơ quan tâm không phải là khả năng tiên tri đặc biệt của Ê-li hoặc vị trí độc đáo của ông trong lịch sử, mà là việc dù ông là *con người, thậm chí cũng giống như chúng ta,* nhưng lời cầu nguyện của ông có 'quyền năng và rất linh nghiệm'. Gia-cơ nhấn mạnh sự tha thiết trong lời cầu nguyện của Ê-li bằng cách sử dụng một cấu trúc 'cùng gốc' chịu ảnh hưởng từ ngôn ngữ Xê-mít: theo nghĩa đen là 'ông cầu nguyện trong sự cầu nguyện'. Ông muốn người đọc nhận ra rằng quyền năng của sự cầu nguyện có sẵn cho tất cả những ai thành tâm vâng theo Đức Chúa Trời – không phải chỉ cho một vài người đặc biệt.

Tình huống mà Gia-cơ mô tả được ghi lại trong 1 Các Vua 17–18. Đức Chúa Trời khiến cho một cơn hạn hán xảy ra và sai Ê-li thông báo như một cách trừng phạt vua A-háp và cả Y-sơ-ra-ên vì tội thờ hình tượng của họ. Mặc dù Cựu Ước không nói rõ Ê-li đã cầu nguyện cho cơn hạn hán đó, nhưng 1 Các Vua 18:42 mô tả ông cầu xin kết thúc cơn hạn hán. Thật là một suy luận hợp lý khi nghĩ rằng chính ông cũng là người đã cầu nguyện xin cơn hạn hán. Tương tự, có lẽ chúng ta cũng nên chấp nhận ba năm rưỡi như Gia-cơ đã nói (so với Lu 4:25), con số cụ thể cho việc tròn thành 'ba năm' trong 1 Các Vua 18:1. Có lẽ con số 'ba năm rưỡi' được đề xuất là do sự liên tưởng mang tính tượng trưng với giai đoạn của sự phán xét (Đa 7:25; so với Khải 11:2; 12:14). Tuy nhiên, dựa vào việc Cựu Ước không bao giờ đề cập cụ thể lời cầu xin cơn hạn hán của Ê-li, thì tại sao Gia-cơ lại chọn câu chuyện này làm ví dụ – đặc biệt khi các ví dụ khác về sự cầu

---

173. Adamson có thể đúng khi tranh luận rằng tất cả những lần xuất hiện khác của động từ này trong hình thức này trong Tân Ước có thể là trung dung (tr. 205–210; cũng đc. Moule, *Idiom Book*, tr. 26; McKnight, tr. 448; McCartney, tr. 258).

nguyện của Ê-li được biết đến nhiều hơn (như lửa thiêu đốt tế lễ trên núi Cạt-mên) hoặc phù hợp hơn với ngữ cảnh của Gia-cơ (khiến con trai goá phụ sống lại)? Có thể Gia-cơ muốn chúng ta thấy hình ảnh tương đồng giữa tình trạng chết chóc của một vùng đất được hồi sinh và tình trạng bệnh tật của tín hữu được phục hồi sức khỏe (Davids). Mặt khác, bằng chứng cho thấy có một truyền thống gắn liền cơn hạn hán với sự cầu nguyện của Ê-li (Huấn Ca 48:2–3; 2 Ét-ra 7:109), và rất có thể Gia-cơ đã chọn câu chuyện này đơn giản như một minh họa quen thuộc.

Thần học

Gia-cơ 5:13–18 là phân đoạn duy nhất trong các thư tín Tân Ước trực tiếp đề cập vấn đề chữa lành thuộc thể. Vì vậy, cũng thích hợp khi thêm vào một số lời chú giải về bản văn và suy ngẫm thêm về vấn đề chữa bệnh. Dưới đây là một vài vấn đề cần xem xét.

a. *Chữa lành thuộc thể và thuộc linh*. Như chúng ta đã thấy, một số người lập luận rằng bản văn không có liên quan gì đến sự chữa lành thuộc thể cả, nhưng là sự hồi phục thuộc linh. Họ chỉ ra rằng chữ *astheneō* trong 5:14 có thể mang ý nghĩa 'yếu đuối thuộc linh' (1 Cô 8:11; 2 Cô 13:3), cũng như chữ *kamnō* được dùng trong 5:15 (so với Hê 12:3). Còn chữ 'cứu' (*sōzō*), 'đỡ dậy' (*egeirō*) và 'chữa lành' (*iaomai*) đều được dùng để mô tả sự phục hồi sức sống thuộc linh. Trong bối cảnh mà những nguy cơ của tình trạng hôn mê và uể oải thuộc linh là điều có thực (so sánh 5:7–11), thì lời khích lệ các trưởng lão cầu nguyện cho những người bị áp bức và yếu đuối trong đức tin là hoàn toàn thích hợp.[174]

Mặc dù tất cả đều đúng, nhưng ngôn ngữ của Gia-cơ cho thấy không thể loại bỏ khía cạnh thuộc thể. Đầu tiên, mặc dù chữ *astheneō* có thể biểu thị sự yếu đuối thuộc linh, nhưng ý nghĩa này thường được làm rõ bởi một từ hạn định (so với Rô 14:2, 'trong đức tin' 1 Cô 8:7, 'trong lương tâm') hay bởi ngữ cảnh. Hơn nữa, trong tư liệu có liên quan mật thiết với Gia-cơ là các sách Phúc Âm, chữ *astheneō* thường chỉ về bệnh tật – cho dù hoàn toàn về thể chất, cảm xúc hoặc tâm lý.[175] Đối với chữ *kamnō* cũng như vậy. Và chữ *iaomai*,

---

174. Về quan điểm phổ quát này, xem Meinertz, 'Die Krankensalbung', tr. 23–36; Amerding, 'Is Any Among You Afflicted', tr. 195–201; Pickar, 'Is Anyone Sick Among You?', tr. 165–174; Hayden, 'Calling the Elders', tr. 258–286.

175. Xem đặc biệt Warrington, 'James 5:14–18', tr. 346–367.

dù không được sử dụng trong trích dẫn Cựu Ước, nhưng trong Tân Ước luôn luôn ám chỉ sự chữa lành thuộc thể. Ngoài ra, điều đặc biệt là lần khác duy nhất nhắc đến 'việc xức dầu' trong Tân Ước là sự mô tả về chữa lành thuộc thể (Mác 6:13).

Cứ cho rằng ở đây đang nói đến sự chữa lành thuộc thể đi nữa, vậy thì, có khả năng cũng liên quan đến sự phục hồi thuộc linh chăng? Nhiều người nghĩ rằng đây là trường hợp của 5:16a; người khác thì cho rằng 'sự giải cứu' trong 5:15 có lẽ bao gồm cả khía cạnh thuộc thể lẫn thuộc linh. Do đó, ngay cả khi cầu nguyện bằng đức tin không mang lại sự chữa lành, thì vẫn đem đến sự giải cứu khỏi tội lỗi. Thế nhưng, ý này không thật sự phù hợp với bản văn. Một mặt, trong Tân Ước, sự cứu rỗi không bao giờ được xem là kết quả của lời cầu nguyện. Mặt khác, việc đưa ra hai ý nghĩa khác nhau, dù có liên quan, về việc 'cứu' và 'đỡ dậy' vi phạm quy tắc chính của ngữ nghĩa học: không bao giờ cho một từ ngữ mang nhiều nghĩa hơn ý nghĩa trong ngữ cảnh. Sự phục hồi thuộc thể là tất cả ý nghĩa ngữ cảnh muốn nói đến; và chúng ta nên thận trọng với việc thêm vào hàm ý không cần thiết về sự giải cứu thuộc linh. Nhiều yếu tố trong bản văn buộc phải hiểu đây là sự chữa lành thuộc thể; mọi điều trong bản văn đều mang ý nghĩa về sự chữa lành thuộc thể. Thế nên, có lẽ ý nghĩa của bản văn nên được giới hạn trong sự chữa lành thuộc thể.

b. *Ai chữa lành?* Câu trả lời của Gia-cơ khá rõ ràng: "*Chúa* sẽ đỡ người ấy dậy". Không chỗ nào trong Tân Ước đưa ra câu trả lời nào khác. Khi các sứ đồ 'chữa bệnh' cho người ta, họ nói rõ rằng họ làm như vậy chỉ bởi quyền năng và thẩm quyền của Đức Chúa Giê-xu (Công 4:7–12). Phao-lô nói đến 'ân tứ' chữa bệnh (1 Cô 12:9, 28), nhưng cũng như tất cả những ân tứ khác, ân tứ này được trao và hướng dẫn bởi Đức Thánh Linh là Đấng ban cho. Tuy nhiên, thật thú vị trong khi Phao-lô nói về ân tứ chữa bệnh, thì Gia-cơ chỉ nói đến các trưởng lão là người cầu nguyện chữa bệnh. Vậy phải chăng không ai có ân tứ chữa bệnh trong các hội thánh thời Gia-cơ? Có phải Gia-cơ hạn chế năng lực chữa bệnh chỉ dành riêng cho những người giữ chức vụ nào đó của giáo hội không? Đây là những câu hỏi khó trả lời, và kéo chúng ta vào vấn đề rộng lớn hơn của mối quan hệ giữa sự phục vụ theo 'ân tứ' và sự phục vụ 'có tổ chức' trong Tân Ước. Thế nhưng, nói ngắn gọn, dường như các hội thánh đầu tiên khác nhau về mức độ thể hiện một số ân tứ. Thật vậy, hội thánh Cô-rinh-tô có vẻ như là một ngoại lệ trong Tân Ước, bởi vì chỉ ở đây chúng ta mới thấy nói đến những ân tứ 'đặc biệt' như là 'chữa bệnh' và 'làm phép lạ' (so với Rô 12:6–8 và Êph 4:11). Không nên cho rằng 'tổ chức' hội thánh là làm giảm giá trị hoặc phớt lờ ân tứ nhưng là một công cụ hữu ích để nhận biết và thể hiện các ân tứ để gây dựng hội thánh. Các trưởng lão là những người lãnh đạo thuộc linh được công nhận có đức tin trưởng thành. Do đó, với kinh nghiệm dày dạn và sâu sắc của mình, họ được mời để cầu nguyện chữa bệnh là lẽ đương nhiên. Trên hết, họ phải có khả năng phân biệt ý muốn của Chúa và cầu nguyện bằng đức tin để nhận biết và nhận lấy ân tứ chữa bệnh của Đức Chúa Trời. Đồng thời, Gia-cơ cũng nói rõ hội thánh nói chung nên cầu nguyện chữa bệnh (5:16a). Vì vậy, mặc dù không phủ nhận rằng một số người trong hội thánh có thể có ân tứ chữa bệnh, nhưng Gia-cơ khích lệ mọi Cơ Đốc nhân, và đặc biệt là những ai nhận trách nhiệm giám sát mục vụ, hãy tích cực trong sự cầu nguyện chữa bệnh.

c. *Đức Chúa Trời chữa lành trên cơ sở nào?* Có lẽ không có thử thách đức tin nào lớn hơn là khi lời cầu nguyện sốt sắng, hết lòng xin Chúa chữa lành cho chúng ta, hoặc cho người khác không được đáp lời. Một vài câu hỏi sẽ liên tục xuất hiện trong những tình huống như vậy.

Có phải tội lỗi của người bệnh ngăn cản sự chữa lành không? Chắc chắn đây thỉnh thoảng có thể là nguyên nhân. Phao-lô đặc biệt nói rằng một số Cơ Đốc nhân tại Cô-rinh-tô bị bệnh và chết vì họ lạm dụng lễ Tiệc Thánh (1 Cô 11:30). Trong thời gian bệnh tật, kiểm tra đời sống thuộc linh của mình để xem có điều gì sai trái, và với tình yêu thương, khuyến khích những người khác cũng làm như vậy là điều thích hợp. Xưng tội như Gia-cơ nói, có thể dẫn đến sự chữa lành (5:16). Trái lại, Gia-cơ cũng nói rõ không phải *tất cả* bệnh tật đều bởi tội lỗi gây ra (xem phần giải nghĩa câu 15). Ý tưởng cho rằng phải có một sự tương ứng giữa tội lỗi và bệnh tật rõ ràng đã bị Kinh Thánh bác bỏ (đối chiếu Gióp; Giăng 9:2–3). Vì thế, không phải lúc nào, và có lẽ thậm chí không thường xuyên, một tội lỗi cụ thể cũng là nguyên nhân khiến lời cầu xin sự chữa lành không được đáp lời.

Có phải thiếu đức tin cản trở việc chữa lành không? Tôi, hay những người cầu thay cho tôi, không *tin cậy* đủ chăng? Như chúng ta thấy, Gia-cơ xác định rõ "sự cầu nguyện bởi *'đức tin'*" thì Chúa sẽ đáp lời. Thật vậy, ông dường như ngụ ý rằng thiếu đức tin sẽ ngăn cản công tác chữa lành của Chúa. Nhưng chúng ta phải cẩn thận chú ý điều này có ý nghĩa gì. Đức tin được vận dụng trong lời cầu nguyện là đức tin trong Đức Chúa Trời, Đấng hoàn thành ý muốn của Ngài một cách tối thượng. Khi chúng ta cầu nguyện, đức tin của chúng ta nhất thiết sẽ bao gồm sự công nhận, rõ ràng hoặc ngấm ngầm, mục đích quan phòng trong sự tể trị của Đức Chúa Trời. Có lúc chúng ta có thể được ban cho sự hiểu biết sâu sắc về ý muốn đó trong những hoàn cảnh riêng biệt và chúng ta cầu nguyện với lòng tin chắc tuyệt đối vào kế hoạch của Đức Chúa Trời sẽ trả lời khi chúng ta cầu xin. Nhưng chắc chắn những trường hợp này rất hiếm – thậm chí còn hiếm hơn cả những mong ước chủ quan theo cảm tính dẫn chúng ta đến sự nghi ngờ. Thế thì, sự thừa nhận ý muốn của Đức Chúa Trời là tối cao thường phải có trong lời cầu nguyện chữa bệnh. Và rõ ràng là trong Tân Ước, Đức Chúa Trời *không* phải lúc nào cũng muốn chữa lành cho tín hữu. Lời cầu xin chữa bệnh của chính Phao-lô vẫn không được đáp lời dù xin đến ba lần; Đức Chúa Trời có mục đích khi cho phép 'cái dằm đâm vào xác thịt tôi', tức 'sứ giả của Sa-tan', vẫn còn nguyên (2 Cô 12:7–9. Hầu hết các học giả cho rằng cái dằm nói đến một loại bệnh thuộc thể nào đó). Vậy nên, điều chúng tôi muốn nói là đức tin khi chúng ta cầu nguyện luôn luôn là đức tin nơi Đức Chúa Trời, ý muốn của Ngài luôn là tối thượng và tốt nhất; đôi khi chúng ta sẽ thấy rằng loại đức tin này thực sự đòi hỏi sự đảm bảo rằng điều cầu xin cụ thể phải nằm trong ý muốn của Chúa. Đây chính là điều kiện cần thiết để hiểu lời hứa của chính Đức Chúa Giê-xu: "Nếu các con nhân danh Ta cầu xin bất cứ điều gì, Ta sẽ làm cho" (Giăng 14:14).

Cầu xin 'trong danh Đức Chúa Giê-xu' không chỉ là nói ra danh Ngài, nhưng xem xét đến ý muốn của Chúa nữa. Chỉ những yêu cầu được dâng lên 'trong ý muốn' đó mới được nhậm. Lời cầu nguyện xin chữa bệnh được dâng lên trong niềm tin chắc rằng Đức Chúa Trời đáp lời sẽ mang đến sự chữa lành; nhưng chỉ khi ý muốn của Đức Chúa Trời là chữa lành thì chúng ta mới có được đức tin đó, mà tự thân nó là một ân tứ của Đức Chúa Trời. Cho dù chúng ta có công chính, kiên trì hay có ân tứ, thì cũng không thể 'tạo ra' một đức tin như vậy. Trong đời này, thường chúng ta không có khả năng nhận biết có phải ý Đức Chúa Trời là muốn chữa lành hay không. Không phải lúc nào chúng ta cũng có thể cảm nhận được mình có loại 'đức tin' để nhận được điều mình cầu xin hay không? Khi chúng ta thành tâm, sốt sắng cầu nguyện xin chữa bệnh mà không được đáp lời, thì đó không phải là vì chúng ta thiếu đức tin; ngữ cảnh đó không được nói đến ở đây.

C. Lời kêu gọi hành động (5:19–20)

Ngữ cảnh

Gia-cơ không kết thúc thư bằng lời chào và lời nguyện cầu chúc phước điển hình cho phần kết như những thư tín khác, nhưng bằng một lời kêu gọi hành động. Kiểu kết thư này đặc trưng hơn trong những bức thư "trang trọng" trong Tân Ước, giống như các bài giảng được xuất bản; Thư 1 Giăng đặc biệt rất giống Gia-cơ. Thư của Gia-cơ chứa đầy những lời khiển trách và mệnh lệnh cụ thể. Thật vậy, như chúng tôi đã chỉ ra trong phần Giới Thiệu (tr. 50), tính trên tỷ lệ số từ, có nhiều động từ mệnh lệnh trong Gia-cơ hơn bất kỳ sách Tân Ước nào khác. Thế nên thật phù hợp khi cuối cùng ông chuyển sang nói với cộng đồng bằng một lời khích lệ, thay mặt các Cơ Đốc nhân khác là những người có thể đang gặp khó khăn về những vấn đề thuộc linh mà ông đang trình bày.

Giải Nghĩa

19–20. Lần cuối cùng Gia-cơ xưng hô *anh em của tôi*. Ông đã nói với họ trong thư của mình về nhiều vấn đề: lời nói tội lỗi, không vâng lời, không quan tâm đến người khác, sự trần tục, tranh cãi và kiêu ngạo. Giờ đây, ông khuyến khích mỗi một tín hữu hãy chủ động đem bất cứ ai 'lầm lạc cách xa chân lý' theo bất kỳ cách nào trong những cách này trở lại trong mối thông công với Chúa và cộng đồng.

Chân lý ở đây không nói đến giáo lý Cơ Đốc theo nghĩa hẹp, nhưng theo nghĩa rộng hơn, là tất cả những gì được bao gồm trong Phúc Âm. Chân lý này là điều phải được 'thực hiện' cũng như 'tin' (so với Ga 5:7; 1 Giăng 1:6). Và dĩ nhiên, đối với Gia-cơ, giáo lý đúng đắn không thể tách rời khỏi hành vi đúng đắn. Những gì tâm trí nghĩ đến, và miệng xưng ra, thì thân thể phải làm theo; bất cứ điều gì thấp kém hơn thế là 'sự phân tâm' ô uế và tội lỗi. Từ ngữ được dịch là *làm lạc cách xa* (*planaō;* là gốc của từ ngữ 'hành tinh', một 'người lầm lạc' ở trên trời) không nên giới hạn – như trong tiếng Anh – chỉ nói đến sự lệch hướng vô tình hoặc vô ý khỏi 'chân lý'. Từ này được sử dụng rộng rãi để diễn tả bất kỳ sự sai lạc nào khỏi "đường lối công chính", cho dù có chủ tâm hay không. Phi-e-rơ gọi các độc giả của ông một cách tổng quát rằng họ giống 'như chiên đi lạc' (1 Phi 2:25; xem thêm sách Sự khôn ngoan của Sa-lô-môn 5:6 và 2 Phi 2:15).

Tín hữu nào nhìn thấy anh chị em mình đang lầm lạc xa cách khỏi chuồng thì nên tìm kiếm họ bằng tất cả năng lực để *đem người ấy trở lại*. *Đem trở lại* (*epistrephō*) có thể được sử dụng để mô tả một bước đầu tiên trở lại với Đức Chúa Trời để được cứu rỗi (Công 14:1; 15:19; 26:18; 1 Tê 1:9). Nhưng ở đây, từ ngữ này cũng có thể ám chỉ sự *trở lại* với đức tin của người lạc lối (Mác 4:12 [= Ê-sai 6:10]; Lu 1:16; 22:32). Trong 5:20, sự lạc lối được mô tả là *sự lầm đường*, một cụm từ có thể được dịch là 'con đường lầm lạc của họ' để cho thấy *lỗi lầm* (*planē*) là từ cùng gốc với từ ngữ *lầm lạc* (*planaō*) trong 5:19. Những tín hữu thành công trong việc giải cứu tội nhân khỏi 'sự lầm đường' nên biết điều họ đã làm: họ đã được *cứu khỏi sự chết* và *vô số tội lỗi* được *che lấp*.

Tuy nhiên, người được cứu khỏi chết *là ai*, và tội lỗi là *của ai*? Tiếng Hy Lạp lại hoàn toàn mơ hồ ở điểm này, một trong hai ý được áp dụng cho người phạm tội hoặc người đã biến đổi tội nhân. Thế nhưng, người được cứu khỏi sự chết gần như chắc chắn là người phạm tội. Sự *chết* ám chỉ sự phán xét theo lai thế học trong Gia-cơ (so với 1:21), và chỉ người nào 'lầm lạc cách xa' mới có nguy cơ chịu sự phán xét này. Để cho phù hợp với nhiều bản văn Kinh Thánh khác, Gia-cơ mô tả 'sự chết' là điểm đến cuối cùng trên con đường mà tội nhân quyết định đi: khi họ quay lưng khỏi con đường đó, họ đã cứu sự sống mình (xem Êxê 18:27; Rô 6:23). Để biết tội lỗi được che lấp là tội của tội nhân hay là của người trở lại đạo (tin Chúa), hay là của cả hai là điều còn khó hơn. Các từ ngữ này ám chỉ đến Châm Ngôn 10:12, khi thù ghét 'sinh ra tranh cãi' tương phản với lòng yêu thương 'khỏa lấp mọi tội tình'. Từ 'khỏa lấp' ở đây dường như là bỏ qua những sự coi thường và xúc phạm chúng ta để giữ gìn sự hòa thuận. Mặc dù vậy, ý nghĩa này không chắc được nói đến trong Gia-cơ, và 1 Phi-e-rơ 4:8 cho thấy cụm từ này trở thành cách nói truyền thống chỉ sự tha thứ tội lỗi của Đức Chúa Trời (so với Thi 32:1).

Quan niệm cho rằng những nỗ lực của chúng ta để đem người khác trở lại ăn năn sẽ đem đến ích lợi cho địa vị thuộc linh của mình chắc chắn phù hợp với Thánh Kinh. Đức Chúa Trời hứa với Ê-xê-chi-ên rằng ông 'sẽ sống' nếu ông trung tín cảnh báo dân mình về nguy cơ bị phán xét (Êxê 3:21); và Phao-lô nói với Ti-mô-thê rằng "con và những người nghe con đều được cứu" nếu Ti-mô-thê cẩn trọng với chính mình và về sự dạy dỗ của mình (1 Ti 4:16). Tất nhiên phước lành được ban cho các tín hữu trung tín không nên được xem là phần thưởng cho những nỗ lực của họ. Nhưng khái niệm Chúa sẽ đãi chúng ta như chúng ta đã đãi người khác thì chắc chắn có trong Kinh Thánh (Mat 6:14–15; 1:23–25) và rõ ràng được Gia-cơ đề cập (2:12–13). Vì vậy, thật là phải khi Gia-cơ khích lệ độc giả của ông hãy tích cực tìm kiếm những người đang lầm lạc và đem họ trở lại bằng cách nhắc nhở các độc giả ấy rằng những nỗ lực của họ sẽ được Chúa chấp nhận và ban phước. Ngược lại, mạch tư tưởng trong câu này khiến việc liên kết sự che đậy tội lỗi với người không phải là người được cứu có phần gượng ép. Hơn nữa, Kinh Thánh thường liên kết sự cứu chuộc với việc che đậy tội lỗi, tức hoàn toàn xoá sạch, để hai cụm từ này có thể là những cách diễn đạt tương tự về phước hạnh mà tội nhân quay về nhận được. Có lẽ nên chấp nhận cách giải thích sau, mặc dù cách giải thích trước cũng rất khả thi.

Thần học

Nếu thư Gia-cơ thật sự là một bài giảng theo hình thức thư tín, thì hai câu cuối này là lời kêu gọi hành động thích hợp để kết thúc. Không chỉ những độc giả của Gia-cơ nên 'làm theo' những lời ông đã viết; mà họ cũng nên hết sức quan tâm đến việc người khác cũng đang 'làm theo' nữa. Chính bởi có chung niềm xác quyết với Gia-cơ rằng thật sự có sự chết đời đời mà con đường tội lỗi dẫn đến, mà chúng ta sẽ được thúc giục giải quyết tội lỗi trong đời sống mình và trong đời sống của người khác.

Phụ Lục theo Câu Kinh Thánh

Sáng Thế Ký

1, 101

1:26, 159, 161

2:7, 149, 183

4:10, 204

5:1, 162

6:9, 81

15:6, 51, 60, 106, 139, 143, 144, 145

18, 148

22:1, 97

22:12, 145

31:13, 223

38:26, 140

44:16, 140, 141

49, 36

Xuất Ê-díp-tô Ký

2:23, 212

20:5, 184

34:14, 184

40:13, 224

40:15, 223, 224

Lê-vi Ký

19, 66, 118

19:5, 117

19:12, 216

19:13, 204

19:15, 118, 121

19:16, 190, 191

19:18, 51, 66, 67, 125, 190

Dân Số Ký

3:3, 223, 224

11:25–30, 184

20:17, 124

21:5, 191

25:11–13, 167

Phục Truyền Luật Lệ Ký

1:13, 166

1:15, 166

4:6, 166

6:4, 138

10:17–18, 118

10:18, 71

11:14, 210, 211

24:14–15, 204

30:3, 226

30:19, 161

32:18, 102

34:5, 75

Giô-suê

2:11, 148

Các Quan Xét

2:22, 97

1 Sa-mu-ên

12:7, 140

17:45, 205

2 Sa-mu-ên

15:11, 85

1:15–18, 96

1:16, 96, 132

1:16–18, 78, 96

1:17, 37, 57, 77, 81, 96, 168

1:17–18, 96, 99

1:18, 59, 64, 65, 67, 70, 96, 100, 102, 103, 104, 107, 108, 109, 110, 113, 115

1:18–20, 50

1:19, 104, 113, 151

1:19–20, 73, 104, 104, 107

1:19–27, 116

1:19–2:26, 54, 68, 73, 103, 131, 150, 188

1:20, 106, 107, 173

1:21, 67, 67, 102, 103, 107, 108, 113, 113, 129, 133, 234

1:21–23, 107

1:21–25, 96

1:21–27, 73, 104, 107, 115

1:21–2:26, 117

1:22, 103, 107, 112, 116

1:22–23, 107

1:22–25, 7, 116

1:22–27, 45, 103, 107, 109

1:23, 111

1:23–24, 111

1:23–25, 111, 112

1:24, 111, 112

1:25, 38, 66, 81, 107, 109, 111, 111, 112, 116, 124, 129, 174, 191, 191

1:26, 104, 151

1:26–27, 93, 122

1:27, 39, 45, 69, 72, 79, 96, 101, 107, 116, 157, 158, 204, 208

2, 41

2:1, 36, 55, 58, 60, 76, 116, 118, 119, 120, 121, 124, 132

2:1–4, 45, 121, 171

2:1–7, 69, 103

2:1–13, 73, 116

2:1–5:6, 53

2:2, 35, 44, 108, 117

2:2–3, 117, 120, 122, 134

2:2–4, 116

2:4, 86, 117, 118, 161, 171

2:5, 35, 58, 67, 72, 90, 124, 132, 181

2:5–6, 121

2:5–7, 116, 207, 208

2:6, 45, 79, 124

2:6–7, 116, 119, 121

2:7, 35, 45, 181, 210

2:8, 38, 51, 59, 66, 69, 81, 118, 124, 124, 127, 129, 191

2:8–9, 125, 128

2:8–11, 113, 174

2:8–13, 103, 116, 121, 124, 130, 133, 171, 190

2:9, 106, 125, 125

2:9–11, 67

2:9–12, 66

2:10, 153

2:10–11, 66, 124, 125, 126, 127, 130

2:11, 39, 58, 66, 125, 126, 126

2:12, 38, 45, 66, 127, 129, 131, 188, 191

2:12–13, 58, 132, 133, 235

2:13, 133

2:14, 40, 59, 109, 131, 131, 134, 139, 142, 146, 147

Gieo Lời Chúa
Gặt nhận thức
Phước tuôn tràn

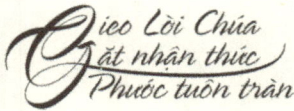

Công ty sách Cơ Đốc **Văn Phẩm Hạt Giống** chính thức ra đời vào tháng 4/2016 nhằm đáp ứng nhu cầu cấp thiết về văn phẩm Cơ Đốc có giá trị dành cho Cơ Đốc nhân người Việt với một sứ mệnh rõ ràng.

Văn Phẩm Hạt Giống sẽ cung cấp những văn phẩm Cơ Đốc:

- Có **giá trị cao**, **trung thành với sự dạy dỗ của Kinh Thánh**, phù **hợp** với nhu cầu và bối cảnh của các cộng đồng người Việt trong và ngoài nước.

- Nhằm **trang bị** từng cá nhân tín hữu Việt Nam **tăng trưởng đức tin** và **phát triển Vương Quốc Đức Chúa Trời**.

Tên gọi Hạt Giống vốn được truyền cảm hứng từ lời Chúa trong Mác 4:4. Lời của Đức Chúa Trời – Hạt Giống cứu rỗi – sẽ được những Cơ Đốc nhân gieo ra và trở lên lớn mạnh trong lòng người tin nhận.

Khi cho ra đời những văn phẩm có giá trị, chúng tôi ao ước chính mình sẽ là những người gieo trồng, kẻ tưới trong nhà Đức Chúa Trời. Chính Đức Chúa Trời sẽ hành động trong lòng độc giả khiến đời sống họ được biến đổi, lớn lên trong đức tin, được phước dư dật và đem phước hạnh ấy đến cho người khác (1 Cô 3:5–9).

Với mong muốn phát hành nhiều hơn nữa những cuốn sách chất lượng, có giá trị cao tới cộng đồng, chúng tôi luôn cần sự cầu thay, giúp đỡ, nhận xét và đóng góp quý báu cho từng cuốn sách đã được xuất bản. Những lời làm chứng, chia sẻ về sự biến đổi đời sống trong năng quyền của Chúa khi quý vị đọc những cuốn sách này cũng sẽ là nguồn khích lệ lớn lao cho chúng tôi tiếp tục sứ mệnh của mình. Mọi tâm tình, ý kiến đóng góp, chia sẻ xin gửi cho chúng tôi theo địa chỉ:

nhabientap@vanphamhatgiong.com

hoặc chia sẻ với chúng tôi trên trang Facebook **Văn Phẩm Hạt Giống**.

Rất mong được đón nhận!

VĂN PHẨM
HạtGiống

CÁC SÁCH ĐÃ XUẤT BẢN

Quý độc giả có thể xem thông tin chi tiết về từng sách trên Website: *http://vanphamhatgiong.com/vi/cua-hang/*
hoặc trên FB Page *Văn Phẩm Hạt Giống*

CÁC SÁCH SẮP XUẤT BẢN

1. **Đọc Kinh Thánh Một Với Một** (David Helm)

2. **Bảy Định Luật của Sự Giảng Dạy** (John Milton Gregory)

3. **Từ điển Kinh Thánh phổ thông** (Johnnie Godwin và cộng sự)

4. **Nếp sống gia đình của một người lãnh đạo Cơ Đốc** (Ajith Fernando)

5. **Ngọt Hơn Mật Ong** (Christopher J. H. Wright)

6. **Noi Gương Chúa Giê-xu** (Một số Mục sư Việt Nam)

Liên hệ mua sách:

- **E-mail:** info@vanphamhatgiong.com

- **Website:** http://vanphamhatgiong.com

- **Tiki:** https://tiki.vn/cua-hang/van-pham-hat-giong

- **Mua sách trên trang lulu.com:** http://www.lulu.com/spotlight/Van_Pham_Hat_Giong

- **Facebook Page:** Văn Phẩm Hạt Giống

www.ingramcontent.com/pod-product-compliance
Lightning Source LLC
Chambersburg PA
CBHW021049090426
42738CB00006B/254